Mga Pangako kay Akasya

Delle Loteyro

Ukiyoto Publishing

All global publishing rights are held by

Ukiyoto Publishing

Published in 2022

ISBN 9789357702683

www.ukiyoto.com

Para sa mga taong nagmamahal, minamahal, magmamahal, at mamahalin…

Contents

Prologue

"Why.. are we.. having.. this date ba?"

Sa pautal-utal na katanungan kong narinig ay bahagya kong idinilat ang aking mga mata at unti-unti kong naaninag ang babaeng naka-upo sa 'king tabi. At kahit na gilid lang ng kanyang mukha ang aking nakikita, bahagyang naka-yuko, at ang mga mata ay nakabaling sa iba ang tingin ay agad ko pa rin siyang nakilala.

"S-Si A-sha. Si Asha." Bulong ko sa hangin.

Ilang taon na kasi ang nakalipas nang huli akong magising sa imahe ng kanyang mukha, sa mapupungay niyang mga mata, at sa ngiti niyang kasingkahulugan ng isang magandang umaga.

May mga pagkakataon nga na magigising ako sa kanyang mga gigil:mga kagat sa 'king pisngi at braso. At may mga madaling araw naman na akala ko ay binabangungot ako dahil hindi ako makahinga. Iyon pala ay pinipisil niya ang aking ilong habang nakasimangot, 'di raw kasi siya makatulog nang maayos dahil sa lakas ng aking hilik.

"Uy.. Why are we having this date ba?"

Mas lumakas ang mahinhin niyang tinig kaya buo ko nang binuksan ang aking mga mata, at mapait na napangiti sa hangin. Dahil ngayon, ay klaro ko nang nasisilayan na si Asha nga ang nagsasalita.

At wala ako sa 'king higaan. Kami ay nasa isang lubhang pamilyar na eksena mula sa aking alaala, naka-upo sa labas ng isang sikat na *mall* dito sa Maynila.

Sa aming harapan ay ang paborito kong bilihan ng siopao, at sa aming likuran naman ay ang mga taong pauwi na at papunta sa sakayan ng jeep, ilang metro mula sa aming kina-uupuan.

Hinding-hindi ko malilimutan ang mga ingay sa paligid nang gabing iyon: ang mga pagkalampag ng dispatcher ng jeep habang nagtatawag ng pasahero, ang mga huni ng iba't ibang sasakyan, at ang mga kwentuhan at tawanan ng mga taong dumaraan. Samut-saring ingay na walang binatbat at tila *background music* lamang ng himig ng mabilis na pintig ng aming mga puso habang panakaw na sumusulyap sa isa't isa. Dito kami nagsimula.

At ang malambing at pautal-utal niyang pagkakasabi sa kanyang tanong ang nagbigay ng kasagutan sa kung ano ba talaga ang mayroon sa 'ming dalawa.

why.. are we.. having.. this date ba? why.. are we.. having.. this date ba?

Talagang nakatanim sa 'king gunita ang tinig niya na ito. Kahit ilang taon na nga ang nakalipas ay tila naririnig ko pa rin ang mga salitang 'to na paulit-ulit at dahan-dahang bumubulong sa tuwing siya ay aking na-aalala.
Kuhang-kuha ang mga detalye, tanginang alaala 'to.

Napa-mura ako nang malakas sa isip, at habang maiging pinagmamasdan ang bawat pulgada ng kanyang mukha ay mas lalong pumait ang ngiti sa 'king labi. Nagsimula kasing humukay pailalim ang tumatangis kong alaala. Ngunit—

Agad na nagising ang aking kamalayan nang makaramdam ng marahan na paghatak sa manggas ng aking damit.

"Ba't 'di ka sumasagot?" Mahinhing tanong ni Asha, ang mga mata niya ay saglit kong nasulyapang nakatitig bago mabilis na ibaling sa malayo ang tingin.

Nanatiling nakababa pa ang aking mga labi nang maigi ko siyang titigan. Dalawa o tatlong segundo ko siyang pinagmasdan lamang bago siya muling nagsalita.

"Kung ayaw mong sagutin, okay lang. It's not a big deal naman."

Nang marinig ko ang sunod niyang sinabi ay agad akong nakaramdam ng pagtataka. Kilalang-kilala ko kasi si Asha, at alam kong ang kanyang tono ay may halong pagtatampo at pagkainis. "Ba't parang iba…" Naguguluhan kong tanong sa isip ngunit hindi ko namalayan na isinatinig pala ito ng aking bibig.

"Nananaginip ka ba o pinagti-trip-an mo 'ko? Just forget the question.

Tara na, uwi na tayo." Sabay irap at pag-ayos ng kanyang upo para ma-isuot na ang bag na katabi.

At habang inihahanda niya ang kanyang sarili sa pag-alis ay nanatili naman akong tuliro. Hindi ko kasi maintindihan kung ano ang nangyayari. Totoo ba ito o sadyang makatotohanan lang itong huling panaginip.

Siguro panaginip lang 'to with a *twist*, pabiro kong sabi sa sarili. Siguro nadala lang ako ng mga paborito kong pelikula kaya ngayon ay pinaglalaruan ako ng aking gunita, ibinalik sa nakaraan para muling masulyapan ang pinakamamahal kong alaala. Ang pagtataka ko tuloy ay napalitan ng pagkasabik, ngunit, nang pagmasdan ko siya muli ay mabilis din akong binalot ng matinding kalungkutan.

"Tara..." Marahan niyang pag-aya bago tuluyang tumalikod at magsimulang maglakad palayo. At kasabay ng kanyang mga hakbang ay ang salit-salitang pagpatak ng mga luha sa magkabila kong mga mata.

Dahil...

Alam ko kung saan ito patungo.

Ba't ako naririto? Usisa ko sa isip habang pinagmamasdan ang unti-unti niyang paglayo.

Ba't nga ba ako naririto sa tanging magandang alaala naming natitira. Ang alaalang iningatan kong huwag madukot ng lungkot at paghihinagpis na nabuo dahil sa sinapit naming dalawa.

Sa aming simula.

Ang unang maghapong pinalipas naming magkasama

Ang maghapon na puno ng kulitan at tawanan.

Ang 'di malilimutang mga asaran.

Ang dahan-dahan kong paggabay sa kanyang ulo para isandal sa akingbraso.

Ang unang tapik sa kanyang noo.

Ang mga mata niyang naghahatid ng ngiti sa 'king mga labi.

At higit sa lahat, ang boses niya,

...ang boses niya na gusto ko lagi marinig.

Ang may pagka-conyo niyang paraan ng pagsasalita. Kung papaano niya pinaghahalo ang tagalog at ingles na parang batang naglalambing. Ang malamig na tinig na nagbibigay ng init at humehele sa akin hanggang sa ako ay makahimbing. Ngayon—

Ngayon ay muli kong narinig.

Ang 'di maipaliwanag na saya kong naramdaman tuloy noong una naming paglabas ay naging magkahalong pait at tamis dahil, ...alam ko kung paano ito magtatapos.

Ang sinimulan namin sa pag aakalang mananatili kaming para sa isa't isa.

Ang mga pangarap.

Ang mga pangako.

Ngayong naririto ako ulit, naging delubyo ang laman ng aking puso at isipan.
Dahil, kung ibinalik ako sa pagkakataong ito, ano ba ang dapat kong gawin?

Ano ba ang dapat kong maramdaman?

Si Acacia

[Asha's Perspective]
October 11, 2021
7:42am

Here we go...

I whispered to myself before I entered the office. My hand trembled as I held the doorknob; It is my first day at my first job kasi.

It's almost eight na and sobrang busy nilang lahat kaya walang nakapansin sa pagpasok ko. The office was full of noise: from conversations about the revisions to the project plans, phone calls, and the constant clicking of mice and keyboards.

I want to make an impression, so kahit sobrang kinakabahan—

"Hello po!" I raised my voice to get their attention.

They looked at me, and kitang-kita ko ang confusion on their faces. They must be thinking, *sino to?* So...

I immediately smiled and introduced myself. "I'm Acacia Cruz. I love indie pop and jazz music, pagdating sa movies, romance genre po is my favorite. Ako po pala ang bagong office engineer niyo. I'm excited to work with all of you po."

I bowed, and as I lifted my head back. "Asha po pala ang nickname ko." I added, with a sweeter smile this time, showing my two dimples.

Their confused look was immediately replaced by warm smiles. Kitang-kita ko pa kung paano napatingin sa mga kasama nila ang ibang guys sa likod, halatang kinikilig.

Without a doubt, sobrang effective ng introduction ko. I guess, no need to apologize for the messy bun and blush on, yey!

Tumayo si Boss, the one who interviewed me, and he immediately introduced me to the team. They all seem nice naman, hindi ko nga lang masyadong natandaan ang names nila bukod kay Sir Ian. He asked me kasi, "Sigurado ka bang office engineer ang in-apply-yan mo?"

I didn't realize that it was a romantic joke. Na-gets ko lang ang context when we shook hands. It's like he don't want to let go habang nakatitig. Sobrang obvious sa mga mata niya how much he likes me. He complimented me din, ang confident ko raw. So 'yon. Thanks, Sir! Kinilig ako nang slight.

After a few short introductions, bumalik naman na agad ang focus ng lahat sa work. Dinig din kasi ang bell outside, signal na start na ng working hours. Halos lahat nagsuot na ng PPE at lumabas, naiwan kaming mga office engineer, si Boss na ngayon ay may kausap na sa phone at ang document controller namin na ngayon ay papalapit sa 'kin.

"Ma'am..." Ano nga ulit name niya sabi ni Boss. Hindi ko matandaan!

"Felisa." She said. Nahalata niya sigurong I'm still recalling her name.

"Asha, 'di ba? Huwag mo na 'kong i-ma'am. Hindi naman siguro naglalayo ang edad nating dalawa."

Nahiya tuloy ako, I'm not good with names kasi! Pero buti naman at hindi siya na-offend.

She asked, "Ilang taon ka na pala?"

"Twenty-three po."

"May boyfriend? Kung wala ay may mga single dito." She teased me.

I got shy, 'di ko kasi alam kung paano mag-re-react so I smiled na lang. She then continued to orient me for a few minutes, before she brought me to my desk. "Kung may tanong ka, lumapit ka lang."

And finally, kaharap ko na ang computer ko. I took a deep breath, feeling a mixture of nervousness and excitement.

Because—

Today is the official start of my career as an engineer.

Actually, hindi pa nga ito ang ideal job ko since I am assigned sa office, handling paperworks. Ang gusto ko talaga is maging active part ng construction, from designing the structure hanggang sa pag-su-supervise ng mga workers on site. Sinunod ko lang talaga muna ang payo ni Dad, maganda raw muna ma-familiarize kung paano tumatakbo ang isang project through papers para daw pag-uwi niya, we will be a team. Siya na raw magtuturo sa 'kin ng mga bagay-bagay na sa site lang matututunan.

Civil Engineer si Dad sa abroad; He is my inspiration. My admiration for him is one of the reasons why I dreamt of being a civil engineer when I was a kid. Kahit nga tuwing december lang kami nagkikita, sobrang close naming dalawa.

I grew up with my Lola—si Mami! My mom died kasi after giving birth to me.

Noong bata pa ako, sabi nila may pagkabrusko raw ako, siga kumbaga. Sobrang hilig ko pa raw makipag-away, most of my friends call me tomboy nga.

I will never forget that one time, sumugod ang parent ng isa sa mga kalaro ko because binato ko siya ng sandals and dumugo ang noo niya. As in! Sobrang daming dugo. But he deserved it naman, sinilipan niya kasi ako!

After that time, wala nang nag-try na asarin ako at gawan ng masama. They respected me na always because they're scared of me.

Pero eventually, mas lumamang naman na ang pagiging babae ko. 'Di ko na rin tanda kung kailan exactly, pero unti-unti rin naman akong naging mahinhin, dala na rin siguro ng mga napapanood kong romantic films. I always imagined myself kasi na bida ng isang super romantic na story with a happy ending. So 'yun…

But of course, I remained outgoing. Comment nga lagi ng mga tao sa paligid ko, naging maganda ang bunga ng pagdadalaga.

Natutunan ko rin kasing intindihin at isipin ang kapakanan ng iba. I promised myself too, na tutuparin ko ang mga pangarap ko while bringing smiles to the faces of everyone I meet. Kaya, almost everyone na dumaan in my life ay naging malapit sa 'kin. They always say that I'm special, and I will always have a place in their heart.

In terms of romantic relationship naman, as in sobrang daming nagbalak, pero lahat na-friendzoned ko. Deep inside me, hindi ko pa kasi alam kung ano ang hinahanap ko in a guy so I just left everything to fate.

. . . .

After work, umuwi na kaagad ako. Napangiti nga ako habang papalapit. Si Mami kasi, nakaupo malapit sa gate at hindi mapakaling nag-aabang.

"Oh, kamusta unang araw mo sa trabaho?" Her eyebrows went furrowed. "May nang-away ba sa'yo?"

Isa rin si Mami sa reason kung bakit ang tapang-tapang ko noon. Pag may nang-away kasi sa 'kin, I know that she always have my back.

"Grabe ka naman Mami! Mukhang mabait naman po silang lahat." I hugged her tight and kissed her cheek. "Kumain ka na po?"

"Hinihintay nga kita. Tara, sabay na tayo, kwento mo first day mo." She then helped me with my bag, and naglakad na kami papasok.

Hindi kalakihan ang bahay namin, but our garden is like a park. It has a swing na nakasabit sa isang puno, and it is filled with plants and flowers. Yep! Mahilig kami ni Mami sa gardening! At siyempre pinakabida sa plants namin—

Sunflowers!
They're my favorites; I even named them one by one. They're like smiles of different people, na ang sarap tingnan under the sun. Sobrang ganda nila like me! And at night naman, they're like warm lights. I love staring at them habang nagduduyan at nakikinig ng music, or minsan habang kalaro ko si Joey, my Pug.

Dalawa lang kami ni Mami dito, kaya kapag may mga overnights, project man 'yan, review, or movie marathons, dito lagi ang venue. Kaya super close ang mga friends ko kay Mami, sila nga taga-kuwento kapag may na-basted na naman ako na suitor.

Mabilis at simple lang naman na lumipas ang highschool at college days namin. At kahit working na, madalas pa rin naman kaming nagkikita-kita—coffee dates, gigs ng favorite bands, or sometimes karaoke nights.

. . . .

After namin kumain at magligpit, I took a light shower. Gusto ko na rin kasi humiga at makapagpahinga in my room.

My room is just simple. Wait, simple in terms of my preference, ha.

Pagkapasok, sasalubungin ka ng isang cactus shaped like a waving human, nakapatong siya sa desk cabinet. I named him *Hi-Yo.*

And since I am so in-love with music, I put speakers on every corner. A must for me kasi kapag nasa mood ako, I will just listen to my playlists all day. Wala na akong pakealam sa outside world.

Wala akong decoration sa walls bukod sa isang guitar na medyo sira na; It is my first guitar. Tagal ko na rin siyang hindi nagagamit since sobrang busy sa review for board exams and ngayon naman working na.

Last is the ceiling. It is filled with luminous toys—stars, sun, moon, different animals, and my favorite, ang T-Rex na kitang-kita ang mga pangil! Rawr! Pero syempre the most special is a picture of a woman carrying a child. Nilagay 'yan ni Dad so I'll always remember Mom.

Para antukin, I will either listen to music or watch a film, and my mood tonight chose to watch Before Sunrise—a romantic film about the unforgettable night spent by two strangers who just met on a train.

Mababa ang chance na mangyare in real life, but for hopeless romantic women like me, this film is a classic. It's both magical and realistic at the same time. Napaka-simple lang pero napaka-meaningful kasi ng bawat conversation nila about life. Tapos sobrang natural din ng chemistry ni Ethan Hawke and Julie Delphy.

The closing scene will always give my heart a smile na susundan ng bits of emptiness. I always wonder, what does it feel like to fall in love?

One thing na sa panonood pa lamang ng movies ko naiintindihan.. pero kahit sobrang curious na 'ko at na-e-excite, ayokong madaliin kasi I know, it will come naturally.

As the credits rolled, naramdaman ko na ang antok. I hugged my pillows, and as I slowly close my eyes, a question wandered into my mind.

Kailan kaya?

Sa Muling Pagkikita

[Sebastian's Perspective]
October 16, 2021

"Seb, 7pm tayo punta."

Mensahe sa 'king telepono na 'di ko na sinagot, lagpas alas sais na rin kasi at maliligo pa lang ako.

Sa pagbuhos ng malamig na tubig sa 'king ulo ay nagsimula nang maglayag ang aking isipan. Naalala ko bigla ang bawat ayaan, mapa-inuman, jam, o basketball.

Noong highschool nga ay may mga pagkakataon na ginagawa namin ang lahat ng mga 'to sa iisang araw. Magsisimulang mag-basketball sa umaga, sa hapon ay mag ja-jam o magko-kompyuter tapos sa gabi ay inuman hanggang umaga.

Daig pa nga namin ang mga nagbubuhos ng konkreto sa mga *construction site* o mga guwardiya ng iba't ibang establisiemento dahil ang mga iyon ay may kapalitan sa *duty*. Madalas kasi ay umuuwi kaming parang mga *zombie* dahil sa lumipas na araw.

Hindi ko malilimutan ang isang madaling araw noong kolehiyo kami. Nasa *vacation house* kami ng isa naming tropa, nag-iinuman. Sa sobrang kalasingan nga ay nagsimula na kaming gumawa ng iba't ibang kalokohan. Nagpapalitan ng hamon, gawin natin 'to, gawin natin 'yan, at ang pinakatumatak sa 'king alaala ay ang hamon ng tropa naming si Lawrence.

Mag ala-katutubo raw kami, mag-bonfire sa beach nang walang damit. Tangina talaga, hindi ko alam kung ano ang pumasok sa isip ng lokong 'yon. O kung saan niya napulot ang napaka-gagong ideya niya na 'yon. Pero dahil lasing na talaga kaming lahat ay sinunod naman namin. Pati nga ang mga babae naming kasama ay nagawa niyang mapapayag. Alas tres naman na noon kaya kahit papaano ay kumpiyansa kaming wala ng tao sa tabing-dagat. Tangina, hindi ko alam kung paano ko ilalarawan ang mga itsura namin bago pumuslit. Ang usapan kasi ay walang magdadala ng kahit na anong damit. Halos mamatay nga kami sa katatawa noong nagsimula na kaming maglakad ng hubo't hubad dala-dala ang mga panggatong at uling.

At nang makarating, ay agad naming sinindihan ang mga panggatong at uling at pinagitnaan ang apoy. Talagang sinulit ang mga sandali, pinagmasdan ang kalmadong langit habang pinakikinggan ang musika ng mga alon. Nagkuwentuhan din kami tungkol sa buhay habang nakahiga sa buhanginan. Pinagmasdan ang napakagandang buwan bago magpasyang bumalik, at baka abutin kami ng liwanag.

Hinding-hindi ko malilimutan ang gabing iyon.

"Ah.. heto na naman, magkikita-kita na naman ang barkada." Bahagya akong napangiti habang nakatitig sa salamin at pinupunasan ang sarili.

Lagpas alas-siyete na noong umalis ako ng bahay.

Ako 'yong tipo ng tao na mamamatay kapag hindi nakapagbaon ng *earphones* sa byahe. May mga pagkakataon ngang mahuhuli na 'ko sa klase o trabaho pero talagang uunahin ko pa rin hanapin ang earphones ko. Mas natatakot ako mainip sa byahe kaysa bumagsak o matanggal sa trabaho.

Pagkatapos ng ilang minutong paglalakad ay narating ko na ang sakayan. Mahigit isang oras din ang byahe, kaya gaya nang nakasanayan, pagsakay ko ng bus ay hinanap ko agad ang earphones sa loob ng bag. Nasa isip ko na nga agad ang patutugtugin kong kanta, Everything's an illusion ng Mayday Parade. Sabik na sabik na ang aking mga tenga, at hindi na rin mapakali ang aking mga paa sabayan ang beat ng kanta. Ngunit kahit na anong kapa ko sa loob ng bag, ay hindi ko 'to natagpuan.

"Tsk.. naiwanan ko do'n sa lamesa." Nanghihinayang kong bulong. Kung noon siguro ay agad akong bababa at babalik sa bahay para lamang kunin 'to.

Pero hindi ngayong gabi.

Siguro ngayon ay mas mabuti na munang walang nakasuksok sa mga tenga ko. Gusto ko munang makapag-isip-isip, baka habang nakatunghay ako sa dinaraanan ay biglang liparin ng hangin ang lahat ng nasa aking isipan. Ilang araw na rin akong walang maayos na tulog kaya ang mga mata ko'y may kabigatan na rin. Para ngang kailangan ko na 'tong lagyan ng toothpick para manatiling nakadilat.

Ngunit ang aking pagmu-munimuni ay naputol dahil sa pag-vibrate ng aking telepono.

Sa unang sulyap pa lang, mapapansin na agad ang mga mura ni Erol.
"Gago, san ka na?"
"tangina mo kanina pa kami dito."
Nilagpasan ko lang at pag *scroll down* ko, nakita ko ang usapan namin ni Lawrence nakaraang linggo.
"Tol, next week ah. Dala ka na rin plus one kung meron kang madadala. HAHAHA"
"Mukhang wala akong madadala. HAHAHA"
"Tangina mo naman. Text mo na yung nakilala mo last year. Haha"
"Tangina mo naman pre, pinaalala mo pa 'yon."
"Bobo mo eh. HAHAHAHA"
Pinagpatuloy ko lang ang pag-backread sa usapan namin, usapan na madalas ay kalokohan, laro, mga biglaang biruan at
murahan, inuman, pambababae, ngunit minsan, minsan lang naman, ay may mga usapan ding matino at seryoso.
Mga minsanan niyang paghingi ng payo.
Parang tanga tuloy ako na nakangiti mag-isa.
Si Lawrence kasi ang pinakamatalik kong kaibigan at medyo matagal na kaming hindi nakakapagkita. Natuwa nga ako sa pagbabasa kaya't nagpatuloy lang ako hanggang hindi ko namalayang napapikit na pala ako at nakaidlip.

Pero katulad ng dati, magigising ako na sakto sa aking bababaan. Tuwang-tuwa ako sa talento kong 'to. Para bang may alarma ang aking katawan, kapag malapit na ay kusa akong magigising. Kaya kailanman ay hindi pa ako lumalampas sa aking dapat babaan.

"Para..."
Sa pagbaba pa lang ay matatanaw na ang bahay nila Lawrence. May kalakihan ito at ngayong gabi ay mas kapansin-pansin dahil sa mga ilaw na nagbibigay liwanag sa mga tent na nasa labas. "Mukhang maraming bisita."
Sa paglapit ay maririnig na ang samu't saring mga kwentuhan, kasabay ang tunog ng gitara at tinig ng mga kumakanta. Madalas naman akong bisita dito sa kanila ngunit hindi ko kilala ang mga nasa bungad kaya tinext ko muna ang mga tropa at tinanong kung nasaan na sila.

"San kayo?"
"Nandito na kami sa likod. Salubungin ka namin sa gate."
"Nakita niyo na ba si Lawrence?" Tanong ko.
"Hindi pa."

Dahan-dahan akong pumasok at agad kong nakita ang mga kaibigan kong naghihintay. Saglit kaming nagkamustahan at nag-usap bago inaya ang isa't isa na pumasok sa loob ng bahay.

Tara na..

Sabay-sabay kaming naglakad papasok at sa kabila ng samut-saring mga ilaw ay tila madilim pa rin ang aming nilalakaran dahil sa bagal ng aming bawat paghakbang.

Ang tanging liwanag kasi na gumagabay sa aming paglalakad ay ang mga bulaklak, at ningas ng apoy mula sa mga kandilang katabi ng isang magarang kahon kung saan nakapatong ang ilang mga larawan. Nang mapansin ko nga ang litrato namin noong kami ay mga bata pa, ay agad itong naghatid ng ngiti sa aking mga labi. Ngiti na nagbigay ng saglit na kislap sa aking mga mata bago ito tuluyang lamunin ng dilim. Saglit akong napatigil sa paglalakad nang maalala ko ang huli naming pagkikita, ilang hakbang na lang din kasi ay muli ko na siyang masisilayan.
Kung noon ay sinasalubong niya na kami ng isang pasigaw na 'ang tagal niyo naman, tangina nyo!' na susundan naman niya ng pangangamusta at pagtapik sa aming mga braso ngunit 'di tulad ng aming nakasanayan, siya ngayon ay tahimik.

Siya ay nananatiling tahimik at tila pinakikinggan lang ang aming bawat paghakbang.

"Kapag ikaw talaga ang nag-aaya, malabong hindi matuloy.. Tingnan mo.. kumpleto kaming lahat." Malungkot ngunit nakangiti kong sambit. Habang nakatunghay sa walang kibo niyang mukha ay naalala ko na naman na magkausap pa kami bago siya matulog noong gabing iyon. Kaya parang binagsakan ng isang napakabigat na bagay ang aking dibdib kinabukasan nang nabalitaan kong wala na siya.

Gano'n lang pala ang buhay? Sa isang iglap ay wala na.

Masakit mawalan ng kaibigan ngunit mas masakit ang panibagong ipinamukha sa akin ng kapalaran.

Ang buhay natin ay walang halaga. Limitado lang ang oras natin at kung binigyan man tayo ng ngiti ng panahon ay nandiyan din siya para bawiin ang lahat.

Napakalungkot.
Nakakatakot.
Paano kung dumating na ang oras ko?

Ano kaya ang pakiramdam ng lahat sila ay nakatitig sayo habang hinuhugot mo ang huli mong hininga? Maswerte pa siguro kung imahe ng mga taong pinakamamahal mo ang huli mong makikita.

Sa akin, ay 'di na ako umaasa.

Mag-isa kong uubusin ang huling minuto ng aking buhay. Iniisip ko na nga lang na sana ay totoo na nagiging multo tayo. Para kahit papaano, makita ko pa rin ang lahat pagkatapos kong mawala.

Habang nakatitig sa kanya ay umulan ng kung ano-anong mga bagay sa aking isipan.

Mga bagay na gusto ko sanang isigaw nang malakas, huling subok, pagbabakasakali, at pagtawag. Baka naman may makarinig at pagbigyan ang aking kahilingan—ang gisingin ang natutulog kong kaibigan. Ngunit hindi tulad ng mga pelikula, sadyang mapait ang katotohanan. Ang katotohanan na mananatili na siyang nakapikit magpakailan-kailan man.
At kahit hindi ko pa tuluyang matanggap ang lahat, habang dala-dala ang 'di maubos na mga katanungan ay wala na akong nagawa kundi magpaalam.

"Salamat sa lahat.
Magpahinga ka na,

...Kaibigan."

Archie, Marry Me

[Third Person Perspective]
October 16, 2021
7:21 pm

Karamihan ay tulog na sa loob ng *fx*, ang driver ay hindi naman nagpapatugtog ng radyo kaya nangingibabaw ang pag-alingawngaw ng paghilik ng isang lalake sa likuran. Hindi naman ito pansin ni Asha na naka-earphones at abala sa pakikinig ng musika sa kanyang telepono. Ang mga labi ay gumagalaw sa pagsabay sa liriko ng kanta habang ang mga mata ay nakatingin sa iba't ibang kulay ng ilaw mula sa mga sasakyan at establisimientong dinaraanan.

Magta-tatlumpong minuto na mula nang siya ay makasakay, papunta siya sa bahay nila Lawrence—kaklase niya noong kolehiyo, at kasintahan ng matalik niyang kaibigan na si Kamilla. Magta-tatlong taon na sana si Kamilla at Lawrence sa desyembre kaso sa 'di inaasahang pangyayare ay biglaang pinagpahinga si Lawrence ng panahon. Nakalulungkot ngang isipin dahil kapapasa lang nila ni Asha ng *board exam* noong Mayo. Hindi naging malapit si Asha kay Lawrence, pero saksi siya sa relasyon nila ni Kamilla. Madalas kasing takbuhan, at umiiyak sa kanya si Kamilla sa tuwing may 'di pagka-kaunawaan sila ng kasintahan.

Nang makarating si Asha ay sinalubong siya ng kanyang mga kaibigan, si Kamilla na namumugto pa ang mga mata, si Iya, at si Mika.

Umiiyak na lumapit at yumakap si Kamilla kay Asha.

Ang lungkot ni Kamilla ay tila naglaho panandalian. Mag-iisang buwan na kasi silang 'di nakapagkikita dahil sa kani-kanilang mga trabaho. At sa kanila kasing magka-kaibigan, si Asha ang madalas nilang taga-comfort, *personality-wise,* siya ang pinakamasiyahin at mapagbiro.

Tagapayo na rin kapag ang isa ay nalulungkot at may problema.

"Dapat pala dinalhan kita ng ice cream," pagpapatahan na paglalambing ni Asha habang yakap ang kaibigan.

Singit na tanong naman ni Iya, "Kumain ka na?"

"Yep, kumain na 'ko before umalis ng office." Tugon ni Asha bago magmasid sa paligid. "Wala si Angge?

"Bukas pa raw siya makapupunta.. Tara samahan ka namin sumilip muna." Sagot ni Iya.

Habang papasok sila ay halata naman ang mga pahaging na pagsulyap ng ibang bisita kay Asha. Dahil na rin sa kanyang tangkad, at kahit nakasuot lamang siya ng uniporme sa trabaho ay talagang nakabibighani pa rin ang pagbakat ng hugis ng kanyang baywang at balakang, ang buhok ay nakatali at nakapulupot sa isang magarang pin, ang mga hibla nga ay tila mahinhing mga alon na dumadampi sa kanyang napakagandang mukha. Ngunit hindi naman ito pansin ni Asha na tuloy-tuloy lamang sa paglalakad. Habang papalapit kasi nakaramdam ng kaba ang dalaga. Marahil ito ang unang beses na sisilip siya sa isang kabaong. Nang makaharap ay ilang segundo siyang sumulyap bago pumikit at nagbigay ng isang maikling panalangin

Pagkatapos ay dumiretso na sila sa kanilang lamesa at upuan. Kalapit nila ang pwesto ng mga pinsan ni Lawrence na tumutugtog at nagkakantahan. Sa kabila naman ay ang grupo ng mga kababata ni Lawrence na naglalaro ng baraha.

"Kamusta work?" Tanong ni Mika kay Asha.

"Okay lang, pero I can feel the stress na, ang dami kasing naiwan na workload ng pinalitan kong engineer."

Sumagot si Mika. "Ako gusto ko nang mag-resign, ang toxic ng mga tao sa office namin, feeling ko 'di sila nagkakasundo, iba ang tension kapag nag-uusap.. hanggang kailan ka ba yayakap kay Asha, Kams," pabirong tanong ni Mika

"Dito muna 'ko, mga one hour pa." Sabay lalong paghigpit sa pagyakap.

"Pero ano ba daw talaga ang nangyare? Di kasi namin masyado naintindihan ang kwento mo sa phone dahil sa pag-iyak mo," muling tanong ni Mika.

"Oo nga, sorry na Kams pero kwento mo ulit," dagdag ni Iya.

"Inatake daw siya sa puso pagkatuloga, nadala pa naman nila sa ospital, pero pagdating wala na talaga.."

"Grabe naman, nakakatakot naman matulog, baka sakaling 'di na rin ako magising," natatakot na biro ni Mika.

"Hoy! Di magandang joke yan!" Pagalit na sabi ni Asha, at ibinalik niya rin agad ang tingin kay Kamilla. "Kamusta naman huling pag-uusap niyo?"
"Sa totoo lang, three days na kaming 'di nag-uusap.. three days na. Nagkatampuhan kasi kaming dalawa tapos biglang ganto." Nagsimula na naman itong umiyak. "—kung alam ko lang sana.. sana niyakap ko siya noong huli naming kita.. pero hindi, magkagalit kaming umuwi." Kasunod ang muling pagbuhos ng kanyang mga luha.

Sila ay tahimik na lang na nakinig at hinayaang ilabas lahat ng kaibigan ang nararamdaman.

Di rin kasi nila pa masyadong maintindihan ang pakiramdam ng mawalan ng mahal sa buhay kaya 'di rin nila alam kung paano ito pakakalmahin. Wala pa kasi sa kanila ang talagang nakaranas mawalan ng taong malapit sa puso nila. Mga taong lagi nilang kausap, nakikita, at iniisip.
Taong parte ng buhay nila araw-araw.

Habang nakikinig sa kanilang kaibigan ay isa-isa nilang inisip ang mga taong mahal nila, mga taong yayakapin nila nang mahigpit sa bawat pagkikita.
Para kay Asha, ang Ama at Lola lang ang pumapasok sa isip niya, ang ina niya kasi ay 'di niya na nakasama. Iniisip niya nga kung ano ang naramdaman ng kanyang ama noong isinilang siya, isang tanong na ngayon lang pumasok sa kanyang isip.

Tila naging kapalit kasi ng buhay niya ang kanyang ina.

Nakaramdam kaya ng pagsisisi ang ama niya noong isinilang siya?

Ano kaya naramdaman ng kanyang ina habang hinuhugot ang huling hininga?
Ang isa sa pinaka masayang araw sana ng kanyang mga magulang ay naging trahedya para sa kanilang dalawa. At dahil hindi rin nagkukwento ang kanyang Ama tungkol sa kanyang Ina, bigla siyang binagabag. Pagtapos magkwento ni Kamilla ay binawi na lang nila ang lungkot na nararamdaman nito. Nagsimulang magkwento ang bawat isa, mga kwentong naghatid ng ngiti kay Kamilla.

Buhay, lovelife, trabaho, syempre mga experience nila sa pagtungtong ng adulthood. Nagpatuloy lang ang kwentuhan nila hanggang madaling araw.

. . . .

October 17, 2021

2:05 am

Lagpas alas dos na rin nang lumapit ang isang kababata ni Lawrence kina Kamilla, Si Erol.

Malapit din si Kamilla sa mga kababata ng kanyang kasintahan, ang makulit at palabirong si Erol, ang may pagka-babaerong si Sebastian, at ang napakabait na si James, sila ang mga pinakakilala niya.

Sa mga inuman kasi ng magbabarkada ay madalas rin siyang kasama, siya kasi ang tagapag-handa ng kanilang pulutan o 'di kaya ng mainit nilang almusal kapag inabot na sila ng umaga.

"Kamilla, naglalaro kami ng baraha, baka gusto niyong sumali? Mas masaya kasing laruin 'to kapag marami," tanong ni Erol.

Pasigaw ngang nagbiro ang mga kaibigan ni Erol. "Tangina mo, Erol, gusto mo lang mas maraming maglalaro para mas malaki ang taya." Tumingin naman si Kamilla sa mga kaibigan niya at nagtanong. "Gusto niyo ba?"

"Game," sagot ni Mika at Iya

"I'll pass," tanggi naman ni Asha

Tanong pa ni Erol, "in between ang lalaruin natin, alam niyo naman siguro 'to 'di ba?"

Habang ipinapaliwanag nga nito ang laro sa mga babae, si Asha ay lumipat ng upuan sa likuran. Doon ay may nakaupo rin, si Sebastian. Tahimik lang nito na pinanonood ang mga kasama.

Nagkatinginan lang ang dalawa at bahagyang ngumiti sa isa't isa.

. . . .

Mag ka-kalahating oras nang naglalaro ang mga kasama nila at mukhang nagsisimula pa lang ang tunay na kasiyahan.

Sa isip ni Sebastian ay aabutin na sila ng umaga kaya kumuha na lang siya ng beer at nagsimulang makinig ng musika, wala siyang dalang earphones kaya inilapit na lang niya ang speaker ng telepono sa kanyang tenga.

(Playing: Archie, Marry me by Alvvays)

Habang nagpapatugtog ay sumandal siya sa malamig na pader, huminga nang malalim, at ipinikit ang mga mata. Ngunit habang tahimik at payapa siyang nakikinig, siya ay biglang nakarinig ng magandang tinig na sumasabay sa kanta. Siya ay dumilat at bahagyang tumingin sa direksyon kung saan nanggagaling ang tinig, pinasmasdan ang kumakanta mula sa gilid ng kanyang mga mata.

Hindi niya sana gustong ipahalata ngunit hindi niya rin napigilang lubusang tumingin.

Kasi naman, parang pati ang mga ilaw ay sa katabing babae nakatitig, tila bulaklak tuloy itong nasisinagan ng araw, nananatili at kumikinang. Parang kumukumpas din ang buhok nito kasabay ng mga labi, umaawit sa loob ng sariling mundo.

Ni-hindi napansin ni Seb na siya'y napangiti rin, hindi niya rin namalayan na tapos na pala ang kanta. Ilang segundo siyang nanatiling nakatitig bago niya nagawang magsalita. "Ang.. ganda ng kantang 'yun, no?" "A-ay..." nahihiyang ngumiti lang sa kanya si Asha.

Ngumiti din pabalik si Sebastian, gusto niya sanang dugtungan ang kanyang sinabi ngunit hindi niya nagawa. Hindi kasi niya maintindihan kung bakit siya biglang nakaramdam ng kaba. Sanay naman siyang kumausap ng ibang babae, may mga pagkakataon ngang mga babae pa ang lumalapit sa kanya. Tatangkain niya sanang sumulyap ulit ngunit pinapangunahan siya ng hiya. Noong diretso niya kasing tiningnan ang katabi ay tsaka niya lang napansin ang napakaganda nitong mukha. Naglalaro sa kanyang isipan kung kakausapin niya ba o hahayaan na lang. Medyo naging awkward kasi. Tanong niya sa sarili kung may mali ba sa kanyang ginawa o sadyang mahiyain lang ang dalaga.

Tatlumpung segundo na ang lumipas…

At pagkatapos ng mga pahaging na pagsulyap ay nagpasyang magpatugtog na lang ulit si Sebastian. Ngunit habang siya ay pumipili ng kanta ay biglang nagsalita si Asha.

"That was my favorite song."

Lumingon si Sebastian, at si Asha ay pahapyaw na nakatingin sa kanya. Hindi na niya nagawang mag-isip ng sasabihin, kusa na lang nagsalita ang kanyang bibig. "Gusto mo ba 'yong kanta dahil sa meaning o dahil maganda siya pakinggan?"

"It won't be my favorite if it's not both, don't you think?" Mapaglarong ngiti ng dalaga.

"Bale 'di ka rin pala naniniwala sa konsepto ng pagpapakasal."

"No..." Nakangiting iling si Asha, "I know that they wrote that song to ridicule the concept of marriage, pero.. feeling ko they don't hate the idea of marriage, they just wrote that for those people who keeps pressuring them to get married. If you know what I mean."

Nakangiting itinuwid ni Seb ang pagkakaupo. "Tuloy mo."

"That they should get married while they are young. Kasi 'di ba there are people who will pressure us to get married and start a family. As for the composer, when they wrote the song, they must be like 'let us enjoy our love, get a life'. Pero I know deep inside, someday they will want to get married din. Kaya ang meaning ng song for me, is about having a carefree and happy lovelife."

Namamahang ngumiti si Sebastian. "Mukhang nag-research at taga-hanga ka talaga nila.. Napaka-simple lang kasi ng pagkakaintindi ko sa kanta, ayaw lang talaga nila sa konspeto ng pagpapakasal."
"I don't believe naman na there are people who don't want to get married."
"O baka nililimitahan mo lang ang kinikilala mong mga tao." Ngisi ni Seb.
"Hmm..." Paniningkit ng mga mata ni Asha. "You are clearly speaking from your perspective. So.. tell me, why you don't believe in marriage?"
"Ang bilis mo naman yatang i-assume na 'di ako naniniwala sa marriage?"
"Itatanggi mo ba?"

Bahagyang nalungkot ang mata ni Seb bago sumagot. "Okay, i-oopen ko kung ano ang perspective ko. Naniniwala ako sa pagmamahal pero hindi sa kasal.. Don't get me wrong, 'di naman ako tutol sa mga taong gusto magpakasal. Pero para sa'kin, ang pagpapakasal ay pagmamahal lamang na may kakambal na legal na kasunduan, mga dokumento, mga papeles na gagawin lang komplikado ang lahat.

Tao tayo, nagkakamali tayo.. at kasama sa mga pagkakamali natin ang pag-ibig.. kung sino at kailan tayo iibig. At dahil 'di maiiwasang magkamali, anong point ng pagpapakasal?"

Tinitigang maigi ni Asha si Sebastian. "So dahil may chance na magkamali tayo, it is wrong to get married? Is that your point?"

"Hindi ko naman sinasabing mali magpakasal. Ang punto ko, hindi lang practical, hindi lang ideal. Kasi nga, 'di ba, hindi maiiwasang magkamali sa pagpili ng partner. Kaya mataas ang chance na ang kasal, magiging permanent seal lang ng isang pagkakamali."

"I get your point about legal papers and documents, but how about the vow, the promise between God and the couple?"

"Kaya pala, 'di kasi ako naniniwala do'n, kaya para sa'kin, isang lang siyang legal na kontrata."

Kumunot ang noo ni Asha. "Okay, given na you don't believe in God. Pero are you saying that people should just love each other without considering getting married? Para if dumating ang point na their feelings change, they can easily pack up and leave?"

Napabuntong-hiningang umiling si Seb. "Hindi. Hindi ko naman sinabing dahil hindi sila kasal, madali na lang nilang tatalikuran ang pagmamahal nila sa isa't isa. Ang pinupunto ko, napaka-komplikado na kasi ng pag-ibig, paano pa kapag dumating ang panahon na talagang nagbago na ang nararamdaman nila sa isa't isa? Hindi ba't lalo lang silang magdudusa kung marami pang aayusing legal na dokumento dahil sa kasal?"

Napatitig si Seb sa mga mata ng dalaga bago ituloy ang pagsasalita. "Saka hindi naman mase-save ng kasal ang pagmamahal nila sa isa't isa 'di ba? Pagmamahal ang mag-se-save sa kasal nila." Kunot noo siyang napatigil at huminga nang malalim. "Anong point ng kasal kung it will not save anyting?"

Kampanteng ngumiti si Asha. "Kaya nga dapat, pag-isipang mabuti ang marriage. Why would we marry someone na hindi naman natin sure na mamahalin natin hanggang dulo, 'di ba?" Pagkatapos magsalita ay mapang-asar niya pang tinitigan si Sebastian.

Ngumisi Seb. "Sabi ko nga kanina, dahil tao tayo, kahit na anong ingat pa ang gawin natin, magkakamali tayo, lalong-lalo na sa pag-ibig."

"Hmm. Nice argument." Sandaling tumigil si Asha para titigan ang mga mata ni Sebastian. "Pero alam mo, you are missing something." "Ano naman 'yon?"

At mapaglarong ngumiti ang dalaga sa hangin. "I can't say it. Actually.. more like I don't know how to say it. Pero I know, you will realize it someday. Or mas magandang sabihin na, may magpa-pa-realize non sa 'yo." Sabay muling titig kay Sebastian.

"Ang confident mo naman na magbabago pa ang pananaw ko towards marriage."

"Yup, you are just too negative right now."

"Oh? Tingin mo, pesimista ako?"

"Yes, you are, Mr. Pessimist." Ngumiti si Asha. "De joke lang. I respect your opinion naman. Basta I'm sure, someday may magpapa-realize din sa'yo ng importance ng marriage."

"O magpa-pa-realize sa'yo na hindi kakambal ng pagmamahal ang pagpapakasal."

"We will see then." Pangha-hamon ni Asha.

Ngumiti sila sa isa't isa.

Tumitig si Seb kay Asha. "Bale..."

Nanliit ang mga mata ni Asha sa pagtataka. "Ano 'yon? Do you want to add something?"

Tuwang-tuwa na napabungisngis si Seb bago sumagot. "Ano pa lang pangalan mo?"

Napabungisngis din si Asha. Hindi niya rin kasi namalayan na hindi pa pala niya alam ang pangalan ng kausap. "Asha." Sabay abot ng kanyang kamay.

At nakangiting inabot ito ni...

"Sebastian."

Ang Numero

[Third Person Perspective]
October 17, 2021

Kakatapos lang ng paglalaro ng baraha, at mukhang si Erol ang may pinakamalaking panalo sa kanila. Sila Erol at James ay nagpatuloy lang sa pag-inom habang sila Kamilla, Mika, at Iya naman ay nagpaalam nang umakyat upang makapagpahinga para sa mahabang araw mamaya.

Mamaya na rin kasi ang libing ni Lawrence.

Sila Sebastian at Asha naman ay nagpapatuloy lang sa pagkukwentuhan.

"Anong trabaho mo ba?" Tanong ni Sebastian.

"Nagwowork ako sa isang construction company, I'm an office engineer. Ikaw?"

"Sarap pakinggan ng Engineer, no?"

Nakangiti 'yon na itinanong ni Seb. Ngunit kung tititigan siyang maigi ay pansin ang lungkot sa kanyang mga mata. Siya ay bahagyang napayuko bago ibinalik ang tingin sa kausap.

Hindi naman ito napansin ni Asha dahil agad na sumagot ang dalaga, bahagyang napatingala at nakangiting napatingin sa mga ilaw. "Actually, masarap lang siya pakinggan pero nakakaiyak ang sahod! But still, proud pa rin kami dahil we worked hard for this."

"Yan ba talaga first choice mo o dahil 'yan lang ang gusto ng mga magulang mo?"

"No, it was my decision to pursue this career. Hmm.. kailan.. nga.. ba yon.. basta bata pa ako no'n, I saw some old photos of my Mom and Dad, actually most are from my Mom.

They worked on the same project, Architect si Mom while my Dad is a Civil Engineer. My Mom loves to take photos so much, as in so much!" Saglit siyang huminto habang nakangiti "My favorite is when they're on the top ng ginagawa nilang building. Nando'n sila sa likod ng cabin ng tower crane! They look so happy together."

Nanlaki ang mata ni Seb. "Oh? Pwede pala umakyat don. Ikaw, nakaakyat ka na?"

"No! Bawal 'yon! Pero actually gustong-gusto ko umakyat don! Tinanong ko nga si Dad kung paano sila umakyat, pero tumawa lang siya and said, it was the best night of his life."

"Ang romantic naman ng mga parents mo." Komento ni Seb bago tuluyang inumin ang natitirang beer na kanyang hawak.

"Tapos 'di ba, hinahalungkat ko mga pictures nila. Sa isang photo album may naka-ipit na drawing ng bahay. At first di ko na-recognize, pero I realized na bahay pala namin 'yon. Pinagtulungan pala nila ni Dad itayo ang bahay namin.

So 'yun.. since then, minahal ko na ang idea that you will be involved sa pagbuo ng mga bahay and buildings. Sobrang fulfulling siguro makatapos ng isang project. Sobrang sarap nilang balikan pagdating ng panahon.
How about you? Ano ang career path na tinatahak mo ngayon?"

"Ako? I'm a freelance musician." Nakangiting sagot ni Seb.

Nagliwanag ang mga mata ni Asha. "Aw, ang nice. Do you write songs din ba? If you have, parinig!"

"Meron, pero inaayos ko pa. Kaya 'di ko pa maipaparinig sa'yo." Kagat-labing titig ng dalaga. "Eh? Wala bang sample or teaser man lang?"

"Wala.. pero promise share ko sa'yo kapag recorded na."

"Sayang.. What is it about na lang?"

"Buhay," nakangiting sagot ni Seb habang ang mga mata niya ay naglalayag sa madilim na langit. Napalingon nga siya sa fountain, hindi kalayuan sa mga tent, kanya 'tong itinuro. "Tara, lipat tayo do'n." Bahagyang sinilip naman ni Asha ang itinuturo ni Seb, at dahil komportable ang pakiramdam niya sa binata ay sumunod naman siya.

Pagtayo ni Seb ay kumuha muna siya ng beer sa ice box sa bandang kanan niya. Naunang umupo si Asha sa may fountain.

Paglapit ni Seb kay Asha ay biglang nagtanong ang dalaga. "Ang sarap siguro sa feeling no?"

Bago umupo, inalok ni Seb si Asha ng beer ngunit tinanggihan naman nito. Nagtataka siyang napatitig saglit bago umupo. "Alin?"

"Makabuo ng isang song na maka-karelate ang maraming tao. Song na magiging on repeat ng mga tao everyday. I dreamt of being a singer-songwriter din once kasi I really love music. Kaso ayon, I chose to be an engineer so nevermind."

Lubos na napangiti ang mga mata ni Seb sa narinig. "Tipong magko-comment pa ang mga fans mo ng experiences nila sa buhay, malungkot man o pinakamasayang araw sa buhay nila. Napaka.. napakasarap sa pakiramdam kapag ikaw na ang artist."

Sandaling ibinaling ni Sebastian ang tingin sa mga ulap, at buwan bago tumitig kay Asha. "At sabi mo nga kanina, sobrang sarap sa pakiramdam na may babalikan ka. Ang sarap isipin na nakabuo ka ng isang bagay na matatawag mong sa'yo.. bagay na magpapaalala sa ibang tao kapag wala ka na sa mundong 'to."

Kumunot ang noo ni Asha. "At bakit ka naman napunta sa pagkawala natin sa mundong 'to, you're scaring me."

"Sorry." Pagtawa ni Sebastian. "Di ko naman intensyon na takutin ka. Nagpapahayag lang ako ng nararamdaman ko tungkol sa buhay, kung gaano 'to ka-fragile."

"Sobrang close mo siguro kay Lawrence. Feeling ko sobrang broken ka ngayong wala na siya para mag-isip ka ng ganyan."

Nakulayan ng lungkot ang mga mata ni Seb. "Siguro? Sa totoo lang, hindi ko alam talaga kung ano ang nararamdaman ko ngayon. Pero 'di ba, totoo naman, isang bagay na kailangan natin i-consider, paano kapag bigla tayong mawala.

Paano ang mga taong importante sa buhay natin, paano ang mga taong hindi pa handa na mawala tayo sa piling nila.

Ikaw ba, nawalan ka na ng taong sobrang importante sa'yo?"

Saglit na napatigil si Asha, bahagya niya ngang nilaro ang tubig sa fountain bago nagsalita,

"My Mom.. Pero I never met her. She passed away giving birth to me kasi."
Sasagot nga sana si Seb ngunit naunahan siya ni Asha

"Alam mo.. something is bothering me kanina, kanina ko lang din sya na-realize.

Sobrang important ng Mom ko sa'kin, pero 'di ko kasi sya nakasama talaga so sa tingin ko iba pa rin if you lost someone na part ng everyday life mo. Someone na lagi mong kausap at kasama. Kaya kanina, I got scared. Naisip ko kasi Dad at Lola ko."

"Sorry, wala na pala ang Mama mo. Kamusta naman ang Papa mo?"
"Si Dad nasa ibang bansa.. Sa totoo lang ayoko sabihing wala na si Mom, kasi I always feel her here." Sabay lapat ng kanyang palad sa kanyang dibdib.
Napangiti at napainom ng beer si Seb.

Ipinagpatuloy naman ni Asha ang pagsasalita, "Tapos yun, I have these thoughts earlier. Part na talaga siya ng life no? Kanina ko nga lang din na-realize ang meaning ng let's just live our life to the fullest. So what if we will be gone someday, at least we lived. Mag-iwan na lang tayo ng best memories para sa mga taong maiiwan natin," nakangiting dagdag niya.

"Mag-iiwan ako ng mga kanta, ikaw mag-iiwan naman ng mga bahay at buildings."

"And—d magagandang gardens!" Halos mapatalon sa pagkakaupo na dugtong ni Asha.

Ngumiti sila sa isa't isa.

Dugtong pa ng dalaga, "—After I gained enough experiences and contacts, I will try designing houses na rin. Contact me someday ha, and make sure na may budget ka!"

"Nakaka-excite naman yan, Engr. Asha."

"Mas na-e-excite akong marinig mga songs mo, Mr. Singer-Songwriter.. By the way, mukhang bagsak na sila lahat, ikaw, 'di ka pa ba magpapahinga?"

"Ubusin ko lang 'tong beer at mamaya pu-pwesto na rin ako do'n para maka-idlip."

"I think I'll go first. Iidlip lang kasi at uuwi na rin maya-maya kapag lumiwanag na konti. Sige! Nice talking with you ha. Good night!" Nang marinig ito ni Seb ay nakaramdam siya ng pagkataranta. Pagkataranta dahil naisip niya na hindi pala sasama si Asha sa libing mamaya. Isang bagay lang ang pumasok sa isip niya, baka hindi niya na ulit makausap ang dalaga. Kahit nga hindi niya pa alam kung ano ang intensyon niya sa dalaga ay hindi na niya ito pinansin. Basta ang tanging nasa isip niya ay gusto niya lang makausap ulit si Asha. At dahil malabo namang magkita ulit sila sa ibang pagkakataon, ang sitwasyon ngayon ay tila *do or die* para sa kanya.

Sanay naman siyang kumuha ng mga numero ng mga babae ngunit sa pagkakataong ito ay kakaiba, grabe kasi ang kaba niyang nadarama. Pero wala naman siyang ibang magagawa kasi siguradong 'di na sila ulit magkikita.
Akmang tatayo na sana si Asha ngunit biglang nagtanong si Seb. "Uuwi ka na? Hindi ka ba sasama mamaya?"

"Hindi na, Sunday is our family day kasi and gusto ko matulog whole day." Buntong-hininga ng dalaga.

Saglit na napatigil si Sebastian, kinakabahan sa kanyang gustong sabihin. Sandali siyang huminto at dahan-dahan na huminga nang malalim, *"eto na wala namang mawawala,"* bulong niya sa isip.

Ngunit naunahan siya ni Asha magsalita. "Sige na, aakyat na 'ko. Nice meeting you ulit, Sebastian."

Hindi pa man nakakabwelo nang maayos ay agad namang sinabi ni Seb ang nasa isip. "Seb na lang, at wait..." Ngumiti siya. "Usap ulit tayo next time."
"Sure!" Nakangiti ding pag sang-ayon ni Asha.

"Anong.. phone number mo?" Nahihiya at tila nag-aalangang tanong ng binata.
"Number ko? Tanong mo na lang kay Kamilla."

"Sa'yo ko na nga mismo tinanong, bakit ko pa itatanong sa kanya?" "You have a point, pero sorry, 'di ako nagbibigay ng number basta-basta lalo na pag sa guys."

"Nakakatampo ka naman, nilabel-an mo ako as one of those guys." "No, I don't mean anything sa sinabi kong 'guys'. I mean basta lalake lang, I don't give my number pwera nalang if it is about acads or work. I have this paninindigan since high school."

"Oh? Cool ng paninindigan mo. Pero alam mo, kailangan mo munang i-break 'yan ngayon."

"And why would I do that?" Nakangiting tanong ni Asha

"tiktok... tiktok... tiktok...."

Nagtaka ang dalaga, bahagya kasing iwinawagayway ni Sebastian ang kanyang telepono habang paulit-ulit na ginagaya ang tunog ng orasan. "Lasing ka na ba?"

At mapaglarong nagsalita si Sebastian sa isang boses na tila robot, "if.. you.. don't.. give.. your.. number.. in the next 3 mins.. my phone.. will explode.. tiktok.. tiktok.."

Si Asha ay napa-*facepalm bago* tumawa at nagsalita. "Lasing ka na nga yata."
"*Tiktok.. tiktok..*" pinagpatuloy lang ni Sebastian.

Nakangiting tinitigan lang naman siya ni Asha.

At wala pang isang minuto ay itinigil rin ito ng binata. "Nakakapagod pala."

Natawa na lang si Asha sa kanya.

Muling nagtanong si Seb, "hindi mo ba ibibigay o ibibigay mo?"

"Ganito na lang, give me your number, I'll text you."

"Okay, ibibigay ko pagkatapos mong ibigay ang sa'yo."

"Di nga, I will text you."

"Hindi ba't ako unang nagtanong? So ako muna ang sagutin mo." Nakangiting sabi ni Sebastian.

Mapang-akit na titig ni Asha. "Gusto mo bang makuha ang number ko o hindi?"
"Kung hindi ko gusto, ba't ko pa itatanong?"

"Think of it, if you give me your number, I can text you and you can save my number naman agad."

"Alam ko, pero iniisip ko rin na there will be a possiblity na hindi mo ako ma-text, kaya para safe, mas mabuti na ibigay mo muna ang number

mo."
"Oh..." Pang-aasar ni Asha. "You really want to talk to me again that much?"
"Ba't ikaw ba, ayaw mong makausap ako ulit?" At ibinalik lang din ni Sebastian ang pang-aasar sa dalaga.

"Sabi ko nga, I have my paninindigan, and I don't wanna break it. So para makapagusap tayo ulit, just give me your number para ma-text kita so you can save mine."

"Gusto mo ba akong makausap ulit o hindi?"

"Hmm, it was fun talking to you pero I have my paninindigan nga!"
"Paninindigan mo o ang makausap ako?"

"Eh. Bahala ka. My paninindigan."

"Okay. Nice meeting you again, Asha."

"Okay, I'll go upstairs na, ah."

"Sige, good night."

"Good night din."

Ms. Paninindigan

[Asha's]
October 17, 2021

"Asha.. Asha.. Gising na.."
"M—mami, later na—a, antok pa ako—o."
"Tumatawag na si George."

"Si D—dad?" Bumangon agad ako when I heard that Dad was already calling.

Sunday is our family day. It is when Dad would always call kasi para kamustahin kami ni Mami. Not sure nga lang kung what time so I always spend my sunday sa bahay to make sure that I will not miss his calls.

Kay even though fifteen years na siyang nasa abroad, sobrang close pa rin namin sa isa't isa.

They're always there ni Mami to listen to my stories—enemies noong elementary, mga crush kong artists when I reached high school, at hanggang sa mga suitors when I was in college.

Lahat sila ay kilala ni Dad.

Kung ang iba ay maraming secrets sa parents nila, well, not me.

Almost every event in my life ay alam ni Dad. Sometimes, even I question myself, sobrang daldal ko bang anak!?

But maybe, it's because hindi pa ako nagkakaroon ng romantic relationship or nagka-ka-boyfriend ever since. Whenever I'm overwhelmed by emotions, happiness, man 'yan, sadness, or excitement, si Dad lang ang mapagku-kwentuhan ko. Tutor at taga-comfort ko rin siya whenever I'm so stressed sa acads. May kasabihan 'di ba? Every woman has a number one man in her life. And for the past twenty-three years of my existence, wala pang ibang guy na nakakuha ng spot na 'yon ni Dad in my heart.

Honestly, I tried naman. I entertained a lot of suitors, tried to open up to them, and even shared my likes and hobbies. Pero, I don't know, I just never feel it with them, you know? Almost every time, magiging awkward na lang bigla ang conversations, or sometimes may magustuhan man ako nang slight pero hanggang do'n lang. Bigla na lang ako ma-o-off o mawawalan ng interest.

So, 'yon, 'di ko na muna inisip. Maybe hindi pa lang time talaga, so I focused on loving Mami and Dad.

I need to make bawi. They loved me so much. Napaka-swerte ko nga sa kanila. They never fail to give me everything that I need. Hindi ko maitatangi, spoiled ako mula pagkabata, spoiled sa positive love and care. Lagi lang nila ako binibilinan at pinapangaralan pero never nila ako pinagbawalan. They want me to grow in my own way, they will always say.

And here's the result, I became a woman who will always bring a smile sa mga makakasalubong sa daan.

But honestly, even though I feel na sobrang swerte ko sa kanila, I still can't help but think about Mom. What if she's with us? I always wanted to meet her. I want to hug and kiss her. I really really want to know her. Actually pala, it is my only sama ng loob kay Dad, never kasi siyang nag-kwento nang deep about Mom.

Naiisip ko pa, ano kaya ang difference?

At kahit na it will only be a what if, my heart is so sure na mas masaya kami always. Dad doesn't need to go abroad since dalawa sila ni Mom na nagwo-work. Siguradong mas spoiled ako, and Dad will be a hundred times happier.

"Kumusta?" Tanong ni Dad.

I want to hug the screen! Argggh! "D—dad! I'm so tired and stressed!"

"Gusto mo ba muna magpahinga?"

"No! I miss you. October na—a! One week before my birthday dapat you're here na ha! Marami ka pang i-pe-prepare na balloons!"

"Hahaha! Di mo na kailangan ipa-alala. Pero 'di pa sigurado kung anong eksaktong date ako makakauwi.. Nga pala, kumusta naman ang first week mo sa work?

We talked for hours, this time mostly about sa work. Humingi ako ng advices at nagpaturo na rin about things na hindi ko alam. And lastly, nag-jam kami.

Yep! Nag-ja-jam kami always. He plays keyboard while I sing. Si Mami naman minsan nagba-backup vocals.

Haaay, I really miss Dad. I can't wait na ma-hug siya sa birthday ko!

. . . .

After ng video chat namin, kumain na kami ni Mami, around 7pm na kasi. After magligpit, I went to my room. Medyo inaantok na rin ako since puyat ako last night.

I connected my phone to the speakers and played my playlist on shuffle.

And then, my favorite song played. Archie, Marry me! Ang chill talaga ng song na 'to, sana mag-tour sila here in PH para mapanood ko sila ng live.

But, wait. I remember that guy from last night. What was his name again? Hmm.. Oh, it was Seb, right?

It was really fun to talk to him. Ang chill niya kausap. May itsura siya, and matangkad. His voice is so manly din. He's a freelance musician daw. A good recipe for a womanizer. Haha!

But.. I don't know. I got the feeling na he's a good guy. Maybe because he's a very good listener? Matalino rin siya, sa tingin ko. When I think about it, may similar aura sila ni Dad ah. Hmm.

I was curious sa mga songs niya actually. He said na it's about life kasi. Plus points na may stance, siya.

Try ko kaya siyang kausapin. Hmm. Should I?

Ay kaso, he never gave his number! Ba yan, gusto niya pa kasi ako magbibigay ng number.

Duh? I don't do that.

Nope, never.

I don't like giving my number to guys kasi, lalo na if 'di ko naman kilala masyado. Baka kasi annoying pala sila. I don't like them disturbing my quiet and peaceful life.

So 'yon...

Pero since he got my curiosity because he write songs, hindi naman against my paninindigan if I will take his number sa mutual friend no?

I think I will do that. I'll text Kamilla.

"Hi, Kams, kumusta ka? Kumusta kanina?"

"Okay naman although may part pa rin na di ko akalaing totoong wala na siya."

"Huuuggg, if you need us, andito lang kami for you."

"Thank youu"

"By the way, I want to ask you something, secret lang ah."

"Okay, ano yun?

"Promise mo yan ah! May number ka ba ni Seb? :))"

"Ohhhhhh. Alam mo ba pinag-uusapan namin kayo kanina."

"Huuuh? Nino?"

"Kayo ni Sebastian, magdamag ba naman kayong magkausap!"

"Magkausap lang naman! Chill lang kasi siya kausap and not awkward."

"Maybe dahil babaero sya? Sanay siyang makipagusap sa mga babae, naku friend, mag-ingat ka. Mabait sya pero babaero yun. One time nabasa ko usapan nila ni Lawrence and grabeeee. Ayoko nalang mag-talk. zzz"

"Ohhhh, parang nakwento mo nga yan noon. Pero wag ka magaalala sakin, I know what I'm doing! Curious lang ako sa mga songs niya. Sooo do you have his number ba?"

"Yup, nasa phone ni Lawrence, wait........ Oh eto, 09XXXXXXXXX. Good luck! Haha"

"Good luck ka diyan! I'll just ask him about his songs! Pero thank youuuu, bb. So yun, if you need someone to talk to, call me haaa. Andito lang ako for you."

"Thank you rin, Bb. Im so lucky to have youuu."

After ko ibaba ang call, nag-isip-isip na muna ako.

Should I text him na ba?

Maybe tulog na siya since nasa libing sila kanina and puyat?

Uh—hmm, paano kaya ako magpapakilala?

'Di ba ako magmumukhang naghahabol nito since 'di ko binigay number ko tapos ngayon kinuha ko number niya kay Kams?

Hmm, pano ba? Hmm

Haynako self, dapat binigay mo na lang number para di ka na nag-o-overthink!

Dapat siya ang namomroblema nito ngayon! Argghhh!

Pero I'm sure naman na mabibigla 'yon at tatalon sa tuwa if I text him.

It would be a miracle for him. Halata namang crush niya 'ko.

So enough of my stupid thoughts. I'll text him casually.

Here we go...

"Hi, Mr. Pessimist!"

Mr. Pessimist

[Seb's]
October 17, 2021

Gising na ang aking diwa ngunit pinili ng aking mga mata na manatiling nakapikit. Para nga akong nananigip habang pinakikinggan ang bahagyang dinig na ingay ng mga taong abala sa ginagawang paghahanda para sa libing mamaya.

Alas nuwebe na pala, pagsulyap ko sa orasan sa gitnang dingding nitong kwarto. Sumilip ako sa ibabang kama, si Erol ang aking nakita habang nasa lapag naman si James. Mahimbing pa ang kanilang tulog kaya dahan-dahan akong bumaba para lumabas at pumuntang banyo. Paglabas ko—

“Oh, Seb. Kain na.” Nakangiting aya ni Tita Merlyn, nanay ni Lawrence. Malungkot kaming napatitig sa isa't isa. Namumula pa ang mga mata ni Tita, ilang araw na kaya siyang umiiyak? Tanong na pinili kong sarilinin at hindi na alamin ang kasagutan.

"Magandang umaga, Tita. Sige po, sunod po ‘ko."

Muli siyang ngumiti bago umakyat sa hagdan patungo sa kanilang kwarto. Ako naman ay saglit na napatitig sa mga pintang nakasabit dito sa pasilyo bago muling maglakad patungong banyo.

Naging malapit na rin ako sa mga magulang ni Lawrence, bukod sa mula elementarya ay magkaibigan na kaming dalawa, noong hayskul at college naman ay madalas akong nakikituloy dito. Ang tahahan nila ay ang naging saksi sa kung anu-anong mga kalokohan naming magto-tropa. Doktor si Tita Merlyn at ang asawa niya na si Tito Ben habang ang isa pa nilang anak na mas nakatatanda kay Lawrence na si Christian ay kasalukuyang nag-aaral ng abogasya. Talagang naka-aangat sila sa buhay. Ngunit kahit na laging abala ang parehong magulang ni Lawrence ay madalas pa rin naman silang magkakasama at masasabi kong sila ay masaya.
Pagkalabas ko ng banyo ay dumiretso na ako sa baba para mag-almusal.

Naroon na sila Kamilla at mga kaibigan niya, kasalukuyang kumakain. Naalala ko tuloy si Asha...

Habang kumakain nga ay kating-kati ang aking bibig na magtanong kay Kamilla tungkol sa kanya. Sa isip ko kasi, kung hindi niya ibinigay ang numero niya ay paniguradong hindi siya interesado o siya ay maykasintahan na.

May mga ganoong babae kasi, talagang pala-kaibigan lang, aakalain mong *single at ready to mingle* pero nasa isang relasyon pala. Kaya kapag sinubukan mong *duma-moves*, biglang ipapamukha nila sayo na, *oops hanggang diyan ka lang.*

Meron ding mga naghahanap lang ng back up guy pero *loyal* naman, mga babaeng paasa. Kawawa ang mga kabaro kong mahina dumiskarte pagdating sa mga ganitong babae. Ang hina pumick-up ng palatandaan. Todo effort pa kahit hindi naman talaga sila ang gusto, tapos sa huli na lang nila mapagtatanto at masasabi sa sarili na, 'Tangina! Hanggang dito lang pala ako.' Pero may iilan ding napagtatagumpayang makuha 'yong babae, pero sobrang bihira iyon

At ang huli ay mga babae na talagang alam na, nasa relasyon man o hindi. May mga nakilala rin akong ganoon, lalo na pag nag-iinom kami sa mga bar.

Malupit pa naman na *wingman* si Lawrence, isang bagay na sobrang pinanghihinayangan ko ngayong wala na siya. May *wingman* ka na, may pagdadalhan ka pa ng *chik* mo. Dito rin kasi sa kanila ang *ending* kapag may mga chiks kaming napi-pick-up. Sakto may dalawa silang guest room kaya tig-isa kami.

Pero sa lahat nang nakilala ko noon, isa lang ang tumatak sa akin at talagang naalala ko—

Si Gabrielle.

Nakilala ko siya at mga kaibigan niya pagkatapos ng isang gig namin nakaraang taon. At dahil *all boys* kami at *all girls* sila, inaya namin sila na mag-*merge*. Pumayag naman sila. Hinding-hindi ko malilimutan na noong umalis ang iba naming kasama para mag *beerpong* ay naiwan kaming dalawa sa lamesa at nagka-kwentuhan.

Bungad niya nga sa'kin ay *fan* ko na raw siya. Abot tenga nga ang ngiti ko non sa sobrang kilig.

Napakasarap niyang kausap, sobrang in-love din kasi siya sa musika. Nagpalitan nga kami ng mga paborito naming kanta at kinantahan ang isa't isa. Kinanta niya sa'kin ang Piledriver Waltz ng Arctic Monkeys at pinarinig ko naman ang version ko ng Perfect ng Simple plan. Tapos nag-play din siya ng isang video sa telepono niya, video niya habang tumutugtog ng biyolin.

Tangina! Biyolin! Sa lahat ng instrumento, iyon ang pinakagusto kong hawak ng mga babae. Tuwing hawak nila ang instrumento na 'yon, nagmumukha silang bulaklak na biglang namukadkad at ilang libong beses silang mas gumaganda para sa mga mata ko. At dahil sobrang ganda na ni Gab, nagmistula tuloy siyang lasing na anghel noong gabing iyon.

Kaso sayang, 'di na kasi kami ulit nagkausap at nagkita. Binigay naman niya sa'kin ang numero niya kaso ewan ko ba, sa sobrang pa-chill ko at gusto ko pa lalong mag mukhang cool. Pinasulat ko sa tissue paper ang numero niya.

Oo, puta! Sa isang tissue paper. ISANG PIRASONG MANIPIS NA TISSUE PAPER. Tangina, ano bang pumasok sa isip ko? Imbis na kuhanin ang telepono ko doon sa sasakyan at doon i-save. Kumuha lang ako ng isang pirasong paper napkin at doon ipinasulat.

At ang piece of tissue na 'yon, naging isang piece of shit. Dahil sa sobrang sarap ng kwentuhan naming dalawa, hindi ko namalayan na nasuksok ko pala 'yon sa bulsa kaya kinabukasan ay 'di ko na mabasa ang nakasulat.

Tangina, nakapanghihinayang talaga.

Inisip ko na lang na 'di kami nakatadhana na mag-usap pa ulit. Nakalulungkot pero masaya na rin ako na nakilala ko siya.

Kahit kasi ilang buwan na ang lumipas ay hindi siya maalis sa'king isipan. Sa kanya ko tuloy napagtanto na may pag-asa pa rin pala akong makaramdam ng pag-ibig. Sa totoo lang, ay 'di ko pa talaga naranasan ang isang seryosong relasyon.

'Di ko rin kasi alam kung ano ba talaga ang hinahanap ko. Sa dami ng nakilala kong babae, marami naman don ang magaling sa musika, may talento, tumutugtog ng iba't ibang instrumento, pati biyolin syempre. Mga babaeng buhay na rin at buong pusong minamahal ang musika. Pero may *hidden factor* talaga. Maraming pagkakataon din na parehas naman kami ng mga gusto at hilig pero 'di pa rin nagki-click o minsan, panandaliang maaakit lang.

Pagkatapos ng sex ay wala na. Para bang nakikita ko agad na 'di kami magtatagal.

Oops, hanggang dito lang tayo.

Oo, gano'n na nga. 'Tila nakikita ko na agad ang hinaharap naming dalawa. Para bang una pa lang ay nalalaman ko na kung mahuhulog ba ako sa kanya at gugustuhin siyang makasama nang matagal. Ang hindi ko lang talaga alam ay kung ano ang eksaktong katangian nila ang kailangan para maisama ko sila sa mini-fairytale sa isip ko.

Kaya 'di ko rin alam kung anong meron kay Gab, at ngayon naman ay kay Asha.

Iyong mala-ginayumang nararamdaman, tipong parang ang tagal niyo nang magkakilala kahit ngayon pa lang kayo nag-uusap.

Iyong pakiramdam na gustong-gusto mo sila pakinggang magkwento at sobrang sabik kang magtanong sa kanila ng kung anu-anomang mga bagay tungkol sa buhay.

Nandoon ang pagnanasa, pero hindi lang sekswal,

...pagnanasa na makilala sila nang buo.

Ang mahawakan ang bawat sinulid ng kanilang pagkatao.

Gustuhin na ang bawat piyesa nila ay maging parte rin ng buhay mo. Isang malupit na koneksyon na alam mong tatagal nang mahabang panahon.
Ironic dahil sobrang babaero ko pero nag-iisip ako ng ganito. Isang *hopeless romantic* na *fuckboy.*

....

Pagkatapos ng libing ay nagpaalam na ako sa mga magulang ni Lawrence. Alam kong matagal na ulit bago ko sila muling makita dahil siguradong 'yon na ang huling sleepover ko sa kanila.

Araw-araw na naman akong uuwi sa aming bahay o mas mabuting sabihin na, sa aking malamig na bahay.

Ako na lang kasi ang nakatira doon. Lagpas isang dekada nang hiwalay ang aking mga magulang. May kanya-kanya na silang mga pamilya at pinili kong manatili dito mag-isa.

Sa kanila ko unang natutunan ang isa sa pinaka-importanteng katotohanan tungkol sa buhay—

Lahat ng bagay ay nagbabago.

Lumaki naman akong puno ng pagmamahal mula sa kanilang dalawa. Nakita ko naman kung gaano nila kamahal ang isa't isa. Di rin mabilang ang mga masasayang alaala noong magkasama pa sila.

Di ko malilimutan ang mga *adventures* namin ni Papa tuwing sinasama niya ako umakyat ng bundok, tapos uuwi kami sa masasarap na luto ng hapunan ni Mama. Minsan nga pagtutulungan pa namin siyang asarin ni Papa. Silang dalawa rin ang nagturo sa'kin maggitara at masaya kaming nag ja-jam sa bahay tuwing dayoff nila.

Ngunit ang masasayang mga araw ay may hangganan talaga.

Biglang dumami at lumalim ang mga 'di nila pagkakaunawaan.

Hindi ko na maalala o talagang ayoko lang alalahanin ang mga dahilan kung bakit ang mga umaga na punong-puno ng batian at tawanan ay naging sigawan at murahan.

Ang mga gabi na dapat ay puno ng masasayang kwentuhan sa hapunan ay naging sumbatan at iyakan.

Ang mga mainit na yakap at halik ay naging malamig na pagtitig. Ang mga madalas na pag-aaway ay minsan nauuwi pa sa sakitan. Dahil ang labis nilang pagmamahalan ay naging malalim na pagkamuhi. Kaya kung dati ay biglaan na lang kumikinang ang paligid sa tuwing sila ay magkikita, ngayon ay tila nagdudulot ng kulog at pagdilim.

Saksi ako sa lahat.

Nasaksihan ko ang katotohanan na ang lahat ay may hangganan at ang pagmamahal ay isang pansamantalang bagay lamang.

Sa paghiga ko sa'king malamig na higaan ay inihanda ko na ang sarili sa paghimbing ngunit ang aking pag-pikit ay pinigil ng isang mumunting ilaw na nanggagaling sa aking telepono.

Kinuha ko ito, at nang aking buksan ay bumungad ang isang mensahe mula sa isang 'di kilalang numero na nagsasabing...

"Hi, Mr. Pessimist!"

A Small Favor

[TPP]
October 17, 2021
9:20 pm

"Hi, Mr. Pessimist!"

Kahit na ang mensahe ay walang pagpapakilalang nilalaman, si Seb ay agad na napangiti. Ang panghihinayang ngang nararamdaman niya kanina ay napalitan ng kilig.

Di na rin kasi niya inakalang magkakausap pa silang dalawa.

"Sino 'to?" Patay malisya niyang sagot.

"May iba pang tumatawag sayo ng Mr. Pessimist? Seee tama ako no. Pessimist ka talaga."

"Actually isang babae lang naman ang nagbansag sakin 'non. Kaso hindi niya binigay number niya, 'di ko rin naman ibinigay number ko. Kaya walang chance na magkausap kaming dalawa. Kaya sino ka? :)"
"Hindi binigay? Ang lungkot naman non. Bakit mo ba kasi hiningi, crush mo? :))"

"Crush? Di ko pa siguro masasabi sa ngayon, basta ang alam ko, ang ganda ng boses nya. Nakita ko kasi 'yon kumanta isang beses. Talagang damang-dama yung lyrics, medyo napapa-headbang pa nga eh. Walang pakealam sa nasa paligid, may sariling mundo :))) "

"Shet! Hoy, kainis ka!! Nadala lang ako ng feelings ko! Favorite song ko kasi talaga 'yon! -_-"

"Compliment naman 'yon ah. Haha"

"K. Btw, kumusta kanina?"

"Okay lang. Don't worry wala naman akong ibang nakilala kanina."

"Wait, who's asking?"

"Feeling ko 'yan talaga ang gusto mong itanong kaya ayan na ang sagot."
"Binabawi ko na, 'di ka pessimist. Kasi sobrang kapal ng mukha mo."
"Sabi sayo. Nga pala, kanino mo nakuha phone number ko, kay Kamilla ba?"

"Why? Do you know who is this na ba?"

"Binigay mo naman na ang sarili mo kanina, 'di ba ikaw iyong naghe-headbang kapag naririnig ang paborito niyang kanta."

"Ohhh, may talent ka rin sa pang-aasar, eh no?"

"Parang ikaw naman ay wala? So kanino nga, kay Kamilla no?"

"Important pa ba malaman ang detail na 'yon?"

"Oo naman, kasi 'I have paninindigan!'"

"Zzzzz. Oo na, kay Kamilla nga po."

"Anong nangyare sa 'Paninindigan mo' akala ko ba..."

"Oh ano? Di naman labag sa paninindigan taking your number from her ah. Kunyare ka pa, kinilig ka naman. :))"

"Nakaka-kilig naman talaga kapag may babaeng hiningi pa ang number mo sa kaibigan mo para lang makausap ka. 'She likes to talk to me again that much.' :)))"

"ADSDKSDJDAKLD!!! K. Bye."

" HAHAHAHA okay lang yan. Aaminin ko naman na masaya rin akong nakausap ulit kita."

"Bakit ka masaya? :))"

"Eh ikaw, ba't mo muna kinuha number ko?"

"Bakit nga ba.. I'm doing you a favor."

"Favor?"

"Yup.. I felt na you really want to talk to me again kaya here we are. You are so lucky na nasa mood ako kaya pagbibigyan ko ang wish mo. :)))"

"Hahahaha. Ako ba talaga o ikaw?"

"Itatanggi mo?"

"Secret."

"Ohh Please. Halata naman."

"Hahahahaha okay? Sige na, bukas na ulit tayo mag-usap, Ms. Panindigan. Inaantok na ako."

"K. Go."

"hahahahaha, jk. Go sleep ka na, may pasok din ako bukas. Good night!!"

"Goodnight din sayo, Asha."

Si Asha na halatang nabitin sa kanilang pag-uusap ay tinext naman ang kaibigan niyang si Iya.

"Iyaaaa"

"Ashaaaa. Ano meron hahaha"

"Not bad. :)))"

"Huh, what??"

"Si Sebastian, I think he has a chance. Hihi. He got my curiosity..."

"Ohhhhhhhh. Sabi na, may something. Halata sa pagkukwentuhan niyo kagabi. Di ka na nga namin tinawag eh. Hahahaha!"

"Let's see kung malalagpasan niya mga test ko. Bwahaha."

"Inaya ka na ba mag date?"

"Di pa naman. Kaka-text lang namin ngayon. Let's see next week kung mag-aaya siya. Tingnan natin kung may ibubuga siya sa personal. :)))"
"Yan ka na naman sa mga test mo! Tatanda ka na lang na dalaga niyan kung sa bawat manliligaw o nagkakagusto sayo eh halos padaanin mo sa butas ng krayom! Hahaha"

"Edi they're not worth it. Kita mo naman gaano ka cool si Dad, dapat ka-level niya or better than him. Never i-lower ang standards, okay? Girl power! I miss you, babe!"

"Sabagay pabor din naman samin yon, para may mayamang tita ang magiging anak namin, priority mo magiging anak ko ah!"

"Hahaha, syempre naman ikaw pa ba? Pero ipriority mo muna paghahanap ng matinong guy ah, okay? Huwag mo nang balikan yung shit mong ex."

"Hahahaha. Huhuhuh Okay po!"

"Okay, Labyu. Sige na, I'll sleep na at may work pa tom. Goodnight, babe!"

"Thanks babe, Good night din!"

Pagkatapos niya makipagtext sa kaibigan ay itinabi niya na ang kanyang telepono.
Ang kanyang paghiga ay may kakambal na pagtitig sa mga umiilaw na laruan sa kisame. Naglalaro sa kanyang isipan ang ilang mga katanungan.

Will it be him? Let's see.

Marahan niyang tinanong ang sarili habang ang unan ay niyayakap nang mahigpit. Kasabay naman ng kanyang pagpikit ay ang pagngiti ng mga labi. At sa bawat pagkumpas ng kamay ng orasan ay ang pagtibok ng kanyang dibdib.

We can't really understand the timing of love, no?

Fireflower

[Asha's]
October 18, 2021
5:05am

(Playing: Sweet to Me by Summer Salt)

My heart smiles as my mind sings to the sound of my alarm.

Yep, that slow and super duper sweet song is my alarm.

Ang weird ko nga raw sabi ng friends ko, kasi alarms are meant to wake us up daw pero 'yong sa'kin, lalo daw nakakaantok.

Well, yeah, may point naman sila. Pero, may alarm is not meant to wake me up naman because I naturally wake up early everyday. The real purpose of my alarm is, it serves as a good morning greeting to my day. Ang ganda lagi ng salubong sa'kin ng umaga whenever I hear my favorite songs. Mapapangiti, mapapakanta, may times pa na I'll dance nang slight while listening to them. Kapag stressed, mapapamuni-muni naman habang watching the ceiling or looking at my window, thinking about my goals and things that I should do for the day.

Mula pagkabata, bilin na sa'kin ni Dad na lagi ko raw tutulungan si Mami sa household chores. Isa sa mga favorite kong gawin: magdilig at alagaan ang mga plants sa garden. Every Sunday nga or kapag walang pasok, nagpapatugtog pa'ko ng music while talking to them.. No wonder kung bakit magandang ang pagtubo nila, they are so happy with my company. Pero ang pinaka-maipagmamalaki ko is my cooking skills. Kaya gustong-gusto lagi ng mga friends ko na dito mag-overnight, kasi matitikman na naman nila ang luto ko.

Simula noong highschool at syempre hanggang ngayong may work na'ko. Pagkatapos ko magmuni-muni, didiretso na agad ako sa kitchen to cook our breakfast, minsan kapag may time pa, luluto na rin ako ng lunch para sa baon ko. Bukod sa makatitipid, I enjoy my food more if I cooked it myself. Nilalagyan ko pa kasi ng decorations!

Gano'n ang typical morning ko, except this time, my smile is happier. Kinikilig!
Napa-backread kasi ako sa unang usapan namin ni Seb.

I sang whole morning, while cooking, habang naghahain, hanggang sa pagligo at pagbibihis. It really is a good morning.

Actually first time ko kasing kiligin nang ganito. Bukod sa mga *crush* kong artists na impossible ko namang makilala ng personal, sa movies lang ako nakararamdam talaga ng ganitong kilig.

Naka-ilang tingin na nga ako sa phone ko, inaabangan kung nag gu-good morning text si Seb, o baka kamustahin man lang tulog ko. Sanay kasi ako makatanggap ng ganoong mga messages.

Mga 'good morning, kain na', kapag tanghali or gabi naman ay 'kumusta? huwag papalipas ng gutom'.

Honestly, sa paglipas ng panahon, nakakainis na para sa'kin ang ganoong mga messages lalo na't hindi naman ako pala-text. At syempre, annoying din kasi kapag hindi mo naman type ang taong nagpapadala ng mga messages na 'yon.

Kaya nga na-forge ang paninindigan ko pagdating sa pagbibigay ng number when I was in highschool. Kasi I don't want my inbox to be flooded ng mga messages na gano'n. Pinaka-ayaw ko sa lalake 'yong sobra mangulit, like every hour, nangangamusta or nanghihingi ng update. Nanliligaw pa nga lang gano'n na, what if kung maging kami pa. *Instant turn off!*

For me kasi, mas okay ring 'di palatext ang isang guy. Nakakapagod kaya sa daliri magtype sa phone! Tsaka kapag sa text ang corny ng mga banat, ang iba nga may kodigo pa. Ew.

Pero syempre, deeper reason is, mas meaningful ang pag-uusap in-person, mas ramdam kasi ang sincerity, tapos sobrang turn on din ang confident na guy, someone who is confident to face the woman he likes. Plus, I don't like guys na walang sariling mundo. Guys that get my *curiosity* are those who have a dream. Men who have their own world. In simpler words, I don't like guys who will just disturb my world, ang gusto ko, ako ang manggugulo sa mundo ng very very lucky guy na 'yon. Bwahaha!

Kaya okay for me na laging busy, basta syempre dapat meaningful ang mga pinagka-ka-abalahan. Hindi 'yong nambababae lang.

. . . .

Hapon na, wala pa ring *text* si Seb! First time ko yata mainip nang ganito kakahintay ng text ng isang guy.

Ayaw ko kasing mauna magtext ulit, ako kasi ang nag-first text kagabi and hiningi ko pa ang number niya kay Kams, baka isipin non naghahabol ako or needy. So I'll wait.

. . . .

Nakauwi na'ko, wala pa rin.

Kumain.
Nagligpit.
Nagpunas.
I already finished everything I need to do. Pero wala pa rin! I'll watch a movie na nga muna, pampaantok while waiting his text. Hindi na nga ako naka-focus sa panonood kakahintay. At natapos lang ang movie at talagang wala pa rin!

"Siguro 'di na 'yon magtetext!" I said to myself.

Yes, naiinis na'ko. Ba't wala pa rin siyang paramdam! Ayos ah! Binigay ko na nga number ko, hindi niya pa susulitin? Ang kapal!

Naalala ko tuloy mga iniignore kong nagtetext sa'kin. Hirap din pala kapag ikaw ang naghihintay ng text, ito pala ang feeling! Grrr! "I'll sleep na nga!"

I took my pillows, and while fixing my bed, my phone vibrated.

Sa sobrang excited, dali-dali ko 'tong kinuha.

Kaso I am so disappointed, old classmate lang pala na in-entertain ko for a month.

"Ba yan!"

I put my phone down, tried to sleep, kaso, biglang nagvibrate ulit ang phone ko.

Siguradong si Kevin ulit 'yan, nag do-double send 'yon ng good night messages.
Hindi ko na sinilip, at sinubukan ko nang matulog. Kaso—

What if si Seb na ‘yon? Wait, teka, baka siya na ‘yon, siya na ‘yon!

Hindi talaga ako mapakali so I checked my phone ulit—

"Hi, Asha! Good night and sweet dreams!"

Hay, lalo lang akong na disappoint, si Kevin lang talaga ulit.

Sakit na siguro nating mga tao 'yon no?

Even if we already know the answer to our questions, we will still look, and hope that we’ll find a different answer.

"Sarap mong i-block, Kevin!" I am so annoyed.

Napabuntong-hininga na nga lang ako as I set my mode to silent. But as I off the screen, bigla ulit siyang nag-on, one message received daw.

"Haynako, Kevin. So ngayon triple send na ang good night mo." I whispered as I check the message.

But ibang number ‘to, an unknown number.

+639XXXXXXXXX

Hi, Ms. Paninindigan. Ito na ang bagong number ko, nawala kasi phone ko kanina habang pauwi.

Si Seb 'to :)

What It Means to Be Honest

[TPP]

"Hala. Ano nangyare? San nawala?" Nag-aalalang tanong ni Asha.

Ang gabi niya ay nabuhayan nang malaman niya na si Sebastian ang nagpadala ng mensahe.

Nang malaman niya ang nangyare ay nakaramdam siya ng konting pag-aalala ngunit halata na mas nangingibabaw ang kilig na nararamdaman. Nang makita pa nga lang ang pangalan ni Seb, halos pigain niya na ang kanyang telepono habang gumugulong sa kanyang kama. At nang buong mabasa pa ang nilalaman ay talagang napangiti ang kanyang mga mata. Saksi ang apat na speaker sa kanyang kwarto sa labis niyang kagalakan. Kagalakan, dahil nag-update sa kanya si Sebastian.

Hindi kasi biro mawalan ng isang telepono, naranasan niya na ito noon. Hindi siya magkandaugaga sa paghahanap habang sinusubukang tawagan ito gamit ang telepono ng kanyang mga kaibigan.

At syempre, sino ang kanyang unang pinagsabihan ng nangyare? Sino pa ba?

Kundi ang mga taong malapit sa kanya. Ang tatay niya, ang Lola niya at ang mga pinakamatatalik niyang kaibigan.

Sila lamang ang papasok sa kanyang isip na i-text kung siya ang nasa kalagayan ni Seb. Kaya ang pag-text at pag-update sa kanya ng binata ay talagang nagbigay ng malalim na kahulugan.

He updated me, so I think I'm special to him now. Of course I am! Ganda ko kaya!

Kinikilig na sabi ng kanyang isipan. Buti nga at hindi ito personal kaya hindi niya kailangang magpigil ng kilig. Hindi pa naman siya sanay magtago ng ganitong damdamin. Isa pa ay hindi niya maitatago ang malalim na mga dimpol sa kanyang mga pisngi.

Ilang sandali lang ay dumating na rin ang sagot ni Sebastian.

"Habang sumasakay ako ng bus, may naramdaman akong dumudukot sa bulsa ko. Kinapa ko naman agad. Tapos may nahawakan akong kamay. Nakaholding hands ko pa yung dumukot, tapos nakatitigan din. Ang romantic no? Hahahaha! Kaso 'yon, ang bilis ng pangyayare. Naipasa niya na sa mga kasama niya, kaya hinayaan ko na."

"Sayang naman.. pero ang importante naman ay okay ka lang."

"Oo naman, kaya ayon burahin mo na ang number kong yon. Ikaw, kamusta ka naman?"

"Okayy, eto actually I am about to sleep na nga eh.. "

"Ohh okay, good night!"

"Pero pwede naman ding maya-maya na, 'di pa naman din talaga ako inaantok."

"Okay. Kamusta ka nga ulit? I mean kamusta ang araw mo?"

"Uhmm, okay naman. Puro work syempre, and still adjusting. Big help nga dahil mabait at madali i-approach ang mga kasama ko sa office. So yun.. ikaw, how was your day, bukod sa nawalan ka ng phone."

"Okay lang din. Galing ako sa base namin kanina."

"Base?"

"Yup, Base. Yan ang tawag namin sa studio namin ng mga kaibigan ko at ka-banda."

"Bakit Base ang tawag niyo?"

"Wala namang special reason. Doon lang kami dumidiretso kapag nagka-cutting kami noong highscool at college. Nasa abroad kasi ang parents ng tropa namin na 'yon, ang mga ate naman niya ay madalas ding wala. Kaya doon kami nagtatago parati."

"Pasaway kayo! Hahaha So ano ginawa niyo do'n kanina? Did you record na ba?"

"Ikaw ba, 'di mo pa na-try mag cutting class?"

"Kaya nga tayo nag e-enroll sa school para matuto 'di ba? So bakit ako mag ka-cutting class?"

"Sorry po. Pero Ma'am, marami rin naman tayong matututunan sa labas ng klase."

"HAHAHAHAHA. Joke lang. Ang seryoso mo naman po, Sir. Oo

naman nakapag cutting class naman na ako, pero college ko na siya na-try. Never noong high school."

"Akala ko, isa ka ring kj. Masaya kaya mag cutting noong highschool." "Maybe it's not right na tawagin mo ring kj ang mga taong nag-aaral nang mabuti at ayaw mag cutting class. Iba't iba naman ang happiness ng mga tao.."

"Oo nga, sabagay. My bad."

"Pero yun nga, for me mas masaya sa klase noong highschool. Tsaka nakapalda kami so 'di kami makaka-akyat sa bakod like you guys!" "Oo nga no, 'di ko naisip yon. Hahaha"

"Mukhang solid din ang highschool days mo ah."

"Oo naman, highschool was the best. Doon ko nakilala ang mga bestfriends ko."

"Sila Kamilla ba yan?"

"Yup, lima kaming magbebestfriends. We're inseparable na simula noong highschool. Dapat pati college nga eh, kaso ayaw nila ng engineering."

"You mean ayaw mo ng ibang course. Haha"

"Oo, If you put it that way. Pero yun, madalas pa rin kami magkita-kita noon. Kaya may mga times din na nagka-cutting ako... Ikaw kamusta 'yong sa'yo?"

"Puro kalokohan lang kami noon. Di ko maalalang nag-aral ako nang matino. At siguro naman pansin mo na madalas mag-cut ng klase si Lawrence noon. Seventy percent chance na kami ang reason kung bakit siya absent."

"Oo nga madalas 'yon absent. Pero kahit naman gano'n 'di naman niya pinabayaan ang studies niya."

"Oo naman. Kapag importante ang klase, papasok pa yon kahit lasing. Bilib din ako sa kanya."

"Ako rin bilib sa kanya. Pero speaking of Lawrence, biggest kasabwat ka niya 'di ba?"

"Saan? Kasabwat kasi namin ang isa't isa sa halos lahat ng kalokohan." "Alam mo na yun, madalas na 'yon kasi ang reason kung bakit sila nag-aaway ni Kamilla. Lagi kayang umiiyak ang kaibigan ko. At ikaw! Ikaw nga ang kasama at kausap niya madalas kapag nambababae! Tsk."

"May pruweba ka po ba, Miss? Haha"

"Oo marami. Mga screenshots, teka nga. Andito 'yon sa chatbox namin ni Kamilla. Jk."

"Okay, okay 'di ko na po itatanggi. Ako nga po lagi ang kasama niya."

"Okay, good. Ganyan dapat, honest."

"Bakit sa tingin mo, hindi ba ako honest?"

"Paano ko masasabing honest ka if kasabwat ka ng isang taong nag-che-cheat?"

"Woah, biglaan naman yata akong napunta sa hotseat."

"Oh, 'di ka makasagot no :)))"

"Hindi naman sa gano'n. Pero bago kita sagutin, tell me, ano gagawin mo kapag alam mong nag-che-cheat kaibigan mo?"

"Pagsasabihan ko."

"Na?"

"Na masama 'yon. Na makakasakit siya ng feelings ng isang tao. I'll even ask him, what if sa kanya gawin 'yon? Maybe magbibigay ng sense sa kanya 'yon."

"Eh paano kung 'di nakinig?"

"Uhmmm pano nga ba. Then bahala siya. If I'm friends with his or her partner then maybe, just maybe lang naman. Isusumbong ko sya.. pero before yun, I will really try to persuade him to stop cheating. For me iyon ang gagawin ng isang true friend."

"Oh? Kahit pag-awayan nila ang sasabihin mo, okay lang sa'yo? Kahit masira ang pagkakaibigan niyo dahil ang pagsusumbong mo ang naging reason nila ng break up?"

"Bakit 'di pa ba sapat na reason yon? Oh sagutin mo na ang tanong ko kanina, paano mo nasabing honest ka if kasabwat ka?"

"Una sa lahat pinagsabihan ko naman 'yon. Bago kasi maging sila ni Kamilla, sanay naman na kami sa casual dating. Kaya nang naging sila, sa totoo lang, nakaramdam naman ako ng guilt na hindi ko mapigilan sya na itigil na ang pakikipagkita sa iba.. lalo na noong nakilala na namin si

Kamilla."

"Did you even try your best na pagsabihan ang kaibigan mo? Do you even know how much he hurt Kamilla?"

"Na-experience mo na ba magkaroon ng kaibigan na nagkaroon ng third party?"

"Hmmm. Wala pa naman, well wala pa naman sa pagkakaalam ko ah. So anong kinalaman non sa tanong ko sa'yo?"

"See. Di mo pa na-experience kaya medyo 'di mo maiintindihan."

"Hindi maiintindihan ang what? Kung bakit nagche-cheat? Siguro 'di ko nga maiintindihan kasi wala rin naman akong intention na intindihin sila or ang mga kasabwat nila."

"Ganito na lang, put yourself in my situation. Friend mo sila both. Tapos ang isa may kinikita bukod sa partner niya. Isusumbong mo ba siya kahit alam mong malaki ang chance na masira ang pagkakaibigan niyong dalawa?"

"Hindi ba't that's the right thing to do? Kung parehas mo silang friend, sa tingin mo, what will the other one feel kapag nalaman niyang you knew everything but you did not choose na sabihin 'yon sa kanya?

Hindi ba't malaki rin ang chance na masira ang friendship niyo because you have denied her the truth? In simple words, hindi ka naging honest sa kanya."

"Ayan malapit mo na makuha ang point. Ang gusto kong iparating sa'yo."

"Huh? Di kita maintindihan."

"Isipin mong maigi, maiipit ka lang sa gitna. Kung parehas mo silang kilala at kaibigan, 'di ka pipili sa kanilang dalawa."

"You don't need to choose between them, Seb. Ang kailangan mong piliin is kung what is the right thing to do. To tell them the truth. And since you didn't choose to do that, you even lied to Kamilla. Then you're not just dishonest, mali pa ang pinanigan mo.."

"Noong sinabi kong honest ako, hindi 'yon tungkol sa kung sinabi ko ba ang totoo o hindi kay Kamilla. Ang ibig sabihin ko ay, honest ako sa kung anong nararamdaman ko, kung ano ang tama para sa'kin. Walang kinalaman ang morality dito dahil blurred ang line sa pagitan ng tama at mali pagdating sa relationships.

Dahil love will always be a choice.

Isipin mong maigi. Kung sinabi ko kay Kamilla na may inuwing babae si Lawrence. Syempre mag-aaway sila, pwedeng tuluyan na silang maghiwalay o pwedeng magbati lang din ulit. Tapos kung magbalikan man sila ulit, pwedeng magbago na nang tuluyan si Lawrence, pwede rin namang hindi. Kung magloko man siya ulit maghihiwalay lang din ulit sila, this time pwedeng final na 'yon o pwedeng tanggapin lang ulit siya ni Kamilla.

Nasira ang pagkakaibigan namin ni Lawrence pero in the end 'di rin nagmatter kung sinabi ko man ang totoo o hindi kay Kamilla. Dahil Love will always be a choice.

Nasa sa kanila kung pipiliin ba nila ang isa't isa—kung paano nila aalagaan ang isa't isa. At ang tama para sa'kin ay hayaan silang pumili kung ano ang kahihinatnan nila."

"Nooo, mag ma-matter 'yon. Tama ka sa part na love will always be a choice, pero paano magiging tama ang decision ng isang tao if hindi naman niya alam na may tinatago pala ang partner niya? Hindi ba't napaka-unfair naman 'non?

At kung totoo kang kaibigan sa kanilang dalawa, hindi ba't dapat maging gabay ka sa kanila. You should always help them see the right path. For Kams, help her see the truth. While for Lawrence, help him na magbago. That's the meaning of true friendship."

"Baliw lang ang naniniwala na ang life or love ay magiging fair sa kanila. Pagdating naman sa paggabay sa kanila, kahit na anong sabihin natin sa isang tao, kung ano ang gusto niyang gawin, iyon ang pipiliin niya.

Isa pa, kailangan ba natin malaman ang lahat para makapag-decide? At kung malaman man ng isang tao ang lahat, sa tingin mo ba tama na ang magiging decision niya?"

"Not exactly fair and right, what I mean is at least that person will not look like a fool dahil pinagkaitan siya ng katotohanan. At least kahit masaktan siya nang sobra sa malaman niya ay makapipili siya. Makakapili siya based on the truth. That is the most important thing."

"Makapili based on the truth?

Life and love ay talagang unfair paminsan-minsan, actually mas madalas pa nga.

Kaya hindi sa lahat ng pagkakataon ay malalaman natin ang totoo. Kaya nga tayo may instinct at sariling understanding, para makapili kahit na hindi natin malaman lahat ng detalye, dahil most of the time ipagkakait sa atin ang totoo.

At kung malaman man natin ang totoo, it doesn't mean na it will lead to right choices. May mga pagkakataon nga na ang ignorance pa natin sa situation ang magbubunga ng tamang decisions. May mga oras din na mas mabuti na hindi na natin malaman ang lahat at totoo.

Hawak nila ang buhay at damdamin nila. Kahit ulit-ulitin ko ang pagpapayo kung hindi naman pipiliin ni Lawrence na magbago, wala rin. Gano'n din kay Kamilla, kahit ilang beses akong magsumbong o kahit lagi niyang mahuli si Lawrence, nasa sa kanya pa rin 'yon kung pipiliin niyang manatili sa relationship nila. Kaya pinili kong huwag silang pakealaman.
Hindi rin nagma-matter kung nagmumukha na ba tayong tanga o kung ano mang isipin ng iba.

Dahil pagdating sa pagmamahal, we'll always be a fool, Asha."

"Wait, time out. Don't say my name! Ang weird pag galing sa'yo. Huhu"

"Good weird or bad weird?"

"Weird weird!! Haha

Ang weird kasi parang naririnig ko ang boses mo kahit magka-text lang tayong dalawa."

"Oh? Akala ko, ako lang! Hahaha!"

"Pero sa mga sinabi mo kanina, I think, mga lessons yan sa past relationship mo. Kailan ba kayo nag-break?"

"So ngayon inaassume mong dahil lang 'to sa break up. Haha"

"Am I wrong, Sir?"

"Ba't ikaw, kailan ba ang last relationship mo?"
"Ang galing mo magbalik ng tanong eh no? Pansin ko."
"Mas nangingibabaw lang siguro ang curiosity ko sayo :))"
"Sabagay crush mo nga pala ako no. K. I never had one."
"Talaga? Tingin ko hindi ka naman iyong tipong hahayaang ma-miss 'yong fun."
"Yup, tama ka naman. So maybe I can see no fun dating my suitors

noon. Kaya 'di rin worth it subukan. Don't know actually."
"Paano po ba nagiging worth it para sa'yo, miss?"
"Find it out yourself, mister."
"Oh, is that a challenge?"
"Nope, it will be a punishment for those who will dare to try. 'insert evil laugh'"
"Hahahaha! Btw, kailan ka free?"
"Woah there. Nice transition... Are you asking me out?"
"I'm asking, 'kailan ka free?' :)))"
"Let me rephrase. Are you asking when I am free so you can ask me out ba?"
"HAHAHAHAHA! Okay, fine. Im asking you out on a date. O, kailan ka ba free?"
"Saturday pa, around 3 pm."
"Gano'n ba. Sige, kita tayo sa sat ng 4pm."
"Wait wait, umoo ba ako?"
"Let me rephrase din. Kita tayo ng saturday, 4pm?"
"Sorry, pero I can't."
"Ganon ba, okay lang :)"
"Jk. Fine. Saturday, 4pm."
At natapos ang gabi na puno ng ngiti ang kanilang mga labi.

Curiosity Levels

[TPP]
October 20, 2021

8:20pm

Cheers!

At sabay-sabay itinaas nila Asha ang kanilang mga baso na may lamang pineapple juice. Gustuhin man kasi nilang uminom ng alak ay Miyerkules pa lang at maaga pa ang pasok ng lahat kinabukasan.

"How's Seb?" Nakangiting tanong ni Iya bago niya ibaba ang hawak na baso sa lamesa.

"He's okay. Confirmed ko nang babaero siya pero.. I am ninety percent sure naman na he doesn't cheat," kumpiyansang tugon ni Asha. Pagkatapos ay tumingin siya kay Kamilla at muling nagsalita. "He carefully explained his side naman kung bakit he didn't tell you the truth noon. Medyo naintindihan ko na ang reason niya."

"Nagkausap naman na kami tungkol don noong sunday. Kaya huwag mo na rin siyang awayin," pabirong sagot ni Kamilla.

"Actually-y.. I'm about to start a war na nga noong mag-katext kaming dalawa," paglalambing niya kay Kamilla.

"Aww, I love you babe." Maluha-luhang yakap ni Kamilla kay Asha. Si Mika naman na nakangiting nakatingin sa kanila ay biglang nantukso.

"So may something na ha."

Naningkit ang mga mata ni Asha. "Hmm, sabihin na lang natin na nag up ng one level ang curiosity ko sa kanya."

"One? Hindi ba two?" Nakngisising singit ni Iya.

"I think three nga eh, ibang klase ang kilig niya ngayon," dagdag na pang-aasar ni Mika.

"Okay, fine! Five levels!" Nakangiting sambit ni Asha habang mahinhin niyang nilalaro ng straw ang mga yelo sa kanyang baso.

Biglang nagbago ang atmospera ng paligid.

Buti nga at nauna magsalita si Asha kaysa sa pag-inom ni Iya dahil kung hindi ay baka naibuga nito ang laman ng kanyang bibig. Si Kamilla naman na bahagyang nakasandal kay Asha ay itinuwid ang postura, at tsaka diretso siyang tinitigan. At si Mika ay nanlaki ang mga mata at tenga, nananabik sa parating na kwento.

Noong hayskul kasi si Asha, bukod sa *'paninindigan'* niya sa pagbibigay ng numero sa mga kakilala. Meron din siyang tinatawag na *'Levels of Curiosity'*.
Ito ay para sa lahat ng mga nagpapakilala sa kanya o may balak manligaw. At tanging silang magkakaibigan lang ang nakakaalam.

Meroon itong labintatlong antas.

At kapag hindi nalagpasan ng isang lalake ang labintatlong lebel ay mapupunta siya sa tinatawag na *friendzone.*

Lvl 1: Syempre dito sila lahat nagsisimula at madadagdagan lamang depende sa mga nakikita o maririnig ni Asha.

Plus 1 level agad ang mga may katangkaran. Si Asha kasi ay may taas na 5 feet at 6 inches. Sa totoo nga ay 80 percent ng mga manliligaw niya ang hindi nakukuha ang puntos na 'to, ang minimum height kasi na gusto niya ay 5' 10". Plus 1 din kapag type niya ang physical appearance. Automatic naman ata yon sa lahat ng tao. Ang mga tipo ni Asha ay yung may medyo singkit na mga mata. Turn on din para sa kanya yung sobrang litaw na adams apple, yung tila naghihintay na lang na pitikin. Yung fit at maganda manamit at higit sa lahat syempre, yung boses. Oo kasama sa itsura ang boses. Yung malalim na boses na bagay sa mga binanggit sa itaas.

Isa pang dagdag na puntos ay kapag kapareho niya ang trip pagdating sa musika. Another plus 1 kapag tumutugtog ng mga instrumento, yung talagang tumutugtog, hindi yung marunong lang.

At pagdating sa academics, may plus 1 yung kalapit sa kanyang kurso ang tinatahak. Architecture, interior design, o kahit na ano pang engineering profession.
Yan ang mga dagdag na puntos na nakukuha sa unang impresyon. Kaya ang pinakamataaas na *curiosity level* ni Asha na pwedeng makuha ng isang lalake sa unang limang minuto ng pag-uusap ay hanggang *level six* lang.

Anomang bagay na higit pa doon ay makukuha na habang nanliligaw o kinikilala nila ang isa't isa.

Noong hayskul at kolehiyo, ang pinakamataas na nakuha ng isang manliligaw niya ay Level 12. Yun ay si David.

Yung hanggang ngayon naman na nangungulit sa kanyang si Kevin ay hanggang lvl 6. Sa totoo lang, ang lahat ng puntos nito ay dahil sa unang impresyon lang. Matangkad, tumutugtog ng instrumento, kasundo niya rin sa musika, engineer, at gwapo. Kaso hanggang dun nalang yun, wala kasi talaga silang koneksyon, yung tipong napaka-awkward nila mag-usap. Kaya hindi rin siya masyadong ine-entertain ni Asha.

Tapos ngayon ay si Seb. Na sa unang impresyon ay nakakuha ng lvl 5. At sa unang buong gabi nilang pagkukwentuhan ay agad ding nadagdagan ng dalawa. Level 7 sa unang gabi? Hindi na masama. Kaya naging espesyal ang turing niya dito. At nang magka-text pa sila ng ilang gabi ay agad ulit itong nadagdagan ng limang puntos.

Kaya ang kabuuan ay labindalawa.

"Ang bilis naman! Parang kaka-chat mo lang nun na sabi mo nasa level 7 na siya, plus 5 then 12 na? Seryoso ba?" Bukang-bibig at nanlalaking mga mata na tanong ni Iya.

Ngumiti lang at hindi sumagot si Asha habang patuloy na nilalaro ang mga yelo sa kanyang baso.

"So isa na lang pala. Hmm. Inaya ka naman na niya magdate?" Dagdag na tanong ni Iya.

Namumulang sumagot si Asha. "Yup. Sa Saturday, magkikita kami." Marahan siyang binangga ni Kamilla bago nang-asar. "Last one, magagaya kaya siya kay David?"

"We'll see.." Mahinhing sagot ni Asha.

Napangiti silang lahat kay Asha. Sa totoo nga, kahit na alam nilang babaero ang posibleng mapusuan ng kanilang kaibigan ay mas nababahala pa sila para sa lalakeng iyon.

Kilalang-kilala kasi nila si Asha at alam nila kung paano niya subukin ang mga taong nagbabalak sungkitin ang puso niya.

Kung iisipin nga ay malapit nang tuluyan na makuha ni Seb ang loob ni Asha dahil naabot na nito ang ikalabindalawang lebel ngunit hindi ganoon ang sitwasyon.

Ang nahuhuling lebel kasi ay *do or die.* Binansagan nga nila itong *Level Fireday the 13th* dahil kapag nagkamali nang kahit kaunti ang manliligaw ni Asha sa parte na ito ay siguradong *friendzone* agad ang bagsak niya. Maihahambing ang buong proseso sa isang taong nagbabalak kunin ang napakaganda at namumukod-tanging bulaklak ng isang matayog na puno.

Ang mga unang hakbang paakyat ay maaaring masabi na madali, lalo na para sa mga taong biniyayaan ng talento at magandang katangian o pangangatawan.

Sa kalagitnaan naman ay susubukin ang kanilang pasensya at kung ano ang kanilang nalalaman.. Kung ano ba ang mga sangang dapat nilang kapitan o panghawakan. Dapat din ay maging maingat sa kanilang mga tatapakan. Karamihan ay bumabagsak na sa parteng ito ngunit may iilan pa rin namang nakayang lagpasan.

At kung malapit na sa itaas ay aakalain ng iba na nalagpasan na nila ang pinakamatinding pagsubok.

Ngunit dito sila labis na mabibigla. Dito kasi, kanilang dadatnan ay ang mga pinakamaninipis na mga sanga, mahaharap sila sa mabigat na desisyon kung ano ang kanilang pipiliin panghawakan. Dagdag pa ang matinding kaba dahil sa labis na pagkalula. Ang iba ay pinili na lang na bumalik paibaba dahil sa takot mahulog at masaktan habang ang mga nagpatuloy naman ay nagkamali at lumagpak sa kanilang pinanggalingan. Ang huling hakbang ay talagang susubukin ang kanilang lakas ng loob. Ang kanilang paninindigan. Ang kanilang pagkatao. At sa paglipas ng mga tao ay wala pang nakakaabot sa bagay na ito—

Ang namumukodtanging bulaklak na nasa pinaka-nakakakilabot na 13th level ng curiosity ni Asha.

At dahil nasasabik na ang kanyang mga kaibigan na makita siyang umibig, sa kanilang isipan ay sana naman, magtagumpay na si Sebastian.

. . . .

10:13 pm

Ang gabi ay napuno ng masasaya nilang kwentuhan hanggang sila ay isa-isa nang magpaalam umuwi. At dahil parehas ng direksyon ng uuwian sina Asha at Mika, sila ay magkasabay.

"San pala kayo magkikita?" Tanong ni Mika kay Asha.

"Di pa niya sinabi, he said sa Friday na lang niya sasabihin."

Binangga niya si Asha. "May pa-suspense ang peg."

"Or maybe wala pa siyang naiisip at nag-pa-plan pa lang dahil kinakabahan."
"Ikaw, 'di ka ba kinakabahan?" Nakangiting tanong ni Mika.

Si Asha ay napatigil sa paglalakad. "Alam mo.." Hinintay niyang

mapatingin sa kanya si Mika. "You know naman na I'm usually confident pagdating sa mga ganitong bagay, pero right now kinakabahan talaga ako."
"Maybe dahil.. this is something really special?" Nantutuksong tugon ni Mika.
"Or maybe dahil mabilis?"

"Maybe?"
"Asar! Puro maybe!" Natatawang tapik ni Asha kay Mika.

Napangiti sila sa isa't isa bago sabay ulit na naglakad.

Tanong ni Mika, "About saan ka ba kinakabahan?

"Everything! May pasok pa kasi ako ng sat di ba? So I'm thinking, need ko pa ba magbaon ng extra shirt? What should I wear then? Tapos what should I do kapag magkasama na kaming dalawa.. ano pa ba.. what test should I give him, ang dami, ang daming tanong sa isip ko ngayon. Argghh!" Kagat labing panggigil ni Asha.

Pinakikinggan lang siya ni Mika habang patuloy siyang nagsasalita. Hindi nga namalayan ni Asha na huminto pala isi Mika sa paglalakad.

"...What if maubusan kami ng topic? What if maging awkward.. What if mag-attempt siya ng mga alam mo na. Shit! What if..."

Naputol ang kanyang pagsasalita nang mapansin niya na wala na sa kanyang tabi si Mika.

Pag lingon niya sa likuran ay nakatayo lang ito, ilang hakbang mula sa kanya, nakalapat ang palad sa bibig at mistulang nasusuka.

Dali-dali niya itong nilapitan at tinanong. "Hala.. Anong nangyare? Okay ka lang?"

At siya ay nagulat sa naging reaksyon nito.

Biglang tumawa si Mika nang malakas.

"Huy, anong meron? Bat ka tumatawa?" Iling ni Asha.

Si Mika naman na hinihingal sa pagpigil ng pagtawa ay sumenyas na saglit lang. Bahagya pa itong napakapit kay Asha habang hinahabol ang hininga.

Naningkit ang mga mata ni Asha nang muling nagtanong. "Huy, anong meron!?"

"Teka.." Sagot ni Mika habang pinapakalma ang sarili at pinupunasan ang mga mata dahil tila naiyak siya sa katatawa. "Ikaw kasi.."

"Hoy! Anong ako?!"

Ngumiti si Mika. "First time kasi kita makita mag-overthink nang ganiyan pagdating sa isang guy."

Naniningkit ang mga mata ni Asha, kaya pinagpatuloy pa ni Mika ang pagpapaliwanag.

"Honestly, iisipin ko na sanang hindi ka normal na babae, kasi you're always almost composed pagdating sa love. Kaya I always look up to you, actually pati rin naman sila Iya. Ang mga paninindigan mo pagdating sa relationship and dating. Mga cool mong payo at saway sa'min. Ang chill mo lang, kahit na kaharap mo na yung ultimate crush mong nagbabalak manligaw sayo."

Nakangiting napatitig si Asha kay Mika habang nagpapatuloy ito sa pagsasalita.

"...Para kang unreachable star tuloy na laging kumikinang kaya lalong na i-inlove at nababaliw sila sa'yo.. Pero ngayong narinig na kita mag-rant at mag-overthink. Mas naging comfortable ako na ma-realize na normal na babae ka rin pala. Kaya eto natawa tuloy ako. Sorry." Paglalambing niya sa kaibigan.

Nakangiting isinandal nang bahagya ni Asha ang sarili kay Mika. "Ba yan! Akala ko kung ano. Pero sobrang special niyo rin naman for me."

"Nope. You're always more special. Naalala yung time na nag-cheat ang ex ko sa'kin? Tapos nahuli mo akong umiiyak sa may stairs." Tiningnan muna ni Mika si Asha kung naalala niya pa ito. At habang abala sa pag-iisip si Asha ay pinagpatuloy na ni Mika ang kanyang kwento. "Hindi ko malilimutan kung papaano mo ako hinatak pabalik sa classroom at hinarap kay Tristan.. Walang salitang lumabas sa bibig mo. Sinampal mo lang siya nang malakas bago mo ako hatakin pabalik sa stairs."

Kumunot ang noo ni Asha nang maalala ang tinutukoy ni Mika. "Oh that damn guy. He deserves more pa nga."

"Paulit-ulit mong sinasabi 'yan noong paulit-ulit ko ring sinasabi na mag sorry ka sa kanya kasi ako ang may kasalanan.. dahil naging boring ako, na hindi ko siya napagbigyan sa mga gusto niya." Biglang napailing at napangiti si Mika. "Hindi ko malilimutan yung bigla mo akong sinampal din sabay sabing 'you don't need to force yourself to do something you're not ready to do para lang mapasaya yung lalakeng mahal mo. Kasi kung mahal ka niya in the first place, he'll wait and never cheat'. Tapos umiyak ka rin bago mo ako pigain ng yakap."

"Naalala mo pa pala yan, sorry ulit kung nasampal kita that time pero like him, you deserve it too!" Bumubungisngis na sagot ni Asha. "I know na I deserve it that time. Thank you sa pagpapa-realize. Third year palang tayo that time pero may mga ganong banat ka na towards love. Doon ako nagstart i-look up ka, that time ko na-realize how special you are. As a friend, as a girl, and ngayon as a woman." Bahagya niyang niyakap ang braso ni Asha. "Ang cute din kasi, ikaw ang bunso pero at the same time, ate naming lahat pagdating sa relationship. Always ready to cover our backs o i-cheer kami kapag may problema."

"Ako pa ba? A in my name stands for what nga?"

"Oo na, ikaw na ang pinaka-awesome. Perfect ka na siguro kung lumaki pa konti 'tong mga to." Sabay lamas niya sa dibdib ni Asha.

"*Ayyy*.. What the hell!" Natatawang sigaw ni Asha habang inaalis ang kamay ni Mika.

"So yon, good luck sayo and good luck din sa'min.. kasi turn naman namin magpayo sayo, I'll try my best!"

"Aww, no pressure, I love you!"

"I love you too, big bunso!"

"Bunso pala ha!" Ngisi ni Asha bago sampahan sa likuran si Mika. Tila matumba nga ito dahil halos hanggang balikat lang siya ni Asha. "Hoy! Ang bigat mo!"

"Eh 'di ba kinakarga ang mga bunso!"

"Hoy! Pakiramdam ko mababali likod ko!"

Si Asha naman ay tumawa lang at patuloy na nagpakarga. Sabay halik sa pisngi ni Mika at bumulong. "I'm really happy to have you, guys. Thank you sa mga sinabi mo kanina."

Ang Tower Crane

[TPP]
October 22, 2021
10:25pm

Asha : Doon na lang tayo magkita?
Seb : Oo, 4pm. Update mo na lang ako bukas kung makakapag-out ka nang maaga.
Asha : Okayy.
Seb : Good night!
Asha : Good night
Ito ang nilalaman ng naging pag-uusap nila sa text. Napagpasyahan nila na magkita sa loob ng isang sikat na mall sa Maynila. Sakto kasi at kalagitnaan ito ng kanilang mga panggagalingan, si Seb na manggagaling pa sa kanilang bahay at si Asha naman ay sa kanyang trabaho.

....

[TPP]
October 23, 2021

2:12pm
Si Asha ay nagsisimula nang iligpit ang kanyang mga gamit sa lamesa nang biglang lumapit ang katrabaho niya at nagtanong.

"Asha, uuwi ka na 'di ba, papasok ka ba bukas?"

"Hindi po Sir, bakit po?"

"Ang mga JO at for budget ko ba, nagawan mo na ng topsheet?" "Iyong mga ibinigay niyo po kahapon, Sir? Hindi pa po." "Pasuyo naman na patapos na ngayon. Maaga kasi aalis sila Boss sa Monday papuntang main office.. Ipasabay na sana natin para mabilis ma-process."

"Ay, gano'n po ba Sir.."

"...hinahanap na rin kasi ni Foreman yan, ang hirap kasi pagalawin non kapag hindi nakikita ang approved budget or JO."

"Sige po, gawin ko po bago umuwi."

Nang malaman ni Asha ang pinapakisuyo sa kanyang gawin ay agad niyang tinext si Sebastian, baka kasi siya ay mahuli sa kanilang oras ng pagkikita.

"May kailangan pala akong tapusin, I'll text you na lang kapag otw nako, halos 1 hour din naman ang byahe mo 'di ba?"

"Oo, 1 hour din. Ganito na lang, pagkatapos mong gawin ang kailangan mong gawin text mo ako kaagad bago ka lumabas ng site."

"Okay. Sige."

"Pagkatapos mo ha at bago ka lumabas ng site. Text mo ako kaagad.."

"Sigeee"

. . . .

3:25 pm

Pagkatapos ni Asha gawin ang ipinapakisuyo sa kanya ay dali-dali na siyang umalis. Baka kasi abutan siya ng *rush hour*, bukod sa trapiko, napakahirap na rin sumakay, siguradong lalong mahuhuli siya sa kanilang pagkikita.
Buti nga at sakto paglabas niya ng *site* ang isang *fx* na may isang bakanteng upuan kaya siya ay mabilis na nakasakay at nakaalis. Sa kanyang pag-upo ay 'di maipaliwanag na pananabik na hinaluan ng kaba ang biglang dumaloy sa kanyang dibdib. Hindi siya mapalagay, hindi makapaghintay na makita at makausap ulit si Sebastian. Kinuha niya ang kanyang telepono para i-update ang binata na nakasakay na siya at papunta na kung saan sila magkikita

"Otw na."

Agad din naman siyang nakatanggap ng sagot.

"Otw? Nakasakay ka na?"

Mabilis siyang sumagot na. *"Kasasakay lang. Around 4:30 pm siguro me darating."*

"Ano ba yan, sabi ko i-text mo ako kaagad after ng work mo eh."

At sa sumunod na mensahe ni Seb siya ay nagtaka... ...at nabigla.

"Nandito kasi ako sa tapat ng site niyo." Hindi na niya nagawang mag-isip at magtanong, agad na lang siyang pumara nang mabasa ang mensahe. Ang lahat nga ng pasahero ay napatingin sa kanya. Bukod kasi sa kasasakay niya pa lang, nasa gitnang linya pa sila kaya alanganin ang biglaan niyang pag para.

"Teka Miss, itatabi ko lang," nayayamot na sagot ng tsuper. Si Asha naman habang naghihintay na makababa ay muling nagpadala ng mensahe.

"Diyan ka lang, waittt."

Nang siya ay makababa, siya ay patakbong naglakad pabalik. Lagpas isang-daang metro din ang kanyang lalakarin ngunit hindi na iyon sumagi sa kanyang isip. Ang tanging laman ng kanyang isipan ay ang matinding pagkasabik sa pa-surpresang pagsundo sa kanya ni Sebastian. Habang siya ay naglalakad, kahit na may kalayuan pa at sa dinami-rami ng taong nakatayo sa waiting shed ay kanya nang naaninag ang mukha ng isang lalakeng may katangkaran, nakatagilid man ito mula sa kanyang direksyon at malayo ang tingin.

Nakasuot ito ng sumbrero, ang damit pang-itaas ay kulay-abo habang ang tatlong kapat na manggas nito ay kulay madilim na asul. Ang pantalong itim na suot naman nito ay sakto sa kanyang mga hita at binti, habang ang sapatos ay katerno ng kanyang damit.

Taas noo itong nakatayo kaya't litaw ang kanyang gulong-gulongan. At ang mga kamay nito ay nakahawak sa mga *strap* ng kanyang *bag* na nakasabit sa kanyang mga balikat kaya bumabakat ang hugis ng kanyang braso sa manggas ng kanyang damit.

Sa malayo ay ka pansin-pansin nga ang mga babae at pati na rin ang mga lalake na nagpapahaging ng sulyap sa binata.

Binagalan ni Asha ang paglalakad at dahan-dahang lumapit. Sinusubukan niyang pakalmahin ang matinding kaba at kilig na nararamdaman. Isa pa ay gusto niyang makabawi, gusto niya sana itong gulatin din ngunit bigla itong napatingin sa kanyang direksyon......kaya sila ay nagkatitigan.

At sa bawat mabagal na hakbang ni Asha papalapit kay Seb ay kasabay ang lalong pagbilis ng pagkabog ng kanilang mga dibdib. Ilang hakbang pa ang kanilang pagitan ngunit nagsimula nang ngumiti ang kanilang mga mata. At nang tuluyan nilang makaharap ang isa isa't isa ay hindi na nila

napigilan...
...tuluyan nang nahawa sa pagngiti ang kanilang mga labi.

Si Asha na bahagyang hiningal dahil sa magkahalong kaba at ginawang paglalakad ay hindi muna nagsalita.

Si Sebastian naman ay natulala habang nakatitig kay Asha. Sa namumula nitong mukha, sa tila naluluhang mga mata dahil sa saya at pagkasabik, at sa malalim nitong paghinga.

Ilang segundong nakatitig lang si Seb bago kumuha ng panyo para punasan ang noo ni Asha.

"Mahirap ka pala i-surprise, 'di ka sumusunod sa instructions." Kasunod ang mapaglaro at mahinhin na mga palo sa noo ng dalaga. Bahagyang napapapikit nga si Asha tuwing dadampi ang panyo ni Seb sa kanyang noo.

"Hindi ko naman kasi inexpect na pupunta ka dito no." Kinikilig na pagdadahilan niya.

"Bigla ko lang kasi naisip, gusto ko pa lang makakita ng tower crane."

"Oh? Gusto mo ba lumapit? Tara, pwede naman."

"Hindi na. Masaya na ako sa nakita ko.."

Sila ay nag-abang na ng masasakyan. Ang kanilang paghihintay ay napuno ng mga pahaging na pagsulyap sa isa't isa.

Walang nagsasalita, parehas na nagkukunyaring abala sa pag-aabang ng mga dadaan ngunit halatang ang laman talaga ng kanilang isipan ay tungkol sa isa't-isa.

Kahit nga siguro isa o dalawang oras pa silang nakatayo ay hindi nila ito alintana. Ganyan kalala ang magkahalong kilig at kaba nilang nadarama.
Isa.
Dalawa.
Tatlo.
Apat na minuto na silang nagpapanggap.

Buti at hindi naman nagtagal ay may dumating na rin na masasakyan. Sakto at bakante ang dalawang upuan sa tabi ng tsuper sa harapan. Sa isip ni Asha, siya ay napangiti. Kabisado niya kasi na sa ganitong oras, lalo na at uwian, ay bibihira makakita ng bakanteng upuan sa harapan ngunit ngayon ay saktong dalawa pa.

"*It seems fate is rooting for us.*" Kinikilig niyang sambit sa isip. Pagkaupo nila ay mabilis nilang kinuha ang kanilang mga pitaka at dumukot ng pera pambayad.

"Ako na." Magkasabay nilang bigkas.

Ang tsuper nga ay napangiti dahil hindi niya alam kung kaninong bayad ang kukunin. Magkasabay kasing nag-abot ng pera si Asha at Seb sa kanya.
"Let me.." Muling sambit ni Asha. Kita nga sa kanyang mga mata ang paninindigan.

Hindi niya rin kasi alam kung gaano katagal na naghintay si Seb. Sa isip niya ay nakakahiya naman kung siya pa ang magbabayad. Hinayaan naman na ito ni Seb. Tinanong at kinamusta na lang niya si Asha. "Oh, kamusta naman ang trabaho mo kanina?"

"Later, wag mo muna'ko kausapin." Mahinhin at namumula sagot ni Asha.
Nagtatakang napatingin si Seb sa kanya.

"...pati tingnan." Kasabay ng mahinhin na tulak sa mukha ni Seb papunta sa kabilang direksyon.

Agad na nalusaw ang pagtataka ni Seb at ang kaba ay naupos na parang kandila. Habang nakasandal sa bintana ay nakangiti niya na lang na pinagmasdan ang kung anu-anong mga bagay sa kanilang dinaraanan.

Sa Isang Maliit na Silid

[TPP]
October 23, 2021
4:22 pm

Pagkababa nila ng *fx* ay agad na hinanap ng kanilang mga mata ang *entrance ng mall.*

"Oh, pwede na ba kitang kausapin?" Nang-aasar na tanong ni Seb habang sila ay naglalakad.

Bahagyang kumunot ang noo ni Asha ngunit ang mga labi ay halatang nagpipigil ng pagngiti.

"Depende kung anong gusto mong sabihin."

"Oh, mabuti naman sumagot ka na. Iisipin ko na sanang ibang tao ka." Panunukso pa ni Seb.

"Ibang tao naman talaga ako ngayon."

"Dahil ba gutom ka na?"

"Nope. Ba't ikaw ba, gutom ka na?"

"Hindi pa rin naman.. May gusto ka bang puntahan? Gusto mo manood ng sine?"

Nanliliit ang mga mata ni Asha habang nakatingin kay Seb, halatang may gustong malaman mula sa binata.

"Sa cinema mo ba laging dinadala ang mga nakaka-date mo?"
"Nakakabigla naman yata 'yang tanong mo, miss." Natatawang iling ni Seb.
Patay malisyang sumagot si Asha. "Honest question, curious lang naman ako."
"Ganyan ba talaga umandar 'yang curiosity mo?"

"Answer me kaya muna no, bago ka magtanong."

Napabungisngis si Seb. "Okay. Eto na nga po, sasagot na.. iilan na rin."

"Oh? Edi pass ako sa cinema."

"Okay.. karaoke, gusto mo?"

"May naka-date ka na ba do'n?"

"Kailangan mo pa ba malaman ang mga ganyang detalye?"

Binilisan ni Asha ang paglalakad, nang bahagya na siyang nauuna ay tsaka siya humarap kay Seb, mapaglaro siyang ngumiti at sumagot. "Gusto ko lang maging special and unique 'tong date natin, I'm just doing you a favor." Sabay lalong pagbilis nang paglalakad.

Si Seb naman ay saglit na napatigil at napangiti sa kanyang kinatatayuan. Ngunit agad niya ring hinabol si Asha nang mapansin niyang may kalayuan na ito.

....

Nang makarating na sila sa karaoke hub ay agad din silang nagtanong kung may bakante ba para sa dalawa.

"Dalawa lang po kayo no? Makapaghihintay po ba kayo ng 10 mins?" Tumango naman ang dalawa at tsaka umupo muna para maghintay. Pagkaupo nga ay bigla silang kinabahan ulit.

Bigla kasing pumasok sa kanilang mga isipan na silang dalawa ay makukulong sa isang maliit na kwarto.

Ang malikot na isip nga ni Sebastian ay nabahiran na ng malisya. Kung ibang babae nga ang kanyang kasama ngayon ay tila alam niya na ang mga susunod na mangyayari.

Natural na kasi sa kanya iyon. Sisimulan niya sa pagsandal ng katawan, tapos mahinhin na aakbay, hahawakan ang kamay, titigan, bago niya halikan.
Hindi pa naman niya naranasang masampal, kung hindi mahihiyang tatanggi ang babae ay may mga pagkakataon na mismo ang babae pa ang nagbibigay ng motibo o pagpapahiwatig na gusto nito ituloy sa mas pribadong lugar ang kanyang sinimulan.

Sa kanyang isip ay hindi naman ito pagmamayabang. Ito lang talaga ang katotohanan.
Isang malisyosong katotohanan na malikot na naglalaro ngayon sa kanyang isipan.

Napaisip siya, ganoon rin ba ang kahihinatnan nila mamaya? *Tss, malabo.* Nangingibabaw sa kanyang isip ang posibilidad na hindi dahil—

...Una, si Asha ay wala pang karanasan sa mga ganitong bagay. Baka lubha itong mabigla sa kung ano mang gawin niya. Hindi niya talaga matantsa ang magiging reaksyon nito kahit na tangkain niya pa lang na hawakan ito sa kamay.

Pangalawa ay dahil iba si Asha.

Iba sa paraan na hanggang ngayon ay hindi niya pa rin mapagtanto. Ang natural at tila walang kapintasan niya kasing mga galaw pagdating sa pambababae ay kwestiyonable sa kanya ngayon. Ayaw niyang sundan ang kanyang *instinct* dahil tila magdudulot lang ito ng kapahamakan. Siya tuloy ay tila isang gutom na leon sa hindi pamilyar at madilim na gubat. At sa kanyang harapan ay isang sobrang nakatatakam na hapunan. Kanya ba agad itong susunggaban, o maigi munang makikiramdam sa kung ano mang bagay sa paligid na maaaring magbigay ng kapahamakan? At dahil ang natural na kemikal sa kanyang katawan ay nagbibigay ng matinding kaba. Kaya ang kanyang pipiliin kung sakali ay ang huli. Si Asha naman ay ganoon din. Matindi rin ang kaba sa kanyang dibdib. Ngunit hindi naman ito dahil nag-iisip siya na may masamang balak si Seb, sa kanya. Ni-hindi nga sumagi sa kanyang isipan ang kung ano mang malisyosong nasa isip ngayon ng binata.

Simple lang ang dahilan ng matinding kaba niyang nadarama. Silang dalawa ay,

makukulong...
...sa isang maliit na silid.

Ganoon lang kasimple ang dahilan kung bakit malubha ang pagkabog ng kanyang dibdib.

Ganito ka inosente si Asha.

Kaya kahit na ano mang sabihin at pagpapanggap niya ay talagang malayo ang karanasan niya sa binata.

Ilang minuto rin silang nakangiti at sumusulyap lang sa isa't isa. Ngunit, ang matinding kaba ni Asha ay itinulak ang kanyang bibig para magsalita.
"Kamusta pala mga songs mo?"
"Gusto mo ba marinig, dapat pala nagdala ako ng gitara."
"Okay lang naman kahit acapella."
"O sige, mamaya iparinig ko sa'yo."
"Really? Okay!"
Bigla naman silang tinawag ng babae sa counter. "Sir, Maam, may vacant

na po."
Agad namang tumayo ang dalawa, at muling nag-unahan sa pagbunot ng kani-kanilang mga pitaka.
"Ako naman." Nakangiting alok ni Sebastian.
"Okay, sige. Treat na lang kita ng dinner mamaya."
Sa kanilang paglalakad papunta sa *booth* ay muli na namang kumabog ang kanilang mga dibdib. Pagpasok nga ay ilang minuto rin silang nagtitigan muna. Parehas na inaalok ang isa't-isa na mauna sa pagpili ng kanta. At dahil mas malapit si Seb sa lamesa ay kinuha niya na ang *songbook* at agad na inabot 'to kay Asha.
Tinanggihan naman 'to ni Asha at nang-aasar na nagsalita. "Ikaw muna, gusto kita makita magheadbang sa favorite song mo.”
Napangiti na lang si Seb at sinimulan nang maghanap ng kanyang kakantahin. "Ah, eto, 9..2..6..292"
(Playing: Heaven Knows by Orange and Lemons)

Ang pagbagsak ng intro ay agad na naghatid ng ngiti sa kanilang mga labi.
Ngunit tila mas kinakabahan pa si Seb kumanta ngayon kaysa sa harap ng maraming tao. Bahagya kasing nanginig ang kanyang tinig sa pagsambit pa lamang ng unang linya.

Habang si Asha naman ay lubusan nang kinilig. At kahit malamig ang silid ay bahagyang umiinit ang kanyang pakiramdam dahil sa napaka-preskong boses ni Sebastian. Ito ay tila kumikiliti na bumubulong sa kanyang mga tenga, at dahan-dahang humahaplos sa kanyang mga kamay.
Ni-hindi na nga nya napigilan na titigan ang bahagyang gumagalaw na *adams apple* nito habang sinasambit ang bawat liriko ng kanta. At ang mga mata nito na lumiliwanag dahil sa repleksyon ng *screen.*

Ang bawat paghinga naman ni Seb na sumasabay sa pagsulyap niya kay Asha ay mas lumalalim sa paglipas ng mga segundo. Hinahabol niya ang kanyang hininga hindi dahil sa mataas o mabilis ang kanta ngunit dahil sa walang tigil na pagkabog ng kanyang dibdib. Kahit anong pilit niya ngang pakalmahin ito ay 'di niya magawa.

Kita niya kasi mula sa gilid ng kanyang mga mata ang lubos na pagtitig sa kanya ni Asha.

—mga pagtitig na kailanman ay hindi niya tuluyang mahuli dahil sa mabilis na pagbaling nito ng tingin kapag siya naman ang susulyap.

Sa pagtatapos ng kanta ay ang matinding pagkabitin ni Asha. Gusto niya pa marinig si Sebastian, ngunit ngayon ay kailangan niya na muna pumili ng kanta.

Halata na siya'y nataranta nang iabot na sa kanya ni Seb ang song book at nagsabing. "Oh, hindi ako nagheadbang, ikaw kaya?"

Ang lalim tuloy ng kanyang ngiti habang binubuklat ang bawat pahina para maghanap ng kanyang kakantahin.

Bawat pagpihit niya ay may kasabay na katanungan sa kanyang isip.

Kakanta ba ako ng mataas?
Love song ba?
Teka, wala 'yong..
I think eto na lang..
I'm sure lalo akong magiging crush nito..
(Playing: Close to you by The Carpenters)
Kung si Asha ay hindi mahuli ni Seb na tumititig sa kanya. Si Seb naman ay walang pakundangan,
...dahil si Asha ay tila napakagandang buwan na hindi niya mapigilang hindi tingnan.
Habang ang liwanag na nagmumula sa screen ay sumasalamin sa kanyang mukha. Ang mga labi naman niya ay napakahinhin gumalaw kaya kahit hindi niya pa ito nadadampian ng halik ay natitiyak niya nang napakalambot ng mga ito.
Ang dimpol ni Asha na bahagyang lilitaw sa tuwing siya ay saglit na susulyap para ngumiti ang pinakabumighani sa binata.

Mga pang-aasar na pagtitig niya kay Seb na nagbigay ng ibang kahulugan. Ang binata ay naaakit. Lubhang naaakit.

Ang mga pagtitig tuloy niya kay Asha ay nabahiran na ng pang-gigigil Siya ay lubos na nasasabik; ngunit kapares nito ay ang pagkadismaya.

"Kung pu-pwede lang sana.. Kung pu-pwede lang sana.." Nakangiting panghihinayang niya sa isip.

'Di naman siya naiinip, talagang malubha lang ang kanyang pagkasabik. Pero alam niyang darating din sila sa ganoong pagkakataon. Kaya mas pinili niya na lang na masayang titigan ang nakatutuksong dalaga. Mga pagtitig na nagbigay na makahulugan at katangi-tanging ligaya sa kanya. Sa pagtatapos ng kanta ay nakangiting nagsalita si Asha. "Oh, ikaw na ulit!"

"Himala.. Hindi ka na pa-headbang ngayon." Bumubungisngis na sagot ni Sebastian.

Mapanukso naman siyang nginitian ni Asha. "Chill ka lang, we're just starting."

. . . .

Ang Simula

[TPP]
October 23, 2021

5:42 pm

"Last song na, game ka dito?" Nakangiting tanong ni Asha.

"Duet? Game." Nakangiting sagot naman ni Seb.

(Playing:Way back into love)

Ito ang kanilang huling kinanta.

Sa pagkakataon ngang ito ay naglaho na ang mga kaba sa kanilang dibdib. Nakangiti na lang silang sumusulyap sa isa't isa habang inaawit ang kani-kanilang mga linya. At kahit nga nakaalis na sila sa *booth* ay tila tuloy pa rin ang pagtugtog ng himig sa paligid. Masaya silang naglalakad, nag-iisip kung saan sila kakain.

"Saan.. mo gustong kumain?" Tanong ni Asha.

Ngumiti si Seb. "Parang linya ko dapat yan?"

"Eh.. It's my treat nga 'di ba? So..."

"Sabagay. Kahit saan, 'di naman ako mapili sa pagkain."

Mapang-asar na umirap si Asha. "Hay.. I always hear men complain na 'di makapag-decide ang mga babae kung saan kakain and.. here you are, 'di rin makapag-decide."

Ngumisi si Seb, tapos inilapat ang kanyang mga palad sa mga mata ni Asha. Mahigpit niya itong hinawakan para talagang walang makita ang dalaga.
"Hoy, ano yan!?" Gulat na tanong ni Asha.

Dahan-dahang iniikot ni Seb ang dalaga. "Sabihin mo nalang na stop. Tapos kung saan ka maharap doon tayo kakain."

"Eh?! What if hindi sa kainan ako mahinto."

"Basta, sabihin mo na lang, stop."

"...S—stop."
Agad na bumitaw si Seb.

Pagkamulat naman ni Asha ay maluha-luha ang mga mata niya sa pagkasabik. "It's Wendy's!"

"Tara na."

"Ikaw, gusto mo ba here?"

Umiling-iling na ngumisi si Seb. "Tapos ngayon tatanungin mo ulit ako, may saltik ka rin no?"

"Eh, baka kasi ayaw mo dito."

"O baka ikaw ang may ayaw, minsan gano'n ang mga babae, itatanong kung ayaw pero sila 'tong may ayaw."

"No. One of my favorites 'to no, ikaw?"

"Gusto mo malaman ang gusto ko?"

"Okay, saan po?"

"Mas gusto ko ng lutong bahay."

"Oh, okay, sige next time."

"Secured na pa lang may next time," tukso ni Sebastian. "Umupo ka na nga! O-order na ako!" Naasar namang tugon ni Asha. Agad namang umupo si Seb at kanyang napagmasdan ang paglalakad ni Asha papunta sa *counter*. Ang ibang kalalakihan nga ay tila nahawa sa kanya. Hindi na rin nila sinubukan pang itago ang kanilang pagtitig sa dalaga.
Tila may isang mahika kasi na humila sa kanilang mga mata palayo sa kung ano mang mga bagay na nasa paligid.

Habang si Asha ay kumpiyansang naglalakad nang mahinhin. Bukod sa kanyang napakagandang mukha, ang makinis at maputi niyang leeg na talagang nakaka-akit ay naging mas kapansin-pansin dahil sa pagkakatali ng kanyang buhok. Nakapulupot ito at hinahawakan ng isang magarang pin habang ang nakawalang mga hibla sa pagkakatali ay tila mga dahon na eleganteng sumasayaw sa kanyang bawat paghakbang. Ang makitid naman niyang baywang ay umaakma sa may pagkamalapad niyang balakang kaya't kahit ang suot niyang kamiseta ay isang uniporme sa trabaho. Lubos pa rin itong nakakatukso. Habang ang dibdib naman niya ay—

...Teka, kanina pa pala ito hindi napapansin ni Seb. Bigla na lang napagtanto ng binata na ngayon lang niya napansin ang mga bagay na ito. Kung ibang babae kasi ang kanyang kasama ngayon, malamang ay natantiya na nga niya ang laki at hugis ng dibdib nito. Ngunit ngayong hapon ay kakaiba. Ang kanyang mga mata kasi ay buong hapon na abala sa pagsulyap sa mukha ni Asha. Ni-hindi nagawa kanina ng kanyang paningin na pansinin ang ibang bahagi ng katawan nito.

Tila sinaunang tao tuloy siya na napaso na ngayon lang nadiskubre ang paggamit ng apoy.

Namamangha.
Nasasabik.
Ang malisyosong utak niya tuloy ay tuluyan nang nagsimula maglayag sa napakalawak na karagatan.

Siya ay natuliro.

Labis na tuliro.

"Huy, okay na ba 'tong mga inorder ko for you o dagdagan ko pa?" Tanong ni Asha.

Si Seb na nagulat ay tulalang napatango na lang.

Pagkaupo ni Asha ay saglit silang nagkahiyaan ni Seb kung sino ang unang gagalaw sa kanilang pagkain, hindi makatitig ng diretso sa isa't isa. Ngunit nang si Seb ay akma nang gagalawin ang kanyang pagkain ay agad namang nagsalita si Asha.

"Wait, let's pray."

Pagpikit ni Asha ay bahagyang pumikit lang si Seb. Hindi kasi napigilan ng binata ang sarili na muling sumulyap sa ngayong nakapikit na, na dalaga.
Pagkamulat naman ni Asha ay muli siyang nagsalita. "Yung song mo! Akala ko ba ipaparinig mo!"

"Oo nga no, 'di mo pinaalala kanina."

"Nawala rin sa isip ko."

Silang dalawa ay nagsimula nang kumain. Ang bawat pagsubo ay may kakambal na pagsulyap sa isa't isa.

Halatang nagkakahiyaan pa rin. Si Seb nga ay tila naging mahinhin din na dalaga.

(Playing : Earth Angel – The Penguins)

Nang marinig nila ang biglang tumugtog na kanta, silang dalawa ay agad na napangiti. Magkasabay na magkasabay na napangiti. Nang makita nga nila ang isa't isang napangiti ay magkasabay rin silang nagsalita.

"Alam mo yung.."

"Do you know.."

Ngunit 'di rin nila tinapos ang kanilang sinabi, tila parehong may telepatiya kaya't 'di na nila kinailangang dugtungan pa ang nasambit ng kanilang mga bibig.

"Ikaw muna," sambit ni Asha.

"Back to the future?"

"Back to the future nga! Pero ibang version yata 'to no?"

"Oo, at mas gusto ko ang version na 'to. Nakakatuwa namang napanood mo rin yon."

Inilapit ni Asha ang sarili kay Seb. "It was my favorite noong bata ako! Magkasama kasi naming pinanonood yun ni Dad kapag nandito siya."

"Oh? Kami rin."

"Ang fun no! Whenever I watch it, I always imagine myself na nagta time travel. Ikaw rin ba?"

"Sino ba namang hindi? Kung totoo ang time travel, saang panahon ka pupunta?"

"Uh-hmm." Saglit tumigil si Asha para mag-isip. Hindi nga siya mapakali nang magsalita. "I'll visit every era! Pero syempre uunahin ko ang 90's. Gusto ko makita ang mga parents ko noong ka-age ko pa sila.. Pupunta ako sa disco club kung saan silang dalawa nag-meet."

"Mag-ingat ka, baka magaya ka kay Marty, baka imbis na sa Mama mo, sayo ma-inlove ang Papa mo. Disaster." Nakangiting sagot ni Seb. Nakulot ang kilay ni Asha sa pag-iisip. "Nah, I doubt it. Whenever I see my Dad, I can't imagine how beautiful my Mom is.. 'di siya pala-kwento pero when he do, sobrang ramdam ko na walang hihigit kay Mom sa mga mata niya noon pa man." Nakangiting tugon ni Asha. Tumitig lang si Seb kay Asha. Ilang segundo nga itong tahimik lang na pinagmasdan ang dalaga habang kumakain, saka siya biglang nagsalita.

"Duda 'ko. Pakiramdam ko di-hamak na mas maganda ka sa kanya." Naningkit ang mga mata ni Asha. "Oh, please. Wag ka nang mambola. Ni-hindi mo pa nga nakikita Mom ko."

"Siguro?" Kagat labing ngumiti si Seb. "Pero.. nakikita naman kita." Kasunod ang pagsandal niya ng kanyang mukha sa kanyang palad.

Tulala, ang mga mata ay nagsisikinang.

"E-wan ko sa-yo." Pilit na pinipigil ni Asha ang pagngiti ngunit ibinebenta siya ng kanyang mga dimpol sa magkabilang pisngi. "Oh ikaw ba, where will you go kung nakakapag-time travel ka?" Itinuwid ni Seb ang pagkakaupo. "Dami, 'di ko alam kung anong uunahin."

"Mga parents mo, 'di mo ba sila bibisitahin sa past?"

Ngumiti si Sebastian. "Bibisitahin syempre." Ngunit agad na nabahiran ng lungkot ang kanyang mga mata. "Pero bago 'yon kukunin ko muna mga nakaraang lotto result."

"Ang sama mo! So ikaw pala si Biff Tannen!" Kunot noong sagot ni Asha.
"Parang si Marty naman yata ang unang naka-isip non?" Tumatawang tugon ng binata.

"By the way, kamusta na pala mga parents mo? Ilan ba kayong magkakapatid?"

"Kami? Sampu." Ngisi ni Seb.

Nanlaki ang mga mata ni Asha. "Talaga ba? Ang dami niyo—o!"

"Biro lang, mag-isa lang din ako."

"Haynako, akala ko ba, honest ka?"

Si Sebastian naman ay bumungisngis lang.

Dugtong ni Asha. "Ba't di ka na nasundan?"

"Malay ko sa kanila. Ikaw, kung papipiliin ka, ano mas gusto mo, nakababata o mas nakatatandang kapatid?"

"Easy question, gusto ko ng kuya. Bully na kuya!"

"Weirdo mo. Ano namang gugustuhin mo sa isang bully na kuya?" "Para maranasan ko namang bully-hin, sa circle of friends ko kasi, ako lagi nang-aasar." Humahalakhak na sagot ng dalaga.

"Si Kamilla lang kilala ko don, pero mukhang totoo naman 'yang sinasabi mo. Napaka-iyakin kasi ng kaibigan mo."

Kumunot ang noo ni Asha. "At sino nagsabi sayo na pwede mong awayin si Kams?!"

"Ikaw ata mismo nagsabi na binubully mo sila."

"Ako lang pwede mang-away sa kanila!" Natatawang sagot ni Asha bago niya ibahin ang usapan. "Pero alam mo, if time travelling is real, one thing na gusto ko talagang gawin is mag-sightseeing."

"Ng?"

"Everything, I wanna see the natural beauty ng earth. Gusto ko makakita rin ng mga extinct animals, especially mga dinosaurs!"

Napangisi si Seb. "Feeling ko di mo kakayaning magsightseeing don. Sisilip ka lang saglit tapos babalik na sa time machine mo. Aalis ka kaagad dahil sa sobrang takot."

Napairap naman si Asha. "Duh! Time machine? That's for the weak! When I said that I can time travel. I mean I have powers."

"Gamit na gamit pala talaga 'yang imagination mo." Bungisngis ni Seb.

"I have my whole childhood to imagine, you know." Mapaglaro niyang ngiti. "Na-imagine ko na nga na may pet akong sabretooth at dinosaurs!"

"Wala ka bang ibang ma-isip na pet?"

"I love dogs naman! Actually I have a dog, Si Joey the Pug!"

"Iyon ba 'yong asong lukot-lukot ang mukha?"

"Wrinkles tawag don! How about you, may pet ka?"

"Wala, bihira lang din kasi ako sa bahay."

"Pero anong favorite animal mo?"

"Di ko rin masabi kung ano. Pero naalala ko noong bata pa ako, siguro mga 7 years old ako non. Nakapag alaga na ako ng isang aso, kaso after 2 years namatay din siya."

"Aw, ang sad mamatayan ng pet. Tapos 'di ka na nakapag-alaga ulit?"

"Oo, hindi na. Naaalala ko noon, lagi ko siyang napapaginipan. Inisip ko na lang na nagreincarnate na siya."

"Naninwala ka sa reincarnation?"

"Di ko naman sinasabing naniniwala. Pero kung iisipin, mas cool yon kaysa sa heaven and hell 'di ba?"

Nagtatakang tinitigan lang ni Asha si Seb.

Dugtong naman ng binata. "Eto isipin mo, if totoo ang reincarnation, tapos next life ay magiging hayop tayo. Ano gusto mong maging?"

Napahawak si Asha sa kanyang baba. "Uh-huh. I think. I will be a phoenix."

Nanliit ang mga mata ni Seb sa pagtataka. "Phoenix? Considered na animal ba 'yon? Hindi ba't mythical creature 'yon?"

Iniayos ni Asha ang kanyang upo at inilapit ang mukha kay Seb. Ngumiti habang bahagyang kagat ang ibabang labi. "Yup, and you are very lucky to date this mythical creature." Mapang-akit niyang titig.

Si Seb ay muling natulala. Nakangiting nakatulala. At pagkatapos ng isa, o dalawang segundong pagtitig kay Asha ay kaniyang iniangat ang kanyang kamay—

Pat, Pat

...mahinhin at dahan-dahan niyang pinalo sa noo ang dalaga.

"Aray." Kunot noo na sagot ni Asha habang nagpipigil sa pagngiti ang mga labi. Ang dalaga naman ngayon ang tuliro. Pabirong tinititigan nang masama si Sebastian.

Isang minuto na ang lumilipas na walang nagsasalita. Saglit na titingin sa isa't isa tapos agad na ibabaling ang tingin sa iba.

Si Seb ang unang bumigay; hindi na siya mapakali. Hindi na niya kinaya ang nakakakilig na katahimikan kaya siya na ang unang nag-aya. "Tara?"

Si Asha naman ay nakangiting tumango lang. Pagkakataon naman niya ngayon pagmasdan kung papaano dahan-dahang tumatayo si Seb. Siya nga ay bahagyang natawa pa nang mayanig ang kanilang lamesa dahil nasagi ito ng binata. Buti nga at hindi tuluyang natumba ang baso na may laman pang mga yelo kahit na hindi niya ito nagawang alalayan dahil sa pagiging abala niya sa pagtitig.

"Sorry..." Mahinhin na paunmahin ni Sebastian.

Si Asha naman ay kinikilig na bumungisngis lang nang marinig ang mapaglarong paghingi ng tawad ng binata

At nang tuluyang makatayo na si Seb. Tumingin ulit siya kay Asha at muling nag-aya.

"Tara, maglakad-lakad tayo."

. . . .

Sila ay masayang namasyal. Minsan ay hihinto para magkulitan o mag-asaran. Tumingin ng mga damit, magsukat-sukat. Pumunta rin sila sa isang palaruan at doon nagpaligsahan. Naglaro sila ng isang basketball shooting.
Sa una nga ay hindi umabot ng kalahati ang puntos ni Asha sa puntos ni Seb.
Ganoon din sa pangalawa.

At sa pangatlo.

Ngunit sa pang-apat, ang puntos naman ni Seb ang 'di umabot sa kalahati ng kay Asha. Sa totoo nga ay walang naging puntos si Seb dahil kinuha ng dalaga ang lahat ng bola sa pwesto niya. Nang makita nga sila ng nagbabantay ay nagtatawanan silang tumakbo papalayo.

Nag meryenda rin sila ng sorbetes. Muling naglakad-lakad,

nagkwentuhan. Hanggang sa napagpasyahan na nilang umuwi. Lagpas alas nuwebe na rin ng gabi. Silang dalawa ay bitin na bitin na naglakad papuntang labasan. Ngunit sa kanilang paglabas ay kanilang nalaman na umuulan pala.

Dahil ang sakayan kung saan dumaraan ang mga bus na kanilang dapat sakyan ay kailangan pang tawirin. Di na muna sila naglakad paalis. Hindi na rin nila piniling bumalik sa loob ng Mall kasi hindi nila mababantayan ang pag-ulan.

"Umaambon, upo muna tayo don." Marahang pag-aya ni Seb habang nakaturo sa isang bangko, hindi kalayuan sa kanila.

Napakaraming tao.

At napakaingay ng paligid.

Bago nga umupo ay napansin ni Seb ang bilihan ng Siopao sa harapan, ito kasi ang kanyang paboritong pagkain.

Sobrang dinig din nila ang malakas na boses ng *dispatcher* ng jeep habang nagtatawag ng pasahero. Minsan nga ay binibiro nito ang ibang

dumaraan,
"Sir, single ka? Sakto single din 'tong upuan."

at kapag babae naman ay..

"Maam, nag-iisa ka? Nag-iisa rin tong upuan, samahan mo na."

Natutuwa nila itong pinagmamasdan.

Meron ding grupo ng mga binata na napadaan sa kanilang harapan. Hindi ganoon kalayo ang edad ng mga ito sa kanilang dalawa. Ang isa nga ay labis na napatingin, at nagpapansin pa kay Asha. Ngunit nang malagpasan ng mga lalake sila Seb ay nagulat ang lahat. Bigla kasing nadulas ang isa dahil sa muling pagsulyap kay Asha.

Nahihiyang napatingin nga ang lalake kay Asha habang ang dalawa naman ay pigil na pigil sa kanilang mga pagtawa.

Tahimik nilang pinagmasdan ang maingay na paligid. Ngunit kahit gaano ka ingay ang paligid ay isang bagay pa rin ang nangingibabaw sa kanilang pandinig—
Ang mabilis na pintig na nagmumula sa kanilang dibdib.

Panakaw na sumusulyap pa si Seb sa kamay ni Asha, gusto niya sana

itong hawakan ngunit hindi niya rin makayang gawin.

Si Asha naman dahil sa pagod dahil galing pa siyang trabaho ay

napabuntong hiningang sumandal sa kanilang kinauupuan.

Nang makita ito ni Seb ay biglaan niya na lang din nalaman ang kanyang gagawin. Marahan niyang ginabayan ang ulo ni Asha papunta sa kanyang braso para dito isandal.

Hinayaan at sinunod naman ni Asha ang paggabay ng kamay ni Seb. Siya ay tila isang dahon na tinangay ng hangin at ang paglapat ng kanyang ulo sa braso ng binata ay nagbigay ng magaang na pakiramdam sa kanya. Ito ay parang unan na gusto niyang hagkan hanggang siya ay makahimbing. Gusto niya ng pahinga kaya't ang komportable niyang pagsandal ay sapat na para siya ay makapikit.

Nanatili namang pinagmamasdan ni Seb ang maingay na paligid. Kahit nga napansin niyang tumila na ang pagpatak ng ulan ay hindi niya ito pinansin. Ninamnam niya lang ang bawat sandali.

Isa, dalawa, tatlo, at ilan pang minuto ang lumipas bago dumilat si Asha. At sa pagdilat niya ay agad niyang iniayos ang kanyang pag-upo. Ang mga mata ay nakatingin sa kanyang mga paa. Nilalaro ang kanyang mga daliri. Halatang hindi mapakali at hindi rin naman nagtagal, siya ay biglang nagsalita.

Mahinhin, malambing, at pautal-utal na nagtanong.

"Why.. are we.. having.. this date ba?"

Mahina ang kanyang pagkakasabi ngunit narinig ito ni Seb. Ang katanungang narinig ay dahan-dahang bumubulong sa isipan ng binata. *Ano kaya magandang isagot? Ano ba magandang gawin?*

Inulan ng mga katanungan ang kanyang isip, nagpatong-patong ang mga at nagdulot ng pagkataranta sa kanya. Muli tuloy siyang nakaramdam ng kba.

Dahil si Seb ay hindi sumasagot, inisip ni Asha na baka 'di siya nito narinig kaya't kanyang inulit ang pagtatanong. "Uy.. Why are we having this date ba?"

Napatitig na ngayon si Seb kay Asha kaya alam na ng dalaga na narinig na siya nito kaya't tahimik na lang siyang naghintay ng isasagot ni Sebastian.

Si Seb naman na kinakabahan ay walang ibang nagawa kundi tumitig nang maigi kay Asha—\Sa kanyang namumulang mga pisngi. Sa buhok niyang mahinhin na sumasayaw sa ihip ng hangin.

Sa kanyang labi na kanyang bahagyang kagat dahil halatang siya ay kinakabahan din.

At sa mata niya na naghihintay ng kasagutan.

Tila mahikang naglaho ang labis na pag-iisip ni Seb at kusang bumuka ang kanyang bibig.

"Hindi ba't.. ipapa-realize mo sa'kin importance ng marriage?" At ang malambing at mapaglarong pagkakasabi nito ni Seb ay nagbigay ng 'di maipaliwanag na tuwa kay Asha.

Hindi ito ang inaasahang marinig ng dalaga. Sa totoo nga ay 'di niya rin naman alam kung ano ang gusto niyang marinig. Hindi niya naman kasi sinusubukan si Sebastian. Hindi ito parte ng mga nakasanayan niyang pag-uusisa katulad ng mga ginagawa niya noon sa kanyang mga manliligaw.

Siya lamang ay nagtanong dahil hindi niya alam kung ano ba talaga ang mayroon ngayon.

Kung ano ang kahulugan ng maghapon na ito.

At dahil ayaw niyang labis na mag-isip, idinaan na lang niya sa pagtatanong, nagbabakasakaling si Seb ay may kasagutan.

Ang kasagutan sa kung ano bang mayroon sa kanilang dalawa. Napangiti na lang si Asha.

At dahil tuluyan nang tumila ang ulan, sila ay nagsimula nang maglakad ni Seb papuntang sakayan.

Kahit nga buong maghapon na silang magkasama. Ang mga mata nila ay walang kapaguran at hindi nagsasawa sa pagnanakaw ng sulyap sa isa't isa habang ang kanilang mga labi naman ay nagpapahinga na kaya't tahimik at magkahawak-kamay na lang silang naglalakad.

Nang makarating sa sakayan ay masaya silang nagpaalam sa isa't isa. Nagpaalam sa napaka-makahulugang maghapon na alam nilang tatatak sa kanilang puso at isipan.

Ang maghapon na punong-puno ng mga pabaon na alaala.

Habang nakasandal nga si Asha sa bintana ng bus ay nararamdaman niya pa rin ang mainit na daliri ni Seb na dahan-dahang dumadampi tuwing siya ay mapaglarong papaluin nito sa noo.

At kay Seb naman ay ang tinig ni Asha nang siya ay mahinhin at pautal-utal na nagtanong.

Paulit-ulit itong bumubulong.

Tila musikang humehele hanggang siya ay makahimbing.

Why.. are we.. having.. this date ba.. why.. are we.. having.. this date ba

Sa Hindi Pag-Alala

[Seb's]
October 8, 2022
12:13am

"*Seb, nagkausap na kayo ni Asha?"*

Mensahe mula sa napakapamilyar na numero na ilang minuto ko nang tinititigan habang nakasakay at nakasandal sa bintana nitong van.

Hindi naman ako nag-iisip ng sasabihin dahil wala akong balak na ito'y sagutin, sadyang naaliw lang ako titigan ang linya na paulit-ulit na lumulubog at lumilitaw habang naghihintay ng letrang aking pipindutin. Sa muling pag-*vibrate* nga nitong telepono ay agad ko na 'tong pinatay, inalis ang simcard at saka itinapon sa daan. Ayoko masilayan kasi kahit na bahagya ang nilalaman ng panibagong mensahe.

Tangina 'tong si Erol, sinabi ko na ngang wag ibibigay number ko, ibinigay pa rin, naiinis kong sabi sa 'king isip.

Kaya nga ako lumalayo muna, para maiwasan kong makakita, makaalam, makarinig, o kahit makabasa man lang ng kahit na anong bagay tungkol kay Asha.

Nais ko kasing tuluyan siyang makalimutan.

Kaya ngayon ay labis akong naiinis dahil ginising ng mensahe na 'yon ang mga gunita na wala pa namang pakundangan. Kapag nagsimula na kasi itong umagos ay rumaragasa na nitong tatangayin ang lahat ng alaala pabalik sa 'kin.

Kahit nga bigyan ako ng tinatawag nilang maykapal ng ilang kahilingan ay isa lamang ang aking hihilingin—ang gabi kung kailan kami nagkakilala.
Siguradong mas makabubuti kasi 'yon sa'min. Hindi na namin kailangan pang malungkot at masaktan.

Kaso, hindi nga pala siya totoo, bulong ko sa sarili.

Kaya walang pag-asa na maibigay ang aking hiling. Kailangan ko na lang talaga tanggapin na magiging parte na ng aking hinaharap ang matinding panghihinayang na dulot ng masaya naming mga alaala.

Bigla ko ngang naipikit ang aking mga mata, paghahanda sa pabaon na kalungkutan ng pangako sanang magpakailan-kailanman. Ngunit, ang aking konsentrasyon at tila pag-iipon ng enerhiya ay dinistorbo ng mahinhin ngunit paulit-ulit na mga tapik sa 'king balikat.

"Excuse.. excuse me," sambit ng babaeng katabi.

Tinitigan ko siyang maigi. Siya naman ay ngumiti ngunit mapapansin na siya ay medyo naiinis.

Bahagyang nakakunot kasi ang kanyang noo at ang kanyang mga mata ay nagtataka habang malumanay siyang nakakagat sa kanyang ibabang labi—halatang nag-aalangan kung siya ba ay magsasalita ulit.

Wala naman akong nasabi, tulala at nanatili akong lutang sa aking kinauupuan.
At dahil hindi siya nakakita ng kahit na anong reaksyon, halatadong lalo siyang nabwisit. Bahagya siyang napa-irap ngunit nangibabaw pa rin naman ang hiya sa kanyang tono nang muli niya 'kong kausapin. "Excuse me po, bababa po 'ko.."

Nagtaka ako, bakit niya pa kailangang sabihin na siya ay babaa? Nagpapaalam ba siya? Pero hindi naman kami magkakilala. Ano bang meron? Baka gusto niya magpabantay ng gamit?

Napalingon ako sa likuran, at saka ko lamang napagtanto na kami pala ay nakaupo sa tabi ng driver seat. Mahirap nga namang bumaba sa kabilang bahagi.
Dali-dali ko binuksan ang pinto, at bumaba, kasunod ko ay mabilis siyang lumabas, halata ang bahid ng pagkairita sa kanyang mga mata. Muli akong humingi ng paumanhin, buti naman, at ngumiti siya bago maglakad palayo.

Akma na sana akong papasok ngunit bigla akong napasulyap sa kanya. Aking pinagmasdan ang kanyang paglalakad.

Magkasingtangkad sila ni Asha. Mas malaya lang ang kanyang buhok dahil madalas na itinatali ni Asha ang kanya. Mas malaman siya konti, pero mas mahinhin siya maglakad. Halatang mahilig din siya sa sneakers, katulad ni Asha ay mukhang trip niya rin i-combo 'to sa palda.

Iyan ang mga bagay na agad kong napansin. At sigurado ako, kung siya ay haharap ay mas marami pa akong maihahambing.

Bigla na lang akong napangiti, ngiti na hindi dahil sa tuwa, hindi rin dahil sa lumbay. Ngiti na kahit anong pilit ko ay hindi ko maintindihan ang sanhi, o kung ano ang hatid. Ngiti ito na nakasanayan lang. Ngiti na naging natural na reaksyon lamang ng aking mga labi sa tuwing si Asha ay aking masisilayan. At kasunod ng ngiti na 'to ay ang isang panibagong ngiti.
Ngiti na bunga nang maghalo ang tamis at pait.

Dahil—
Tuluyan ko nang napagtanto na kahit saan ako mapadpad, kahit na sino pa ang aking nakikita, at kahit na anong pilit kong kalimutan ang lahat—
Si Asha ay parati ko nang maaalala.

Till There Was You

[TPP]

Mabilis na lumipas ang mga linggo para kina Asha at Seb. Kung noon ay kinatatamaran nila ang *pagte-text*, ngayon ay madalas na nilang hawak ang kanilang mga telepono para kausapin at *mag-update* sa isa't isa. Hindi kasi sila pwedeng madalas na magkita dahil sa kanilang mga trabaho. Masyadong abala sa opisina ni Asha, at kadalasan ay gabi ang gig ng banda ni Sebastian.

Ngunit kahit na ilang beses pa lang silang nagkikita, pero dahil naging araw-araw na silang magkausap ay totoong napalagay na ang loob nila sa isa't isa. At sa lalong paglalim ng kanilang nararamdaman ay nagsisimula na ring maging hindi sapat ang pag-uusap lamang sa telepono.

. . . .

December 8, 2021

Isang tipikal na gabi para kay Seb, bukod syempre ngayong nadagdag na si Asha sa buhay niya.

Siya ay nasa isang gig, umaawit. Mas naging galing nga sa puso ang kanyang tinig, isang bagay na pansin din ng kanyang mga ka-banda at tagapakinig. Kita rin kasi sa kanyang mga labi ang mas makahulugan na mga ngiti.

(Playing: Cherry Wine - Grentperez)

Why you standing all by yourself?
Those shoes were made for dancing with someone else
Why don't we move over to that empty space?
I'll bet you twenty bucks I'll put a smile on your face
I know a place where we can

Dance the night away
Baby, we could try to
Make the world spin slower
We could take our time and
Get to know each other over cherry wine ♪

Habang umaawit si Seb ay bahagya siyang napapikit, at sa kanyang muling pagdilat, ay kanyang naaninag ang babaeng nakatayo sa isang sulok ng bar, nakangiti habang mahinhin na kumakaway. Nang masilayan nga ito ng binata, ay agad na dinalaw ng ngiti ang kanyang mga labi. Mapaglaro at malambing niya rin itong kinindatan.

"Thank you."

Nang matapos ang kanta at pagpapasalamat ni Seb, ay agad siyang dumiretso sa kinaroroonan ni Asha. Habang papalapit ay dahan-dahan ding napapangiti ang kanyang mga mata. Ngunit, nang makaharap niya ang dalaga ay hindi siya nakapagsalita. Kinikilig niya lang na tinapik 'to sa noo.

Si Asha naman na halatang kinilig din ang unang nagbitaw ng tinig. "May pakindat-kindat ka pa kanina, tapos ngayon 'di ka makapagsalita," pang-aasar nito kay Sebastian.

Muli itong tinapik ni Seb sa noo at saka nagtanong. "Kumain ka na ba?"

"Not yet, treat mo'ko?"

"Tara..."

Magkahawak-kamay silang nagkwentuhan habang naglalakad. Tuwang-tuwa na pinakinggan ni Seb ang mga kwento ni Asha. Karamihan ay tungkol sa trabaho, tila naging *stress reliever na* siya ng dalaga. May pagkakataon na biglang matatawa si Seb, dahil akala niya ay tapos na ang kwento ni Asha, ngunit saglit lang pala itong titigil para huminga. Hindi nga siya makasingit dahil bigla-biglang dudugtong si Asha ng *"at alam mo ba,"* o *"at eto pa..."*

Nang makarating na sila sa kanilang ka-kainan ay talagang namangha si Asha.

Ang kainan kasi ay isang parke na punong-puno ng mga tent na nagliliwanag dahil sa samu't saring makukulay na mga ilaw. Ang mga tent naman ay puno ng mga tindahan ng iba't ibang uri ng pagkain, na malayang pagpipilian ng mga nagugutom na bisita.

Mula sa mga *fried foods* na tinatawag ding tusok-tusok para sa mga gusto lang mag-meryenda, iba't ibang klase ng putahe na masarap ipares sa kanin o tinapay sa mga gustong maghapunan, 'di mabilang na flavor ng inumin, hanggang sa mga matatamis na panghimagas—sorbetes, salad, mga prutas, at marami pang iba. Pagkatapos naman makapili ng mga bisita ng kanilang kakainin ay komportable silang makakapwesto sa mga lamesa at upuan sa paligid. Kung sabado nga sana ngayon ay mayroong pang mga banda na tumutugtog sa entablado na libreng mapapanood ng lahat. Ngunit, dahil miyerkules pa lamang ay bakante ito, liban sa malaking mga speaker na naghahatid ng masiglang tugtugin.

Ang parke ay totoong napupuno ng masayang mga ingay—mga kwentuhan at tawanan ng bawat bisita na may mga sariling mundo kasama ang kanilang mga kaibigan, kapamilya, o kasintahan.

Tuwang-tuwa na nag-ikot sina Asha at Seb, naghahanap ng gusto nilang kainin. Sa kanila ngang pagmamasid-masid ay biglang sabik na sabik na napasigaw ang dalaga. "Isaw!" Para itong bata na naluluha pa ang mga mata sa galak nang makita ang mga iniihaw.

Nakangiting nagtanong si Seb, "Ano pa?"

"Ikaw na bahala, basta buy me isaw!" Gigil na gigil na tugon nito sa kanya.
"Okay, gusto ko ng bulalo."

"Basta lots of isaw!"

Nang makabili ng kanilang pagkain ay agad silang umupo hindi kalayuan sa entablado. Dito ay talagang dinig nila ang mga awiting tumutugtog. At dahil sila ay parehas nang nagugutom, ay kaagad din silang kumain at muling nagkuwentuhan.

"Nga pala, uuwi si Dad sa birthday ko, so dapat siguradong pupunta ka."

Nakangiting tumango si Seb.

"Pag 'di ka pumunta, 'di na kita kakausapin ulit."

"Noted po, Ma'am."

"Saka ipapakilala kita sa kanya, so better be ready."

Nang-aasar naman na nagtanong si Seb, "Ano mo ako ipapapakilala?" "Syempre as manliligaw, sinagot na ba kita?" Na-asar na sagot ni Asha. Napabungisngis ang binata, si Asha naman ang nagtanong. "Ikaw, kailan mo 'ko ipapakilala sa mga parents mo?"

"Hmm.. Pag isipan ko.."

"Siguro marami ka nang pinakilala sa Parents mo," nantutuksong panghuhuli ng dalaga.

"Wala pa akong pinapakilalang babae sa kanila."

"Weh?"

Nginitian lang siya ni Seb, sabay tangkang kumuha ng stik ng isaw sa plato ngunit biglang tinabig ni Asha ang kanyang kamay. "That's my isaw!" Masamang titig ng dalaga.

Nang makita naman ni Seb ang tila batang reaksyon ni Asha ay pigil na pigil itong napatawa.

"So ilanng babae na ba dinala mo sa bahay at pinakakilala sa parents mo?" Muling tanong ng dalaga.

"Ang kulit mo, wala pa nga."

"Eh—h, ba't wala pa?"

"Kasi wala pa. Wala naman nang ibang rason pa."

"Or maybe, dahil isa lang naman ang habol mo sa kanila?"

"Ha?" Patay malisyang tugon ni Sebastian.

"Oh, please, you know what I'm talking about," sambit ni Asha bago

kagatin ang isaw para matanggal sa stick at nguyain.

"Ba't 'di mo na lang diretsong sabihin?"

"Physical intimacy.. 'Di mo naman siguro ikakaila, no?"

"Bakit kapag kausap kita, pakiramdam ko lagi akong nasa hotseat." Pagkatapos ngumuya ay mapaglarong ngumiti si Asha, "Hindi ka pa ba sanay?"
"Nasasanay naman na." Nakangiting pag-iling-iling naman ni Sebastian. "Good, so tell me na, bakit wala ka pang ipinapakilala sa parents mo, dahil ba…"

"O, ano nanaman 'yan, ituloy mo."

"Wala pala, nevermind."

"Tapos bigla kang matatakot magtanong.."

"Para namang sasagutin mo?"

"Try mo, ano ba 'yon?"

"When was the first time you had sex? And kailan naman ang last?" Natawa si Sebastian, bahagya nga siyang napailing at napahawak sa kanyang noo. "Mga tanungan mo, eh, no? Tas dalawa agad."

"Tapos ngayon magrereklamo ka.." Pagkunot ng noo ng dalaga. "Kailan nga ba 'yong una... third year highschool yata? Di ko masyadong matandaan na. Basta 'yong huli naman ay netong September lang." "Seryoso ba? Hindi mo man lang natandaan kung kailan ang una mo? Hindi ka ba nanghihinayang?"

"Nanghihinayang sa?"

Diretsong tumitig si Asha. "Na hindi meaningful and memorable ang first mo."

Napatingin din nang diretso si Seb, bahagyang nakangiting nantukso. "Pakiramdam ko, ikaw ang nanghihinayang."

Hindi naman pinansin ni Asha ang pang-aasar ni Seb, siya ay muli lang nagtanong. "Ba't 'di ka nanghihinayang? Happy ka na ba when you do it with anyone? Hindi ba't masarap sa feeling if you did it with someone you really love?"

Sandaling natahimik si Seb, humigop ng sabaw, ibinaling saglit ang tingin sa paligid saka muling tumingin kay Asha. "Ano ba ang paninindigan mo pagdating sa physical intimacy?"

"Syempre it will be with someone I really love, someone I really care about. Tapos dapat after getting married lang."

"Kahit kiss?"

"I mean, making love..." Saglit na tumigil si Asha, mapang-akit na ngumiti kay Seb bago itinuloy ang sinasabi. "Sa kiss siguro, basta na-feel ko lang."

"Pagbibigyan mo sa first base, pero hindi sa homerun. Nakakaawa naman ang lalakeng 'yon kung sakali," pag-iling ni Seb.

"Maswerte na nga siya at pagbibigyan ko siya sa kiss kahit hindi pa kami kasal. Tapos nakakaawa pa siya for you?"

Napangiti si Seb, pinipisil-pisil ang kanyang ibabang labi habang maiging nakatitig kay Asha, isa o dalawang segundo siyang nakatitig bago nagsalita. "Hindi ko lang ma-i-imagine kung papaano magpipigil ang lalakeng 'yon sa panggigigil sa'yo."

Mapang-akit na ngumiti ulit si Asha. "So that guy must be good sa pag-handle ng gigil niya. Baka naman sa iba niya gawin dahil 'di ko pinagbibigyan."

Bahagyang inilapit ni Seb ang kanyang mukha, inabot ang noo ng dalaga, at paulit-ulit na mahinhing pinitik habang nakatitig. "Duda ‘ko. Sa tingin ko kapag hinalikan mo na ang lalakeng 'yon, ikaw na lang ang hahanap-hanapin niya."

Nang marinig iyon ni Asha, ang kanyang mga dimpol ay nagising at tila mga bituin na nagbigay ng mamula-mulang kulay sa kanyang pisngi. "Ilang babae na ang nakuha mo using that line, Mister?”

"Kung makukuha kita, ikaw ang una."

At sa lubhang mapang-akit na tono sumagot si Asha. “Do you want me right now?"

Kahit nga lubhang epektibo ang pang-aakit ni Asha, pinilit pa rin ni Seb na huwag itong ipahalata. "Depende. Kung alok ba yan o nang-aasar ka lang."

Humalakhak naman bigla ang dalaga. "Syempre naman, I’m just teasing you. Marami ka pang pagdadaanan. Dapat contented ka na muna sa holding hands."

Nasasabik na napangiti na nga lamang si Seb sa hangin, halatadong lubhang epektibo ang panunukso ni Asha.

Dugtong na tanong naman ni Asha. "So ikaw naman, if you will introduce me sa parents mo, paano mo ‘ko ipapakilala?"

“Ganito…” Napangisi ang binata. "Ma, si Asha nga pala, 'yong nakwento ko na may crush sa’kin. Kinuha niya pa number ko sa mutual friend namin para lang makausap ako.”

Kumunot ang noo ni Asha, "Ay wow. Ang kapal po ng mukha niyo, oh, mga kaibigan.”

"O bakit? Totoo naman ang sinabi ko 'di ba?"

"Oh, please, sino kaya 'tong grabe makatitig, 'ang ganda ng kantang yun 'no?'" Panggagaya niya sa tono ni Sebastian.

Talagang napabungisngis si Seb, pabiro siyang tinitigan nang masama ni Asha. Ilang segundo silang tahimik bago muling nagtanong nang seryoso si Asha.

"Pero.. Na-iimagine mo pa ba ang sarili mo having sex with other women?"

"Bilhan mo kaya ako ng beer, pang-inuman 'yang mga tanong mo, eh," natatawang tugon ni Seb.

"Nope. I want to hear your answer while sober. Mas ramdam ang sincerity."

"Lasing man ako o hindi, naka-set na ang pagiging honest ko."

"Wala naman akong sinabing 'di ka honest. Ramdam ko rin naman ang sincerity mo."

"Oh, bakit mo pa itatanong 'yon, kung nararamdaman mo naman pala ang sincerity ko?"

"Syempre, I can't help to think lang na gagawin mo pa rin 'yon with other women, dahil sanay ka lang na ginagawa 'yon without feelings involve."

"Na-ja-judge na pala 'ko."

"Oo, ji-na-judge kita sa part na yan."

"Ano po ba ang kailangan kong gawin para 'di mo na isipin ang ganyang bagay?"

"Mag-promise ka."

"Promise."

"Di ko feel.. Hmm.. Ganto.. sabi sa mga stories noon, if mag pa-promise, dapat may isang bagay na sobrang important sa'yo na involve.. so kapag nag-break ka ng promise, you'll end up losing that thing."

"Bale dapat mag-promise ako sa pamamagitan ng isang bagay na sobrang importante sa'kin ngayon."

"Yep."

"Okay, gets. Sige pikit ka."

"Bakit naman? Ay.. ayoko nga. Baka bigla mo akong i-kiss."

"Loko, hindi kita hahalikan, dali pikit ka."

Pumikit naman si Asha, kanya ring tinakpan ang kanyang mga labi para hindi makapagnakaw ng halik ang binata. At ilang segundo lang mula nang siya ay tuluyang pumikit.

Narinig niya ang napakalambing na tinig ni Sebastian.

Promise, 'di ko na gagawin 'yon ulit sa iba.. Wag ka na mag-overthink.. I love you.
Labis ang tuwang naramdaman ni Asha nang marinig ang mga sinabi ni Seb. Hindi nga niya napigilan ang sarili at binuksan niya na agad ang

kanyang mga mata. At sa kanyang pagdilat.. nakita niya kung papaano siya pagmasdan ni Seb..Biglang nga itong nagsalita pa, "Ito ang unang beses na sinabi ko ang mga salitang 'yon. Kung ano mang meron tayo ngayon, iyon ang something na ayokong mawala, kaya 'di ko sisirain ang pangako ko."

Kinikilig na napangiti si Asha. "Ulit! I want to hear it again." "Ang alin?" Patay malisyang tugon ni Seb, alam niya naman kasi kung ano ang tinutukoy ng dalaga—ang tatlong makahulugang salita. "Yung ano.. yung three words," mahinhing paglalambing ni Asha. "Ayoko nga, kaya nga kita pinapikit."

Mapang-akit at mapang-asar naman na sumagot si Asha, "You don't want to hear my answer?"

At nang marinig 'yon ni Sebastian ay agad siyang naapektuhan ng isang 'di maipaliwanag na mahika. Siya ay napahinga nang malalim bago muling sabihin ang nais ulit na marinig ng dalaga. "I love you."

At nang muli naman itong marinig ni Asha, ay lubos ang kanyang ligaya. Bakas ang lubos na tuwa sa naluluha na mga mata.

Ngunit—
Hindi gaya ng sinabi ni Asha, hindi niya ibinalik ang tatlong salita na ito kay Seb.

Ang binata nga ay napangiti na lang. "Sabi na nga ba, it's a trap." Ang dalawa ay lubos na napangiti habang nakatitig sa isa't isa. Ngunit ilang saglit lang din ay binasag ng isang kanta ang kanilang pagtititigan. *(Playing: Till there was you by The Beatles)*

Nang marinig ang intro, ay sabik na sabik na tumayo si Asha. "This song! Do you know this song?!"

"Medyo? Bakit?"

"Tara, sayawin natin!"

"Sayawin? Saan?" Naguguluhang tanong ni Seb.

At hinatak ni Asha si Sebastian. "Right here and right now!".

Lalong nagtaka lang si Seb. "Baliw ka ba?" Pagtawa niya.

"Diyan sa stage. Bilis!" .

Dahil hindi mahatak ni Asha si Sebastian, at sa isip ng dalaga ay mabilis at maikli lang ang kanta. Naisipan na lang nito na magbigay ng isang lubhang nakatutuksong alok. "I'll kiss you after natin sumayaw! Dali—i!" Nang marinig naman ito ng binata ay hindi na siya nakapalag. Tila lumakas si Asha dahil nakaya nitong hilahin si Seb paakyat ng entablado. At walang sinayang na oras, agad na humawak si Asha sa balikat ng binata, at dahan-dahan itong ginabayan sumayaw.

"Pucha, nakatingin silang lahat sa'tin," nahihiyang reklamo ni Seb.

"Ba't kasi sa kanila ka nakatingin?"

"Hindi kasi ako marunong sumayaw, tingnan mo, para akong tanga." "Ang importante, kasayaw mo 'ko."

Ang pintig ng kanilang mga puso ay sinabayan ang mabilis na ritmo ng kanya.

Napatitig ng diretso si Seb kay Asha; sa unang mga segundo nga ay talagang nahihiya pa siya kaya't naibabaling niya ang tingin sa kanyang mga paa, ngunit hindi rin naman nagtagal ay talagang sinulit na ng kanyang mga mata ang napakagandang imahe na kanyang nahahawakan. Dahil sila ngayon ay nasisinagan ng mga ilaw, talagang klaro ang bawat detalye sa mukha ng dalaga. Madalas kasi, ay pahapyaw at panakaw lang siya tumitig ngunit ngayon ay talagang bukod-tangi, ilang sentimetro lang kasi ang pagitan ng kanyang mga mata sa mukha ni Asha.

Siya ay tuluyan nang nahulog. Ilang saglit lang din ay naglaho na ang nararamdaman niyang hiya. Hindi na niya alintana ang lahat dahil isang bagay na lang ang kanyang iniisip.

Ang halik ni Asha.

At kahit na alam niyang hindi totoo ang pangakong halik nito. Hindi pa rin maalis sa kanyang sarili ang umasa at manabik. Siya ay lubos na nasasabik na mahaplos ang mga labi ni Asha.

Habang si Seb ay nalulunod sa mukha ni Asha. Si Asha naman ay bahagyang natatawa. May pagkakataon kasing natatapakan siya ni Seb. Kapag nga siya ay natatapakan ay bahagya niyang kinukurot ito, ngunit hindi naman napapansin ng binata. Pero kahit hindi nagtutugma ang kanilang pagsayaw, hindi rin maitatanggi ni Asha ang kasiyahang nararamdaman. Tila mas lumalim nga ang mga lumitaw na dimpol sa kanyang mga pisngi. Kung magiging tapat nga lang siya sa kanyang sarili, ay gustong-gusto niya nang yakapin ang kanyang kasayaw, ngunit, pinipigilan niya ang damdamin na nag-uumapaw dahil marami ang nakatingin.

At dahil maikli lang ang kanta, ay agad din itong natapos. Sa pagtatapos, si Asha ay tila napahawak sa hangin dahil siya ay hindi nakabestida, bagkus ay nakapantalon, nang siya ay mahinhin na yumuko sa harap ni Seb.

Ang binata naman na nakakulong pa sa kanyang sariling mundo ay biglang nagising sa ginawa ni Asha at bahagyang yumuko rin. Tila naglaho ang lahat ng tao sa paligid. Masaya pa silang nagtitigan at nagtawanan bago maisipang bumalik sa kanilang kinauupuan. At habang pabalik, si Seb ay nagsalita. "Nasaan na ang kiss?"

"Did I promise?"

Kahit bigo, bakas pa rin nag kasiyahan sa mga mata ng binata. Ngayon kasi ay nakatatak na sa kanyang memorya ang nakakabighani at masayang mukha ni Asha habang nasisinagan ng magagarang mga ilaw. "Sabi na." Dismayado ngunit nakangiti niyang tugon.

Napangiti rin si Asha, at hinawakan ang kamay ni Seb. Katulad kanina ay hinila niya na ito pabalik. Ngunit bago pa man sila tuluyang makababa, sa may hagdan, siya ay biglang humarap sa binata, hinawakan ang isa pang kamay nito at dahan-dahang hinatak palapit sa kanya. Siya ay tumingkayad—
At sa sumunod na segundo ay naglapat ang kanilang mga labi.

Pabaon ng mabilisang halik na ito ni Asha ay, "I love you too."

Tila tumigil ang oras para sa kanilang dalawa.

Si Seb nga ay labis na nabigla; Tuliro at walang malay.

Si Asha naman ay mabilis na tumalikod at naglakad palayo. At dahil napansin niyang si Seb ay nananatili pa ring nakatigil sa kinatatayuan, pasigaw niya itong tinawag.

"Mamaya ka na managinip, tara na!”

What Reminds Me of You

[TPP]
December 17, 2021

Kaarawan ngayong araw ni Asha, at sinundo siya ni Sebastian sa kanilang opisina upang magkasabay silang pupunta sa bahay ng dalaga. Doon kasi magaganap ang simpleng pagdiriwang, naghihintay na nga ang mga kaibigan at pamilya ni Asha doon kasama ang munting pasurpresa at paghahanda.

"Happy birthday! Regalo ng officemates mo?" Tanong ni Seb nang mapansin niya ang dalang regalo ni Asha.

"Nagpa-cake lang sila, itong regalo, galing kay Sir Ian. Ikaw, nasaan ang gift mo?"

"Ako, 'di pa ba ako considered na regalo?"

"Considered naman. Pero gift ka noong October 23, so nasaan ang para sa birthday ko?"

Nagsimula na silang tumawid papuntang sakayan at saka sumagot si Seb. Tila nagtatampo nga ang tono nito nang magsalita. "Akala ko araw-araw akong regalo para sa'yo."

"Birthday ko ngayon! Tapos ikaw ang magtatampo?" Bungisngis ng dalaga.
"Nandon na, nauna na sa inyo. Baka magtampo ka pa," pagtawa naman ni Sebastian.

Saglit nga siyang tinitigan ni Asha, naniningkit ang mga mataga. "E, ba't ikaw, 'di na lang dumiretso don?"

"Gusto lang kitang sunduin. Ayaw mo ba?"

"Sus! Takot ka lang kasi nandon na si Dad!"

Ilang araw na rin nang makauwi ang ama ni Asha. Di nga muna agad dumalaw si Seb sa kanila dahil malapit naman na raw ang kaarawan niya. Doon na lang raw siya magpapakilala. Sa isip kasi ng binata ay mas magandang gawin 'yon dahil siguradong nasa magandang mood sa araw na 'yon ang ama ng dalaga. Sa totoo nga ay medyo kinakabahan siya, 'di niya kasi alam kung magugustuhan siya ng ama nito. Lalo na't baka nakwento ni Asha ang mga ginagawa niyang pambababae noon.

. . . .

Pagkarating ay agad na sinalubong sila ng mga kaibigan ni Asha. Nag-half day nga ang mga ito para lang mauna at maiayos ang kanilang mga surpresa at regalo sa kaibigan. Sa may gate pa nga lang ay may mga nakasabit ng mga lobo. Pagkapasok naman ay talagang mas natuwa si Asha dahil sa simpleng dekorasyon at masasarap na mga pagkaing nakahain, at syempre, sa mas marami pang mga lobo.

Ang alaga niya ngang si Joey ay nakasuot pa ng makulay na damit, at naka *birthday cap*, tila alam din nitong kaarawan ni Asha nang sabik na sabik itong bumati.

Ngunit ang talagang pinaka-nagpasaya kay Asha ay ang pagiging kumpleto nila. Kahit kasi ilang araw na nang makauwi ang kanyang ama ay ngayon niya lang ito makakasama pa talaga dahil sa kanyang trabaho. Isa pa ay may mga pinuntahan din ito noong mga nakaraang araw.

Silang lahat ay biglang nagtipon at sabay-sabay na binati si Asha. "Happy Birthday!" Sabay itinuro ang mga regalo na maayos na nakasalansan sa may lamesa malapit sa hapagkainan. Si Asha naman na bahagyang naluluha na sa tuwa ay patakbong lumapit. Isa-isa niyang hinalikan ang lahat sa pisngi at niyakap.

Kay sayang eksena, napangiti na nga lang si Seb habang pinapanood silang lahat. Ngunit habang tahimik niyang pinagmamasdan ang masayang kasintahan, ay napansin niya ang isang lalakeng papalapit. Matangkad, moreno at may malapad na balikat na tugma sa malaki nitong mga braso. Lamang nga ng ilang pulgada ang tangkad nito kaya bahagya siyang napatingal at nasindak.

At nang makalapit, seryoso at nakakatakot na tono ang agad nitong ibinungad. "Ito ba ang manliligaw mo, Asha?"

Bahagyang nanginig ang binata, at dahil kinakabahan ay pautal-utal ang naging kasagutan. "Ay tito.. m—magandang h—"

Ngunit, 'di nito pinatapos si Seb, bagkus ay mas nilakasan pa ang boses nang muling magtanong. "Asha, ito ba?"

Si Asha na abala sa pakikipagusap sa kanyang mga kaibigan at kanyang lola ay sumagot, "Yes, Dad, It's him."

At sa pagkakataon ngang ito ay 'di na nagawang magsalita ni Sebastian. Natahimik na lang habang pinagmamasdan siya mula ulo hanggang paa ng ama ng dalaga. Siya ay tila tutang napagalitan na nakatayo sa may pintuan. Ang kanyang palagiang may kumpiyansang postura ay nawala, at ngayon ay parang gagamba na tumiklop at natapakan. Di makatingin, pilit na ibinabaling ang ang paningin dahil sa nanlilisik na titig na mga matang nakatitig sa kanya. At sa sumunod na narinig siya ay nabigla. "Asha! Wala naman pala 'tong manliligaw mo, matatakutin."

Si Seb na nagtataka kung ano ang gustong ipahiwatig ng ama ng kasintahan ay 'di muna umimik. Siya ay tumingin at nag-obserba muna sa ngayong tahimik na, na paligid. Nakatitig silang lahat sa kanilang dalawa at siya ay bahagyang na-asar sa kanyang nakita. Halata kasing nagpipigil ng tawa silang lahat, habang siya tila maiihi na sa kaba.

At sa muli niyang pagtitig sa ama ni Asha, ito ay nakangiti na sa kanya. "Ikinagagalak kong makilala, Seb" kasabay ng pag-abot ng kamay sa binata.
Nag-aalangan namang inabot ito ni Seb, halata ngang siya ay nasisindak pa. Nanginginig pa rin ang boses nang magsalita. "M—agandang hapon po, T—ito."

"Oh, baka maihi ka sa salawal niyan. Tara na, lumapit ka na doon at nang makuhaan ko na kayo ng litrato."

At sa paglapit ni Seb ay asar na asar niyang tinapik si Ashaa. Habang ang dalaga naman ay tawa nang tawa at agad na tinukso ang binata. "Nakalimutan ko pa lang sabihin sa'yo, bilin ni Dad, na magdala ka ng extra na pants para kung sakaling maihi ka raw."

Si Seb naman na nakahinga na nang maluwag ay lalong na-asar kaya't mahina at mabilisan niyang kinagat ang dalaga sa balikat.

"Dad, oh!" Nakangiting sigaw ni Asha.

"Kaya pala ang galing galing galing galing mong mang-asar."

"I know, right."

"Mamaya na kayo mag lampungan, tingin na muna sa cam," biglang singit ni Iya.

At nagsimula na silang kumuha ng mga larawan. Meron ding video habang masayang kinakantahan nilang lahat si Asha ng *Happy Birthday*. Pagkatapos manalangin ay nagsimula na rin silang kumain. Habang masaya at punong-puno ng tawanan na nagkukwentuhan sila, ang ama naman ni Asha na natapos na rin kumain at kumuha ng mga larawan ay lumapit kay Sebastian at nagsalita. "Kwento ni Asha malakas ka raw uminom."

"Di naman po masyado, Tito."

"Tara, hayaan mo muna mag-bonding 'yang mga babae dito. Inom tayo don."
Nakaturo siya sa lamesa sa hardin, malapit sa swing. Halatang nakahanda na nga ito para sa kanila dahil sakto at dalawa lamang ang upuan na nakatayo doon. Mayroon na ring *ice box,* mga baso, at bote ng isang mamahaling alak, at ang tanging kulang na lamang ay ang pulutan, na ngayon ay inihahanda nang dalhin ng ama ng dalaga.

"Dami naman po yata niyan, Tito," pabirong sambit ni Seb nang makita niya ang mga dala nitong pagkain.

"Marami na ba? Kukulangin pa yan, baka mapahaba ang usapan natin tapos baka malakas kang mamulutan."

Ngumiti si Seb at nag-alok na tumulong na lang sa pagdadala ngunit tinanggihan naman nito at pinadiretso na agad siya doon para umupo. At habang nakaupo siya mag-isa ay muli siyang nakaramdam ng kaba. Sa kanyang isip ay planado na ang mga susunod na mangyayari, siguradong may nakahandang mga katanungan sa kanya ang ama ni Asha. *"Maging natural ka lang, maging natural ka lang,"* paulit-ulit niyang bulong sa sarili. Bahagya tuloy siyang napangiti nang kanyang mapagtanto ang mga sinasabi niya sa kanyang isipan. Hayskul pa kasi siya noong huli niyang mahuli ang kanyang isip na pinakakalma nang ganito ang sarili. Ang nakatatawa pa ay hindi isang babae ang kanyang makahaharap, kundi isang lalake, ama ng kasintahan. Ang pagpapakilala sa magulang ng isang babae ay isang bagay kasi na ngayon lang niya ginawa.

Pagkalapit ng ama ni Asha ay agad itong umupo sa kanyang harapan. Binuksan ang bote ng alak, nagbuhos sa dalawang baso, nilagyan ng yelo, ang isa ay kanyang iniabot kay Seb habang mabilis naman nitong ininom ang isa pa. At agad itong nagtanong, "Alam mo na ba ang pangalan ko?"
"George po 'di ba? Yun po ang pagkakabanggit ni Asha," magalang ngunit naiilang na sagot ni Seb.

"Oh? 'Yan lang ba binanggit niya sa'yo?"

Si Seb naman na nagtaka sa kanyang katanungan ay nagtanong rin, "O-po, 'yon lang naman po sabi niya. Bakit tito, hindi po ba 'yon ang pangalan niyo?"

"Tama naman, pero hindi lang kasi 'yon. May Sebastian din sa pangalan ko."
"Talaga po ba?!" Namamanghang tanong ng binata. "George Sebastian po?"
"Baliktad, Sebastian George. Pero hindi ko ginagamit ang Sebastian. Ikaw? Sebastian lang 'di ba?"

"Opo, tito. Yun lang lang.. Bakit po pala 'di niyo na ginamit 'yong Sebastian?"

"Mas maganda lang sa pandinig ko ang Jorge, do'n na rin nasanay lahat ng kakilala ko.. O bale Sebastian, kamusta naman kayo ng anak ko?" Napangiti nga si Seb kung papaano binanggit at binigyan nang diin ang kanyang pangalan. Mabilis din siyang sumagot sa biglaang tanong sa kanya. "Okay lang naman po."

"Ano bang plano mo?"

Sa kanyang narinig ay bigla siyang nagtaka, habang nag-iisip nga ay ininom na niya ang alak na naghihintay sa kanyang baso bago tumugon, "Anong pong ibig niyo sabihin?"

"Naalala ko lang kasi ang kwento ni Asha kung papaano kayo nagkakilala. Yung naging unang pag-uusap niyo. Ang nabanggit niya kasi, 'di ka raw naniniwala sa diyos kaya wala kang balak pumasok sa religion bukod pa don yung hindi mo paniniwala sa konsepto ng pagpapakasal." Nang makita nga ni George ang baso ni Seb ay muli niya itong nilagyan ng alak. At kaagad ngunit dahan-dahan naman itong ininom ng binata para makakuha ng ilang segundo para makapag-isip nang mabuti kung ano ba ang kanyang dapat sabihin. Ngunit habang nag-iisip ay muling nagsalita si George. "Gaano mo ba kamahal si Asha?"

Nabulunan si Seb sa narinig. Di pa man siya nakapagsasalita ay dinagdagan ulit ni George ang kanyang sinasabi. "Kung mahal mo siya pero wala kang balak magpakasal, hindi ba't napaka-komplikado no'n para sa inyo?"

Si Seb ay huminga muna nang malalim, diretsong tumingin muna sa ama ni Asha na diretsong nakatingin din sa kanya habang naghihintay ng kanyang isasagot. "Hindi po ba masyado pa pong maaga para pag-usapan at isipin ang mga ganoong bagay?"

"Hindi ba't mas maganda isipin 'yan habang maaga?"

Hindi nakaimik si Seb. Bigla niya kasing napagtanto ang kahalagahan ng bagay na iyon kaya inulan ng mga katanungan ang kanyang isipan. Dahil parehas sila ni Asha na ngayon lang pumasok sa isang relasyon ay parehas nilang ipinagwalang-bahala ang salungat nilang paninindigan. *"O baka ako lang..." pagbubulay-bulay ng kanyang isip.* Baka siya lang ang nagsasawalang-bahala sa mga bagay na iyon, habang si Asha naman ay madalas itong iniisip, baka nga dahil talagang binabagabag siya ng problema na ito ay humingi na siya ng payo sa kanyang ama. Baka 'yon ang dahilan kung bakit sila ngayon nakaupo dito at nag-iinuman. Ang kanyang pag-iisip ay naputol nang biglang magsalita ulit si George.

"Oo, halos dalawang buwan pa lang kayong magkakilala pero sa tingin mo ba nakadepende yan sa tagal? Hindi ba't kadalasan, simula pa lang ay maaari mo nang malaman kung gugustuhin mong makasama nang matagal ang isang tao?"

Napangiti si Seb. Aminado rin kasi siyang totoo ang sinasabi ng kausap. Napatunayan niya kasi ito nang makilala niya si Asha.

Muling nagpatuloy si George sa pagsasalita, "...kaso yun nga, may mga bagay na nakakaapekto sa nararamdaman natin, at doon de-depende kung kung lalo bang lalalim ang nararamdaman natin para sa taong 'yon." Ininom muna nito ang nasa kanyang baso bago pumitas ng bahagi ng inihaw na bangus bago dugtungan ang sinasabi. "Hindi ko naman na itatanong kung bakit naging ganon ang paninindigan mo, pero ang payo ko, ngayon pa lang, dapat mo nang pag-isipan nang mabuti ang bagay na yan."

Saglit muna silang tumahimik nang makita nilang papalapit si Asha sa kanila. May dala itong isang pitsel ng tubig. Agad naman din itong umalis pagkatapos ilapag ang dala-dala at saka nagbiro. "Wala pa sa kalahati? Ang hina niyo naman!"

Si Seb naman ngayon ang nagtanong. "Tito, paano po kung araw-araw ko iparamdam kay Asha na mahal na mahal ko siya. Hindi naman na po pumasok sa isip ko mambabae kailanman. Ibibigay ko naman po kung anong makakaya ko pagdating sa pangangailangan at mga gusto niya. Kaso iyon nga po, ayaw ko po magpakasal, hindi pa po ba magiging sapat 'yon?"

Napangisi si George sa narinig niyang katanungan ng binata. "Paano kung hindi ka pagbigyan ni Asha kailanman?"

Kahit na may ideya na si Seb sa kung ano ang tinatanong ni George ay patay malisya pa rin siyang nagtanong, "Pagbigyan po sa alin?"

"Pu-cha! Wag kang magmaang-maangan."

Bahagyang natawa nga si Seb, "Ang hirap naman kasi isipin non, Tito."

"O 'di ba ang hirap? Pero pilitin mong isipin.

Ang pinaka mamahal mong babae, mahal na mahal ka rin. Ibinibigay naman niya lahat ng makakaya niya para maiparamdam sa'yo 'yon. Ipinagluluto ka, inaasikaso, at kung ano pa mang mga bagay na pwede niyang gawin para mapasaya ka. Kaso 'yon nga, hindi niya kaya pagbigyan ka sa bagay na 'yon. Sa tingin mo ba magiging sapat iyon sa'yo, makukuntento ka ba sa kung anong meron sa inyo?"

"Bakit niya po muna hindi ibibigay?"

Muling napangisi si George, "Tapos ngayon ikaw ang magtatanong ng ganyan. Katulad ng dahilan mo kung bakit ayaw mo magpakasal, kung ano man yang bagay na ikinatatakot mo."

Talagang natameme nga si Seb sa kanyang narinig. Wala siyang ibang nagawa kundi magbigay ng isang nahihiya na pagngiti.

"Kahit na ibigay pa ng isang tao ang lahat ng makakaya niya, pero kung ipagkakait niya ang isang bagay na talagang gusto mong makuha, sa tingin mo ba totoong magiging masaya ka? Sa tingin mo ba makukuntento ka?"

Di pa rin umimik si Seb.

"Eh, ikaw nga bilang lalake, kung tutuusin pwede mong makuha yan sa ibang babae.. Pero syempre iba pa rin kapag ang babaeng mahal na mahal mo ang ka-sex mo. Bilang lalake, pangarap natin yun eh! Yung tuwa natin talagang aabot hanggang langit kapag nakuha na natin sila."

Agad namang na-ilang si Seb. "Tito, si Asha po ang pinaguusapan natin, ah."

"Ano naman? Hindi naman na kayo bata para ilayo pa sa ganyang mga usapan. Mas maganda nga at maging handa na kayo sa bagay na yan." Napangiti na nga lang sa hangin si Seb. "Nakakatawa nga po talaga isipin no? Di po talaga natin maitatanggi na pangarap natin 'yon."

"Oo, ano pa bang mas hihigit para sa 'ting mga lalake 'don. Pero sa mga babae, kasal ang katumbas ng bagay na 'yon. Yan ang pinaka-pinapangarap nila." Muli itong uminom ng alak bago magpatuloy "Iyon ang pinaka pero maraming hahanapin pa ang mga 'yon sa isang lalake," humahalakhak nitong dagdag.

Tumawa lang naman din si Seb. Muling nagsalita si George. "Sa totoo nga, gustong-gusto kitang gisahin. Tangina kasi, tagal kong hinintay ang pagkakataon na 'to. Manggisa ng lalakeng nanliligaw sa anak ko Kaso hindi naman nakapagdala noon si Asha ng kahit na sinong manliligaw niya. Makabawi man lang sana kahit kakaunti sa dinanas ko non sa Tatay ni Audrey."

"Audrey? Mama po ni Asha?"

"Oo, Si Audrey nga. Di pala nabanggit ni Asha ang pangalan niya sa'yo?" "Hindi po kasi namin masyadong napag-uusapan, hindi ko na rin po tinanong. Basta ang sabi niya hindi naman daw po kasi kayo masyadong nagkukwento rin tungkol sa kanya."

Malungkot na ngumiti si George sa kanya. "Oo, 'di ko rin kasi talaga kayang ikwento sa kanya."

Nang makita nga ni Seb ang naging reaksyon ni George ay talagang damang-dama niya ang lungkot sa mga mata nito. Hindi na nga niya nagawang magtanong pa, ibinaling na lang ang tingin sa mga bulaklak sa hardin bago inumin ang laman ng kanyang baso. Kaya't nagulat siya nang alukin siya ni George. "Gusto mo bang i-kwento ko sa'yo?" "Sigurado po ba kayo?"

"Kaso mahaba 'yon, papakinggan mo ba lahat?"

Ngumiti si Sebastian, "Marami pa naman po tayong alak at pulutan."

Ang Regalo

[TPP]
December 17, 2021

11:05 pm

Sa pagtatapos ng kwentuhan at inuman, ay talagang tumatak sa isipan ng Seb ang lahat ng kwento ng Ama ng kasintahan. Damang-dama niya ang lungkot nito habang ibinabahagi ang nakaraan nila ni Audrey, ang ina ni Asha. Nanatili si George na umiinom, habang pinauna na niya si Seb umakyat para makapagpahinga. Pahabol pa nga ni George na biro ay, pinapayagan niya raw matulog ang binata sa kwarto ng kanyang anak.

Sa pagpasok ni Seb sa loob ng bahay, habang paakyat ng hagdan, ay agad niyang narinig ang malambing na tinig sa saliw ng gitara. Musikang tinatawag siya kaya ito'y kanyang sinundan at dinala sa tapat ng isang kwarto na bahagyang bukas ang pinto.

Sa pagsilip nga sa loob ng silid ay talagang namangha ang kanyang mga mata. Puno ng nagliliwanag na mga laruan ang kisame, may T-rex pa nga nakalabas ang naglalakihang mga pangil na talagang nagustuhan niya. Kapansin-pansin din ang mga speaker na nakasabit sa apat na sulok. Sa pagmamahal niya sa musika ay naglaro nga agad sa kanyang imahinasyon kung papaano niya ito gustong gawin din sa kanyang silid. At sa pag lingon niya sa kanan ay napangiti siya nang kanyang mapansin ang nakapatong sa *desk cabinet.*

"Hiyo"
Ito ang nakasulat sa *tag* ng isang maliit na paso kung saan nakatanim ang isang kaktus na hugis taong kumakaway. At katabi ng kabinet na ito si Asha, nakaupo sa sahig, umaawit habang naggigitara.

(Playing:Dream a little dream of me)

Tahimik lamang siyang pinagmasdan ni Seb at pinakinggan.

Habang naaantig si Seb sa kanyang nakikita at narinig, bigla naman siyang napansin ni Asha

"Nandiyan ka pala, tapos na kayo?"

"Nandun pa si Tito."

"Ikaw, suko ka na? Weak!"

Dahan-dahang lumapit si Seb sa tabi ni Asha at umupo, "pwede ka na pala sumama sa mga gig namin."

"Really? Isasama mo 'ko?"

"Pwede naman.. Kaso baka ikaw na lagi ang hanapin nila."

Inilapag ni Asha ang gitara sa kama, at sumandal kay Seb.

Si Seb ang muling nagsalita. "Akala ko tulog ka na."

"Di ako makatulog, kanina ko pa kasi hinahanap 'yang gift mo."

"Nagustuhan mo ba?"

"Thank you." Mahigpit na pagyakap ni Asha sa braso ni Sebastian.

Hinalikan naman ni Seb si Asha sa ulo, halos makahimbing na nga siya habang naaamoy ang mabangong halimuyak ng buhok nito.

"Kamusta naman.." Ngiti ni Asha, "Kamusta naman ang kwentuhan niyo ni Dad?" At isiniksik pang maigi ang sarili sa kasintahan.

"Okay lang. Akala ko noong una, pagbabawalan niya na akong kitain ka," pabirong tugon naman ng binata habang papikit na ang mga mata.

"Paano kapag pinagbawalan ka nga niya?"

"Ano naman? Kikitain pa rin kita."

"Pero kanina, you're like scared a cat! Boo!"

Sandali silang natahimik ngunit 'di rin nagtagal ay muling nagsalita si Asha. "Kamusta naman daw si Mom?"

Agad ngang napadilat si Seb.

Pagpapatuloy pa ni Asha, "Di niyo siguro ako napansin dahil sobrang occupied na kayo. Pero narinig ko yung ibang pinag-uusapan niyo."

"Oh? Ano naman ang mga narinig mo?"

"Basta about kay Mom." Bigla ngang nabahiran ng inis at pagtatampo ang mga mata ni Asha. "Daya. Bakit sayo kinuwento niya yun?"

"Hindi niya raw kasi talaga kaya i-kwento sayo."

"Dahil nagsisisi siya? Nagsisisi siya na I've come to this world?" "Huh?"

"Na nasira ang lahat ng dreams nila in the future because dumating pa 'ko sa buhay nila."

"Hindi naman 'yun ang naramdaman ko habang nagkukwento siya."

"E, bakit hindi niya magawang i-kwento sa'kin yun kahit minsan?"

"Masama ba ang loob mo?"

"I don't know if it is something na matatawag na sama ng loob pero the thing is gustong-gusto ko marinig yun lahat kay Dad. Gusto ko makilala si Mom, hindi lang yung story of how they met. I wanna know how he fell in love with her, her mannerisms, her favorite things, the things that annoy her, and of course, all the things that she loves. I really really wanna know her. Pero kapag nagpapakuwento naman ako sa kanya, lagi niyang iibahin ang usapan."

Saglit na tumigil si Asha. Halata ngang nahaluan na ng lungkot ang nararamdaman. "Hindi sapat ang mga pictures, hindi sapat na naf-feel ko siya here in my heart. I want to have her in my memory, kahit na sa kwento lang sana ni Dad ko siya ma-meet. Kahit dun lang, kahit dun ko lang siya makilala magiging sobrang saya ko na.." At tumulo ang luha sa kanyang mata, na agad naman niyang pinunasan bago magpatuloy. "Pero he never talks about her. Kaya sa totoo lang, yun ang reason kung bakit every birthday ko, I always wish na nakakapagtime travel ako. Para ako na mismo ang pupunta sa past para makilala siya."

Napahinga nang malalim si Seb. "Pero alam mo..."

Ngunit agad na sumingit si Asha, "Wait 'di pa 'ko tapos.. Kaya when I heard Kamilla cry noong nawala si Lawrence, it occurred to me, na maybe, nakaramdam si Dad ng pagsisisi. Na sana I never happened para sana masayang magkasama pa rin sila ni Mom hanggang ngayon." "Pero alam mo, pakiramdam ko, isa lang ang dahilan kung bakit 'di niya kinukwento sayo si Tita, dahil ayaw niya lang kainin ng lungkot." Saglit siyang tumigil para ayusin ang kanyang pagkakaupo. Bahagya niyang itinaas ang kanyang braso kaya't nalipat ang pagkakasandal ni Asha sa kanyang dibdib. Hinigpitan niya ang pag-akbay kay Asha. "All these years, tinitiis niya lang ang lahat. At hanggang ngayon hindi pa rin nga niya matanggap na wala na si Tita. Pero hindi naman ibig sabihin nun, pinagsisisihan ka na niya—

Ayaw niya lang magkwento sa'yo dahil, ikaw kasi ang pinaka-alaala ni Tita, at alam ni Tito na kapag kinuwento niya sa'yo ang lahat, 'di niya maiiwasan na sobrang malungkot. Bukod sa ayaw niyang maramdaman mo ang kalungkutan niya, kailangan niya rin kasing maging matatag para sa inyong dalawa. Para sayo. Kaya wag mo iisipin na pinagsisisihan ka nila.. Dahil, ramdam ko na para sa kanila, ikaw pa rin ang pinakamagandang bagay na dumating…"

"Kahit na, kahit man lang—"

Agad na tinakpan ni Seb ang bibig ni Asha. "…Isa kang regalo."

Nang marinig ni Asha ang sinabi ni Seb, kahit papaano ay kumupas ang lungkot at pagtatampo sa kanyang dibdib. Agad nga niyang inalis ang kamay ni Seb para siya ay makapagsalita. "Promise me."

"Na?"

"Na hindi ka mauunang mawala.. na you will never leave me alone."

"Daya mo naman, ayoko nga." Malambing na hindi pagsang-ayon ng binata.

"No. You must promise, birthday ko ngayon.. May ilang minutes pa 'ko para mag-wish. And this time, I will not wish for anything except that."

"Bakit mo naman ipapaisip sa'kin ang ganyang bagay?"

"E, 'di ba, ikaw ang nagsabi noon, na it is something that we need to consider.. And right now, naisip ko, na if ever ikasal tayo and magkaroon na ng sariling family, hindi ko kakayanin na una ka mawala."

"Bahala ka, ayoko isipin, ayoko rin mag-promise."

"Feeling ko ayaw mo mag promise kasi if ever na kasal na tayo tapos bigla 'kong mawala, papalitan mo lang din ako kaagad."

"Teka nga, saan naman nanggaling yan?" Pabiro at tumatawa niyang sagot.

Tumigil sa pagsandal si Asha, kumunot ang noo nito habang nakatitig nang masama kay Sebastian. "So ano, kapag nawala ba 'ko, maghahanap ka ng iba?"

"Depende. Syempre kapag nagka-anak naman tayo, gusto ko lumaki yun na may Mama." Nakangiti at tila nang-aasar na tugon ng binata.

Lalo ngang kumunot ang noo ni Asha at naningkit ang mga mata. "Woah. So palalakihin mo ang magiging anak natin with a different woman? Wow, nice plan."

"Kung sakali bang may anak na tayo at ako ang unang mawala, hindi mo ba gagawin yon? Hindi ka ba maghahanap ng iba?"

"So ibinabalik mo sa'kin ngayon ang tanong? Ang galing galing galing mo talaga!"

"Syempre gusto ko rin marinig ang isasagot mo."

"Sus! Kapag nangyare yun. Una syempre, magagalit ako nang sobra sayo, kasi iniwan mo 'ko mag-isa. And if ever may kambal na tayo. I don't think I will need a partner to raise them. Dad raised me alone so I'm sure I can do that too, I'm not weak like you." Saglit tumigil si Asha para mas kurutin sa tagiliran si Sebasitan. "Ku-kwento ko talaga sa kambal, how you planned raising them with another woman."

"Aray!" Reklamo ni Seb at ginantihan naman niya ng palo sa noo si Asha.
Umigting tuloy lalo ang paniningkit ng mga mata ng dalaga. "So bukas maghanap ka na ng iba, ha, kahit 'di pa ako nawawala."

Tumatawang napabuntong hininga na nga lamang si Seb. "Kung anu-ano kasing tinatanong mo. Ba't ko naman kasi i-imagine-nin yung bagay na 'yon. Ni-ayaw ko nga sumagi 'yon sa isip ko kahit minsan."
Di na umimik si Asha, bagkus ay iniharap na ang kanyang katawan sa kasalungat na direksyon.

Hinatak siya ni Seb palapit, at kahit nagpupumiglas ay wala na siyang nagawa nang lakasan pa ni Seb ang paghatak. "Basta ang ma-ipapangako ko, kahit wala ka na, ikaw ang pinaka pinaka pinaka pinakamamahal ko... Walang makakakuha ng pwesto mo dito," sabay lapat ng palad sa dibdib.
Sagot naman ni Asha, "Diyan lang?"

"Saka dito?" Nakangiting turo ni Seb sa kanyang ulo.

"Saan pa?"

Nagtatakang napangiti si Seb, "Saka—" Ngunit agad na sumingit si Asha.
"Dapat dito rin, saka rito.. tapos dito.. and dito…" malambing na pagkakasambit ni Asha habang itinuturo ang iba't ibang bahagi ng mukha ni Seb, "…tapos dito." At ang huli niyang itinuro ay ang labi ni Seb, ngunit sa pagkakataong ito ay hindi daliri ang kanyang ginamit panturo,
…kundi kanyang labi.

Agad namang gumanti ang binata ng halik ngunit pinutol din agad ito ni Asha at nagsalita. "Pero kapag 'di ka magpa-promise ngayon na ako yung mauunang mawala, hindi mo na mafi-feel ang kiss ko."

Si Seb naman na mukhang naka-inom ng isang malalang gayuma ay 'di naka imik. Bitin na bitin lang siyang tumitig kay Asha.

At dahil 'di nakasagot si Seb, muling nagsalita ang dalaga. "Ang promise ko naman sa 'yo, if you let me go first, I'll always visit you in your dreams. Kapag nalalayo ka ng landas, I will always scold you there. I will always make you remember me, our love, our promises." Saglit siyang tumigil, para bahagyang iangat ang kanyang kamay. "Pinky swear."

Napangiti na lamang si Sebastian bago niya iangat din ang kanyang hinliliit. "Okay sige, promise…"

At naglapat ang kanilang mga daliri.

"…Promise ko naman, na lagi kitang sasalubingin ng ngiti," dagdag ni Sebastian.
"Ngiti lang?" Naglalambing na tanong ni Asha.

"Kakantahan din kita do'n syempre..."

"And?"
"Tapos ki-kiss kita ng sobrang dami sa noo."

"Pagkatapos?"
"Tapos—"
Hindi natapos ni Seb ang kanyang sasabihin nang biglang takpan ni Asha ang kanyang mga labi, at nagsalita. "Wag mo kakalimutan ang hug. Your hug is my favorite." Sabay yakap nang napakahigpit kay Seb.

Habang nakayakap naman si Asha ay nakangiting nagsalita si Seb, "Actually hindi talaga 'yang gitara ang regalo ko sa 'yo."

"Oh? Ano ba?" Nagtataka at nasasabik na tanong ni Asha.

Tumayo si Seb para kunin ang gitara na nakapatong sa kama. Dito na rin siya umupo. Si Asha naman ay nanatiling nakaupo sa sahig, nakangiting nakatitig sa kanya.

"May isinulat akong song para sa'yo, para sa'tin, pero hindi pa tapos at wala pang title." At kasabay ng mahinhin na himig ng gitara ay ang galing sa puso niyang awitin.

Dinalaw ng ngiti ang mga labi

Nang masilayan ko ang araw

Umukit sa pisngi ang mga tawa

Na lumiliwanag sa dapithapon

Makulay ang binhi ng pagmamahalan

Na iingatan, walang hangganan

Dinalaw ng ngiti ang mga labi

Nang masilayan ko ang araw… ♪

At sa pagtatapos ng kanyang maikling awit ay agad na lumapit si Asha. Agad ngang itinabi ni Seb ang gitara para hindi ito mayupi nang si Asha ay tila bata na nagpakandong at yumakap.

Malambing at labis na nakakaakit siyang tumitig sa binata bago magbigay ng isang halik sa pisngi. Na ginantihan naman si Seb ng isang halik sa noo, saka niya iniunat ang kanyang mga paa pagkatapos ay dahan-dahan at tila sanggol niyang ibinaba si Asha sa higaan, bago siya humiga rin. At ang pagpikit ng kanyang mga mata ay kasabay ang paghiga ni Asha sa kanyang dibdib. Nanatiling nakangiting nakatingin ito sa kanya. Pinagmamasdan at pinakikinggan nang maiigi ang kanyang bawat paghinga hanggang siya ay makahimbing.

I'll visit you in your dreams…

Tahanan

[TPP]
March 15, 2022

8:35PM

Isang makulay na gabi, pagkatapos ng gig ni Seb ay dumiretso na sila ni Asha sa parke kung saan unang nagtagpo ang kanilang mga labi.

Si Seb ay umiinom ng beer habang nagmemeryenda naman si Asha ng isaw.
Kapag susubukan nga kumuha ni Seb ng pulutan ay pabirong tititigan siya nang masama ni Asha. Labis na matatawa na nga lang ang binata, walang magawa kundi bumili ng panibago. Ngunit sa kanyang pagbalik ay agad ulit itong kukunin ng dalaga.

Naging paborito na nga nila ang lugar na ito simula nang gabing iyon. Madalas ding asarin ni Seb dito si Asha kung papaano siya nagnakaw ng halik.
"It's almost your birthday, anong plans niyo?" Nakangiting tanong ni Asha habang tinatakpan ang isang platito ng isaw.

"Hmm, ano pa nga ba? Gusto lang kita makasama, yakapin maghapon, I-kiss magdamag, tapos.." Malambing niyang pagkakasabi habang nagbabalak dumagit ng inihaw.

"Oh tapos ano? Boo! Yan ka na naman sa gigil mo.. I have a better idea!"

"Hindi ba yan dapat surprise?"

"Actually I want it to be.. Pero kasi.. I need your help in this one."

"Ba't ano ba yan?"

"I want to cook for you,"

Nagtataka at natatawa namang nagtanong si Seb, "hindi naman ako nagluluto, tuturuan mo ba'ko?"

"...and for your parents. I want to meet them!"

Nang marinig ito ni Seb ay halatang nag-iba ang mood niya. Bakas kasi sa kanyang ngiti ang kalungkutan.

"Please—e!" Naglalambing na pakiusap ni Asha, "you met Dad na, nakasama ka na rin dumalaw kay Mom. Don't you think it's time na para makilala ko naman parents mo?" Dagdag ni Asha.

Si Seb na nag-iisip nang malalim ay nagtanong, "kailangan na ba talaga 'yon?"

"Oo naman! If it doesn't mean so much to you, sa'kin big deal yun. Tapos syempre birthday mo, I want it to be special.

And hmm.. ina-assume ko rin naman na totoong wala ka pang ipinapakilala sa kanila.."

"Oo, wala pa naman talaga.." Malamig na tugon ni Sebastian.

"Then it will make me feel so much special too. Ayaw mo bang ipafeel sa'kin na special ako?"

Kahit na may bahid pa rin ng lungkot sa kanyang mga mata, ay nakangiting nagbiro pa rin si Seb, "ako yata ang mag b-birthday, hindi ba dapat ako ang nagrerequest?"

"O bakit, ano bang i-rerequest mo kung sakali?"

"Sinabi ko na nga kanina, okay na sa'kin ang makasama ka. Ang ma-solo ka."

"O, makakasama mo naman din ako non, ma-sosolo mo rin naman ako after. Bakit hindi pa tayo mag dinner nang kasama sila? Ayaw mo ba silang makasama man lang?"

"Gusto syempre. Alam mo naman na highschool pa nang huli kong makasama sila parehas mag-celebrate. Pero kasi nga.. basta," hinawakan niya ang kamay ni Asha, " ipapakilala naman kita sa kanila, separately nga lang."

"Sa tagal na nang naging away nila, sa tingin mo ba hindi pa rin okay na makita nila ang isa't isa? Kahit for the sake man lang na makilala ang future daughter in-law nila?" Pabirong paglalambing ni Asha.

"Sa totoo lang sinubukan ko naman silang ayain last last year pero talagang ayaw nila.." Malungkot niyang tugon.

"Ba't 'di mo subukan ulit? Malay mo they have forgiven each other na. I'm sure naman na hindi lang ikaw ang nakaka-miss sa kanila.

I'm sure na miss na miss na miss ka na rin nila. Plus.. makikita pa nila ako, tapos kapag matikman nila ang luto ko, Im sure magiging masaya ang lahat! Please—e, do it for me!"

"Ba't 'pag sa'yo nanggagaling parang ang gaan ng lahat?" Natutuwa ngunit nagdadalawang isip na tugon ni Sebastian.

"Oh please, maliit na bagay.. A in my name stands for what nga?" Tanong ni Asha habang nagpapacute kay Seb.

Napangiti na lang si Seb.

"So ano, mami-meet ko na ba sila sa birthday mo?"

Kahit nag-aalangan ay wala naman na siyang nagawa nang lalong magpacute at maglambing si Asha.

"May magagawa pa ba'ko? Kakaiba talaga talent mo sa

pangungumbinsi."
"Really? Yey!"

"Pero sa isang kondisyon."

Kumunot ang noo ni Asha sa narinig, agad nga siyang nagtanong.

"Oh, ano yan? If it is about intimacy, nope. Hanggang kiss ka pa rin."

Napahalakhak naman si Seb, "ano ba yan, sayang!"

Naningkit ang mga mata at lalo lang kumunot ang noo ni Asha, tinitigan niya nang masama si Seb.

Kaya agad na nagpaliwanag si Sebastian, "biro lang syempre. Alam ko naman kung paano mo pinahahalagahan ang bagay na 'yan..

Ang kondisyon ko, simple lang.

Ikaw mag-invite sa kanila. Mas mataas din ang chance na mapapayag mo sila pareho."

Nayayamot naman na sumagot ang dalaga, "ano ba yan!" "Oh ano, deal?"

"Okay, fine! Just tell me kung papaano ko sila mako-contact."

. . . .

[Seb's]
March 19, 2022

5:34 am

Paano maglalakad sa mga ulap kung mabigat ang iyong mga dalahin? Bulong ko sa aking isip habang nakahiga at pinagmamasdan mula sa aking bintana ang papalitaw na mga ulap.Makulimlim, dahil hindi pa tuluyang nagpapakita ang araw ngunit ang labi ko ay puno na ng ligaya at ngiti.

Pagkatapos ng ilang minutong pagmumuni-muni ay bumangon na ako at umupo sa lamesa kung saan nakapatong ang aking kwarderno.

Ako ay nagsimula nang magsulat.

Dalawampu't anim na taong gulang na pala ako, ngayon ko lang namalayan.

Ako ay tila nagising sa isang paulit-ulit na panaginip.

Ang mga nagdaang taon kasi ay inihip lang ng hangin.

Wala akong nagawa kundi pagmasdan ang kanilang paglipas habang ginugugol ko ang aking oras sa mga bagay na walang kabuluhan.

Babangon ako para lamang sa dadaan na araw.

Walang plano, walang patutunguhan.

Naging masaya naman ako, pero sa kaloob-looban ko ay alam kong hindi ito ang kasiyahan na gusto kong maramdaman.

Kaya nga ako nalulong sa musika. Sa pamamagitan kasi nito, nasambit ko ang mga bagay na hindi kayang sabihin noon ng aking mga labi.

Tandang-tanda ko pa, noong una akong makasulat ng kanta, kung papaano ito nagdulot sa'kin ng malalim na ligaya.

Nabigyan ng kulay ang paligid, at bahagya kong naaninag ang aking mga pangarap.
Kaya, inaraw-araw ko.

Minsan isang linya sa umaga, sa hapon naman ang pangalawa. May mga pagkakataon din na buong magdamag akong nagsusulat ng kanta.

Totoong naramdaman ko nga ang kasiyahan, mas masaya na ako sa dati kong sarili.
Ngunit sa muling paglipas ng mga taon, nagsimula ulit akong magtanong.

Masaya nga ako sa pagtugtog at pagsulat, pero saan ba talaga ako patungo?

Tanong na umusisa sa buo kong pagkatao.

Para kanino ba ang mga kathang 'to, para kanino ba 'tong mga himig na nililikha ko?
Ang nais ko ba ay sumikat?

Gusto ko ba talagang makilala?

Ikasasaya ko ba talaga kung maihahatid ko ang aking damdamin sa mga taong hindi ko naman kilala?

Duda ako, pero sigurado akong wala sa mga ito ang kasagutan.

Ang kasagutan na sa muling pagdaan lang ng panahon ko natagpuan.

Kaya pala sa tinagal-tagal kong sumisisid sa kailalim-laliman ng karagatan ay hindi ko 'to makita.

Dahil, natabunan lang pala ito ng buhangin at mga bato sa dalampasigan.

Mga bato at buhangin na dinala ng mga alon, humahampas mula sa nakaraan.

Kung papaano niligaw ng mga alaala ang aking mga paa.

Ang takot sa dibdib na bumulag sa'king mga mata.

At sa tinagal-tagal nito dito, ang muling pag-alon lang din pala ang aking

kailangan.
Isang malakas na alon na tatangay sa lahat ng mga ito.

Mga bagay na nagdulot nang ginaw sa aking puso.

Nakakatawa nga dahil napakalalim ng aking mga isinusulat ngunit napakababaw lang pala ng aking ninanais.

Gusto ko lang magmahal at mahalin—ang umintindi at maintindihan.

At ang lugar na gusto kong puntahan ay sa tabi ng tao na aking pinakatatangi. Doon ko gusto manatili.

Dito ko gusto awitin ang mga himig habang pinakikinggan ang kanyang mga ngiti. Ang mangako ng mga pangarap na tutuparin.

At ingatan magpakailan-kailan man ang bawat alaalang lilikhain...
Sa pagsarado ko ng kuwaderno, aking inabot ang aking telepono. Agad na bumungad ang mga matatamis na mensahe ni Asha.

"...."

"Hello"
"Hi"
"Happy birthday."

"Mahal na mahal kita."

"Ngingiti yan. Yieeeeh"

"Dinalaw ng ngiti ang mga labi nang masilayan niya si Asha."

"Feeling ko mas magandang lyrics yan para dun sa song mo, super on point!"

"Pero dahan-dahan lang sa pag ngiti kasi baka mapunit 'yang pisngi mo!"

"Pero okay lang, pag kiniss ko yan gagaling 'yan agad."

"Bangon na, sisipain kita!"

"Jk lang birthday mo pala. Pero sisipain talaga kitaa, sisipain kita ng pagmamahal"
"Ngingiti ulit yan. Yieeeh"

"See you later! I love you!"

"..."

Napangiti ako sa kababawan ng aking kaligayahan. Kasabay nito ang pagpatak ng isang luha habang naglalayag ang aking isipan.

Paglalayag papuntang hinaharap.

Maligaya kong iniisip ang aking mga dapat na planuhin.

Nasa tamang edad naman na kami, hindi na rin magtatagal ay gugustuhin na rin naming bumuo ng pamilya.

Una sa listahan ang pagkakaroon ng regular na trabaho, kasunod ang pagtatayo ng sariling bahay.

Siguradong may dreamhouse ang babaeng 'yon, kailangan kong mag-ipon. Pero pwede naman kami dito pansamantala, tiyak na magiging masayang tahanan ito ulit.

Tapos sasakyan din pala, para 'di na kami magko-commute, lalo pag may baby na kami.

Para akong tanga na kinikilig mag-isa habang naiisip kung paano namin palilipasin ang habambuhay nang magkasama.

Kung papaano namin haharapin ang mga pagsubok at problema. Ang mga sugat ng nakaraan ay unti-unti ko nang nakalilimutan. Tiwala sa pagmamahalan naming dalawa, na hindi kami matutulad sa aking mga magulang.

Hindi na ako makapaghintay...

....

[TPP]
March 19, 2022

3:14 pm

Pagkatapos mamili nila Asha at Seb ay agad na silang umuwi kina Seb para makapaghanda na para mamaya.

Ngayon pa lang makakapunta si Asha sa bahay ni Seb. Kung hindi kasi sa labas sila magkikita ay doon sila sa kanilang tahanan pumupunta. Madalas ngang magpalipas ng gabi doon ang binata.

May katamtaman ang laki ng bahay nila Seb ngunit kung titingnan ito mula sa harapan ay aakalaing abandonado ito.

Agad ngang napansin ni Asha ang plant box sa tabi ng gate. Maayos ang pagkakagawa dito ngunit talagang halata na napabayaan na ito sa pagdaan ng panahon. May isang halaman na hindi niya wari kung ano, nakatanim sa isang paso na nabutas dahil sa paggapang ng kanyang mga ugat. Puno rin ito ng mga damo, basag na mga bote at kung anu-anong basura na siguradong inilapag lang ng mga dumaraan.

Ang gate na kahit papaano ay maayos pang nakatindig ay mayroong sirang mailbox na kadikit. Sira ang lalagyan nito ng kandado kaya ang nagsisilbing sabitan ng lock nito ay ang nakapulupot na makapal at bahagyang kinakawalang na kadena, talaga ngang napakaingay nito kapag binubuksan.

Bago makarating ng sala ay dadaan ka muna sa garahe, bubungad sa mga bisita ang isang malaking kabinet na walang laman bukod sa mga sapot ng mga gagamba at iilang mga napaglumaang sapatos.

Sa pagdating naman nila ng sala ay talaga ngang mararamdaman ang lamig nito kumpara sa labas.. Puno ito ng alikabok at ang tanging nandito ay isang center table at hindi nakaayos na mga sofa.

Nadismayang nagsalita nga si Asha.

"Akala ko ba nagligpit ka na?!"

"Nakatulog ako ulit."

"Magligpit ka na! Magsisimula na ako magluto.. Mga six nandito na raw sila.." natataranta niyang sabi.

Dumiretso muna sila sa kusina para ibaba ang lahat ng gamit at kanilang mga pinamili.

Gaya ng sala at hapagkainan na kanilang dinaanan. Ang kusina ay halos wala ring gamt ngunit mas malinis naman dito.

Maayos na nakasalansan ang mga gamit—isang maliit na rice cooker sa tabi ng lutuan, ang may katamtaman na laki na ref na noong buksan ni Asha ay puno ng mga alak at inumin, at ang dish cabinet na naglalaman lamang ng isang set ng kagamitan pangkain.

"Ano maitutulong ko?" Tanong ni Seb pagkatapos niyang ilapag ang mga gamit.

"Ako na bahala dito, maglinis ka na lang sa sala at dinner area." Huminga muna nang malalim si Asha bago niya inilabas ang mga kagamitan sa pagluluto na galing pa sa kanilang bahay. Inilagay niya rin ang mga baso at pinggan na kanilang pinamili sa lalagyanan. At siya ay nagpatugtog habang naghahanda.

Ang una niyang inihanda ay ang fruit salad na kanilang magiging panghimagas para agad itong mapalamig. Sunod ay magkasabay niyang niluto at inihanda ang beef curry at beefsteak na kanilang magiging ulam. Pagkatapos ay ang appetizer nila na vegetable salad at seaweeds. At ang huli ay ang pagsasaing at pagtitimpla ng inumin nilang lemon cucumber juice.

Pasado alas-sais na rin nang natapos siya. Pagkatapos niyang saglit na magpahinga ay humiram na siya ng tuwalya kay Seb para makapag-punas para maging presko ang kanyang pakiramdam.

At habang siya ay nasa banyo, ay dumating na ang nanay ni Sebastian.

Hindi naman ito kumatok at dumiretso lang sa sala. Nadatnan niyang walang tao kaya't inisip niyang baka nasa itaas ang kanyang anak kasama ang kasintahan. Hindi naman siya nagtangkang umakyat, bagkus ay ginusto niyang sumilip sa kusina.

Pero napatigil na siya agad nang madaanan ang hapagkainan. Agad kasi siyang natakam nang bahagya siyang makaamoy ng curry.

Natuwa rin siya nang makita kung papaano nakaayos ang mga pagkain at kagamitan sa lamesa.

Alam niyang hindi nagluluto ang kanyang anak, kaya't tiyak siyang ito ay gawa ng kanyang kasintahan.

"Pwede.." Nakangiti niyang bulong.

Bigla naman din siyang nakarinig ng isang boses ng babae.

"Bb parating na 'yon sila... tapos ka na ba maglinis?" Pasigaw na tanong ni Asha.

Ngunit labis siyang nagulat nang makita na may tao pala. Siya kasi ay lumabas ng nakatapis dahil pinaiwan niya ang kanyang mga gamit sa kwarto ni Seb.

"Ayyy.. Tita!"

Ngumiti naman ito sa kanya sabay sabing, "Iha! Napaka swerte naman talaga ng anak ko."

Nahihiyang napangiti si Asha, humingi nga siya ng paumanhin kasi nakatapis lang siya bago nagpaalam na umakyat para magbihis. Pag-akyat naman niya ay tsaka bumaba si Seb para salubungin ang kanyang ina.

Di na niya naikubli ang kanyang tuwa, agad nga siyang lumapit para magbigay ng isang mahigpit na yakap, "I miss you, Ma."

"Happy Birthday, anak. "

Humalik din si Seb sa kanyang pisngi.

"Nag-abala ka pa, Ma." Kanyang sambit bago niya kunin ang mga dala nitong gamit at ang isang nakabalot na regalo.

Inalaska naman siya nito, "ikaw ha, ang sexy ni Asha, napakagandang dalaga!"

Nahihiyang napangiti na lang si Seb at ilang saglit ay bumaba na rin naman na si Asha.

Agad itong nagtanong, "gutom na po ba kayo Tita? Wait po ha, parating naman na po si Tito. Ok lang po bang hintayin na natin siya?"

Tumango lang naman ito sa kanya at sila ay nagkwentuhan.

"Kwento ni Seb, Licensed engineer ka raw, beauty and brains!"

"Tita naman, maliit na bagay," kinikilig na tugon ni Asha.

"Ewan ko na lang kung magloko pa 'tong si Seb, 'pag nangyare 'yon sumbong mo agad sa'kin," dagdag na paglalambing ni Linda.

"Talaga po Tita? Sige po isusumbong ko agad siya sa inyo kapag inaway niya 'ko."

Masayang ngang nag-usap ang dalawa.

Nagkwento naman si Linda ng tungkol sa sarili at buhay niya ngayon.

Bahagya ring nagkwento si Asha tungkol sa buhay at trabaho niya at syempre tungkol sa kanilang dalawa ni Seb.

Agad din nilang nagustuhan ang isa't isa dahil parehas din silang mahilig sa jazz music.

Si Seb naman ay tahimik at nakangiti lang silang pinagmamasdan.

. . . .

Mag aalas siyete na, ngunit wala pa rin ang ama ni Seb.

Si Linda nga na halatang nayayamot na dahil sa gutom ay nagtanong, "saan na daw ba siya?"

"Parating na raw po, Tita."

Nagsisimula na ngang mainip si Linda,buti na lang at 'di na nagtagal pa ay dumating na rin si Marco.

Ang Katotohanan

[TPP]
March 19, 2022

Lumabas si Seb para alalayan si Marco sa pagpaparada ng kanyang sasakyan at pagkababa ay agad niya itong sinalubong ng isang yakap. "Pa..."

Tinapik naman nito si Seb at hinimas sa ulo gaya ng nakasanayan. Si Seb ay tila musmos na kinikilig na sabik na sabik habang yakap-yakap.

Dahil sa isa pang nakaparadang sasakyan sa tapat ng kanilang bahay ay napatanong si Marco. "Kay Linda? Kanina pa ba siya?"

"Mga alas sais dumating si Mama. Pa, kasama natin si Asha ha, easy lang kayo ni Mama."

Ngumiti at tumango si Marco.

Pagkapasok nilang dalawa ay nakangiti silang binati ni Asha.

"Magandang gabi po, Tito."

Sinuklan naman siya ng ngiti ni Marco, ngunit agad na nabaling ang tingin nito kay Linda na nakaupo sa sofa. Dahil ilang taon na rin silang hindi nagkikita ay nagawa pa rin naman nilang salubungin ng bahagyang pagngiti ang isa't isa.

Dahil gutom na ang lahat ay agad na silang pumwesto sa hapagkainan. Hindi na nga nila nagawang manalangin, saglit lang na kinantahan si Seb ng isang maligayang pagbati.

Kahit hindi na ganoon kainit ang pagkain ay masaya pa rin naman silang nagsimula. Namangha nga agad ang lahat sa masarap na aroma nang buksan pa lang nila ang takip ng mga ulam. Takam na takam sila at ang kulang na lang ay ang mag-unahan sa pagkuha. At nang matikman na nila ito ay talagang naghatid ito ng tuwa sa kanilang mga sikmura. Inulan tuloy ng papuri si Asha na masaya ngunit nahihiya naman nitong tinatanggap.

"Pag 'di mo pa talaga pinakasalan 'tong si Asha, hindi na kita ituturing na anak," pabirong sabi ni Linda.

Napabungisngis naman si Asha lalo na nang marinig niya pa ang komento ni Seb, "Grabe ka naman, Ma."

Dinugtungan naman ito ni Marco, "Tinuruan mo na ba 'tong si Seb?"

Ang pang-aasar naman ni Marco ay ginantihan din ni Sebastian, "Sino mas masarap mag luto Pa, Si Mama o si Asha?"

Si Asha ay lalong nahiya dahil sa tanong ng pagkukumpara, bahagya niyang kinurot si Seb sa tagiliran, ngunit ito ay tumawa lang bago ulitin ang kanyang tanong.

"O ano Pa, pangatlong subo na 'yan, siguro naman makakapagdesisyon ka na."

At sa pagkakataon ngang ito ay ngumiti na ito at sumagot, "Pasensya ka na Asha, pero mas mas masarap nang konti, nang konti lang naman, ang luto ni Linda."

Si Linda at si Asha ay magkasabay na napangiti habang si Seb naman ay tuwang-tuwa sa ginawa niyang pangungulit.

Pangungulit na nakuha niya mismo kay Marco. Noon kasi, tuwing sila ay kakain sa labas, lalo na kapag sa ibang bahay, laging tatanungin ni Marco si Seb ng ganito. Nagpapaunahan na nga sila noon sa pagtatanong nito, pangungulit na noon ay naghahatid ng ngiti at kilig kay Linda.

"Ahmm.. baka naman Tita, pwedeng share naman your recipe and tips," paglalambing ni Asha.

"Sige ba, check ko sched ko for next week. Saturday ulit?"

"Really, Tita? Text mo'ko agad ha."

"Nga pala, Asha, kamusta naman 'yong gitara?" Biglang tanong ni Seb.

Napailing naman si Asha dahil hindi siya sanay na binabanggit ni Seb ang kanyang pangalan, "Sabi ko don't say my name 'di ba?"

Napakamot na nga lang ng ulo si Seb, hindi kasi sila talaga nagtatawagan sa kani-kanilang mga pangalan, ang pantawag lang nila sa isa't isa ay 'bb' or 'babe'. Ngunit nahihiya naman siyang banggitin ito sa harap ng kanyang mga magulang.

At dahil napansin ni Asha ang pag-aalangan sa mukha ni Seb, biglang gumana ang pagiging matalino niya pagdating sa pang-aasar. Agad niya rin kasing napagtanto na kaya siya tinawag ni Seb sa kanyang pangalan ay dahil nahihiya ito gamitin ang kanilang *call sign* sa harap nila Marco at Linda. Kaya tinuko niya si Sebastian. "Ano nga ulit ang tanong mo, bb?"

Si Marco at Linda naman ay napabungisngis sa kanilang narinig.

Agad ngang may komento si Linda, "Aba... Bb pala ang tawagan."

Na nahihiyang pinaliwanag naman ni Seb. "Si Asha talaga ang may pakana ng tawagan na 'yon, Ma."

At sa tono na magkahalong pang a-alaska at paglalambing, si Asha ay nagsalita, "Sus! Naku Tita, kung alam niyo lang kung paano ako tawagin niyan kapag nagpapalambing."

Si Asha at Seb ay nagtitigan. Habang nakangiting naptitig naman sa kanila si Linda.

Muling inulit na ni Seb ang kanyang tanong. "O, kamusta naman ang gitara mo?"

Nagtatakang sumagot si Asha, bahagyang napaisip kung bakit ito itinatanong ni Sebastian. "Okay naman, dapat ba dinala ko, nasa taas naman gitara mo ah."

"Gawa 'yon ni Papa. May shop kami ng mga gitara." Pagbibida ni Sebastian.
Halata ang pagkamangha sa mga mata ni Asha. "Talaga po ba Tito? Hala thank you po, ang ganda po ng pagkakagawa niyo! Bisita po ako next time!"
Talagang nagalak si Asha habang pinagmamasdan ang tatlong kumakain. Habang nakatitig nga sa kanila ay naglaro na kaagad sa kanyang imahinasyon ang mga susunod na pagkakataon na muli niya silang ipaghahanda ng hapunan.

I'll cook kare-kare with a sidedish of veggies next time.

Kailangan na namin magpundar ng oven, so I can bake for them too…

Ang hapagkainan ay punong-puno ng ngiti at kwentuhan, lalo na nila Asha at Linda. Habang sina Seb at Marco naman ay tila nagpapaligsahan kung sino ang mas malakas kumain sa kanilang dalawa.

Sobrang saya naman ni Seb ngayong nasa harapan niya ulit ang kanyang mga magulang, dagdag pa na katabi niya ang pinakamamahal na kasintahan. Nahihiya siya magpakita ng paglalambing kay Asha kaya saglit at marahan niya na lang na piniga ang hita nito.

Tumingin at ngumiti naman ang dalaga. "You're welcome."

Na lalong nagpalalim sa ngiti ni Sebastian.

At nang malapit na silang matapos kumain, ay agad na ring nag-alok si Asha. "May dessert pa po tayo."

Nasasabik namang sinagot ito ni Linda ng isang biro at katanungan, "Aba, may pa dessert pa! Anak, kailan ba kayo magpapakasal?"

Mapaglarong tugon naman ng binata, "Mama, kanina ka pa, chill ka lang. Darating din kami do'n."

At nang marinig ni Asha ang kanyang kasagutan ay napabungisngis naman 'to sa tuwa, palambing niya ring tinukso si Seb, "Kino-consider mo na ang wedding? Akala ko ba 'di ka naniniwala sa marriage?"

Na sinagot naman ni Seb ng isang pabiro na katanungang naka direkta sa kanyang mga magulang, "Ma, Pa, ilang apo ba ang gusto niyo?"

Talagang halata nga ang tuwa at kilig sa naniningkit na mga mata ni Asha, bigla ring lumitaw ang dimpol sa kanyang pisngi habang pinipigilan ang labis na pagngiti.

Si Linda ang tumugon. "Kahit ilan, basta make sure na mapapasaya at maalagaan mo silang lahat, lalo na si Asha."

Kumpiyansang ngumiti si Sebastian.

"Kaya dapat kumuha ka na ng regular na trabaho, para makapagsimula ka nang mag-ipon. I'm sure may dreamhouse si Engineer!" Nasasabik na dagdag ni Linda.

"Tatapusin ko na lang 'tong mga kanta na isinusulat ko, Ma, tapos mag fo-focus na ako mag-ipon."

"Mabuti naman, mas magandang mag-ipon na nang mas maaga." Napatingin at napangiti sila Asha at Seb sa isa't isa.

Si Marco na tahimik lang silang pinakikinggan ay bigla namang nagtanong.

"Kailan mo ba mailalabas 'yang mga kanta mo, anak? Etong si Asha mukhang sabik na ring marinig 'yang mga isinulat mo."

"Opo, Tito. Hindi na nga po ako makapaghintay," singit ni Asha. Saglit silang natahimik. Magsasalita sana si Seb ngunit naunahan siya ni Linda.
"Basta lagi mo lang tatandaan, okay lang ang may passion pero hindi kayo magiging stable diyan. Iba pa rin ang may regular na work, okay?" Nakangiting tumango naman si Seb. Si Marco naman ang sunod na nagsalita.
"Magiging stable ka rin Anak, ituloy mo lang 'yang passion mo. Kapag kailangan mo naman ng tulong nandito lang kami."

Mahinahon namang iginiit ni Linda ang kanyang payo, "wala namang masama sa paglalaan mo ng oras diyan sa pag ba-banda mo, pero hindi ka pabata, kaya dapat i-priority mo na ang future mo." At malambing at pabiro niya pang dinagdagan ang kanyang sinabi, "Just always look at Asha, gugustuhin mo pa bang mawala 'yang napakagandang babae na ‘yan sa tabi mo?"

Si Asha at Seb na parehas kinilig ay magkasabay na nahihiyang

napabungisngis.
"Pakiramdam ko si Asha, sobrang supportive naman na babae," singit naman ni Marco.

Bigla ngang nagpanting ang tenga ni Linda sa narinig kaya muli siyang nagsalita. Hindi niya nagustuhan ang kontekso at dating ng sinabi ng kanyang dating asawa.

"Mahirap maging supportive kung sobrang short na sa panggastos, 'di ba Asha?"

Medyo nataranta nga si Seb dahil agad niyang naramdaman na nagsimula nang magparinigan ang dalawa.

Si Asha naman na hindi pa kabisado ang sitwasyon ay nakangiti lang na tumatango sa kanila.

"Sobrang understanding naman 'tong si Asha sa tingin ko." "May hangganan pa rin ang pagiging understanding ng isang tao, Marco."
"Sabagay, merong iba na maikli."

"Talagang magiging maikli kung ang iba hindi naman nakikinig. May anak at asawa na, sariling passion pa rin ang iniintindi."

At sa pagkakataon ngang ito, pati si Asha ay naramdaman na ang anghang nang palitan nila ng salita.

Muli nga itong nag-alok, "Tita, tito dessert na po tayo."

Tumango naman sila at sinubukan pang ngumiti kay Asha.

Ngunit nang papatayo na si Asha ay biglang muling nagsalita si Linda kaya bumalik siya sa kanyang pagkakaupo.

"Kaya ikaw Seb, pagplanuhan mong maiigi magiging future niyo ni Asha. Pahirap nang pahirap ang buhay.."

Muling sumingit naman si Marco, "ang sa 'kin lang naman anak, sundin mo kung anong nasa puso mo, sigurado akong magiging stable din ang lahat para sa inyo ni Asha.

...kapag kailangan niyo ng tulong nandito ako," dagdag nito. "Tumigil ka nga diyan, Marco, 'yan ka na naman sa mga payo mong 'di maintindihan," naiinis na tugon naman ni Linda.

"Para kay Seb naman kasi ang mga sinabi ko, Linda."

"Kaya nga, ganyan na ganyan din ang sinabi mo noong nagkokolehiyo 'yang si Seb, edi sana engineer na rin siya ngayon."

"Mas importante pa ba pagiging engineer niya? Eh mukhang mas masaya naman siya ngayon."

"Ayan, kasiyahan. Unahin ang kasiyahan. 'Yon ba ang gusto mo, magaya siya sa'yo?"

"Magaya sa'kin? Edi mabuti. Napagtagumpayan ko naman lahat 'di gaya ng inaakala mo noon."

Nanunuya sumagot si Linda, "Ha! After ilang years, at ano nga ulit ang naging kapalit?"

Nanunuya at naiinis ding sumagot si marco, "Kamo hindi ka lang marunong magtiis."

Lalo ngang nanggalaiti si Linda, "Ayan, ganyan 'yan siya Asha. Para sa kanya, siya lang ang nagtitiis, na siya lang ang mabuting magulang at asawa. Sa sobrang makasarili niya binulag niya ang sarili niya sa paghihirap at pasakit na nadulot niya sa ibang tao."

Sinubukan naman ni Seb na sawayin ang dalawa bago sumenyas kay Asha na tumayo na para kunin ang panghimagas nilang salad sa ref. "Ma, Pa.. Tama na yan.."

Bahagya silang natauhan kaya saglit silang kumalma.

Sinimulan naman nang ayusin ni Seb ang mga pinagkainan nila para mapalitan na ito ng mga mangkok na paglalagyan ng salad, ngunit nang kanyang abutin ang plato ni Linda ay nalaglag sa sahig ang isang tinidor.

"O baka si Max na 'yan, sinusundo ka na," nanunuyang pang-aasar ni Marco.

Sa sobrang pagkapikon nga ay sadyang naghulog ng kutsara si Linda, "Baka andyan na rin sa pinto si ano nga ba ulit ang pangalan non? Di ba anak, alam mo pangalan non?"

Naiinis na ngumisi si Marco na nang makita ni Linda ang ekpresyon nito ay nanggagalaiti siyang naglaglag ng isa pa, ngunit—

Hindi nito namalayan na tinidor pala ang kanyang naihulog.

Mala-satanas tuloy na napangisi si Marco. "Ayan umamin na, bukod pala do'n kay Max, may isa pa."

At talagang nanlisik na ang mga mata ni Linda. Sa sobrang galit ay mabilis at padabog niyang kinuha ang mga naipong kutsara ni Seb at saka niya inilaglag lahat sa sahig, "Sigurado akong kulang pa ang mga kutsara sa bahay na 'to para diyan sa mga naging 'passion' mo." Napatitig ang lahat kay Linda. Pikon na pikon pa siyang nagdagdag ng isang paratang. "Kaya pala laging busy sa shop, napakadaming passion pala ang pinagkakabusy-han. Hay nako, kung alam ko lang yung mga 'yan noon, hindi ko sana ibinigay ang oo ko."

"Huwag ka mag-alala Linda, kung pinagsisisihan mong um-oo ka, mas pinagsisihan kong nakilala kita."

At sa pagkakataong ito ay tuluyan nang sumiklab ang mainit nilang pagtatalo. Si Seb ay walang nagawa kundi pagmasdan na lang at

pakinggan ang pagpapalitan nila ng mainit na mga salita.

Ang papalapit namang si Asha na may hawak pang lalagyan ay nahinto sa kanyang kinatatayuan. Hindi kasi alam nito kung papaano lalapit sa hapagkainan ngayong napupuno na ito ng ingay ng alitan at bangayan. Habang si Seb naman ay nakatulala at nakatitig sa kanyang ama at ina, hindi mawari kung nakikinig o nagmamasid sa napakapamilyar na eksena. Siya kasi ay tila walang malay na nakatingin sa kawalan. Ilang taon na nang huli niya itong masaksihan, at ang lahat ng naririninig niya ngayon ay ginising ang mga alaalang pilit niyang kinalilimutan. Mga aalala na nagdulot ng matinding pait at takot sa kanyang isipan. Mga bagay na bangungot para sa kanyang gunita.

Kung tutuusin nga ay mababaw pa ang away na ito kumpara sa nakaraan. Wala itong binatbat sa sigawan at murahan na noon ay araw-araw niyang napapakinggan. Ngunit noon pa man, ang lubos na bumahala kay Sebastian ay ang kawalan ng pakealam ng kanyang mga magulang kung sino ang mga taong nasa paligid.

Hindi sila nagbago, nagagawa pa rin nilang mag-away sa harap ng ibang tao. Ang nakakikilabot tuloy na kahihiyan noon ay muling unti-unti na nanuot sa dibdib ni Sebastian. Ang kawalan ng hiya ng kanyang mga magulang sa pagpapakita ng kanilang talento sa pagtatalo sa harap ng kahit na sino.

Hindi sila namimili. Gagawin nila ito kahit na saan, kahit na kailan at kahit na sino pa ang nasa kanilang harapan.

Para lamang madepensehan ang kani-kanilang sarili ay handa pa silang ipahiya ang isa't isa. Sa harap ng mga kakilala, sa harap ng iba nilang kapamilya, sa harap ng kanyang mga kaklase, sa harap sa harap ng paborito niyang guro, at sa harap ng pinakamatatalik niyang kaibigan. Ang kawalan nila ng hiya na akala niya ay naglaho na sa paglipas ng panahon.

Ang akala niya na natabunan na ng masaya nilang buhay ngayon ang kanilang mga sama ng loob.

Ito pala ay maling akala lamang.

At ang pag-asa niya na nabura na ang ugali nilang ito ay naglaho na parang bula.

Sa mga mata ni Seb ay muling biglang lumitaw ang mga imahe ng mga taong nagbubulong-bulungan.

Nag-aaway na naman 'yong mag-asawa...

Ano naman kaya pinag-aawayan ng dalawang iyan ngayon...

Di man lang mahiya tuwing linggo magsisimba, pero araw-araw nagmumurahan.

Babaero pala daw kasi 'yong mister, kaya gumanti si misis at nanlalake rin..

Seb, pustahan tayo mag-aaway na naman mama at papa mo bukas.

Matic namang magaaway 'sila ulit, hulaan na lang natin kung ilang mura sasabihin nila, ano Seb, game ka?

Sige na Seb, plus, minus 1 ka. Ano, G?!

Ng mga taong nasanay na sa sigawan na nagmumula sa kanilang tahanan.
Mga taong ginagawa na lang katatawanan ang pagtatalo at pagmumurahan ng kanyang mga magulang.

Sa mga matang nakatitig nang may paghuhusga sa tuwing naglalakad sila sa daan.

At sa mga bibig na pabulong na gumagalaw na halata namang sila ang pinag-uusapan.
Ang mga ito ay nagdulot ng madilim na kulay sa kanyang nakaraan. Ng takot.

Ng galit.

At walang hanggang kalungkutan.

Naging tapat lang naman siya sa kanyang sarili. Gusto niya lang naman sila ulit makita at makasama.

Ang muling mayakap at mahalikan ang kanilang mga pisngi.

Ang mapakilala ang kanyang pinakatatangi.

Ngunit ang kasiyahan at pag-asa niya ay tuluyan nang nawala.

Dahil ang katotohanan, ay hindi na sila magbabago.

Mananatili na silang ganito sa isa't isa magpakailan-kailan man.

Kung noon, ito na ang pinakamalungkot na bagay para kay Sebastian? Ngayon ay naging mas masaklap pa. Dahil ngayon, ang lahat ay nasaksihan na ni Asha. Ang bagay na pilit ibinabaon sa limot ni Seb ay binhi pala na ngayon ay biglang tumubo at naghatid ng isang masamang bunga.
Ngayon nga ay hindi na niya maintindihan ang bawat salita na

nanggagaling sa bibig ng kanyang mga magulang.

Hindi na niya ito masikmura.

Nagdidilim na ang kanyang paningin.

Nahihirapan na siya huminga.

Gusto niyang isuka ang lahat. Sa totoo lang ay matagal na niyang gusto isuka ang lahat.

"Tangina—a! Tangina! T—angina. Ba't ba 'ko umasang magbabago pa kayong dalawa." Sigaw niya kasabay ang umaalingawngaw na pagkalampag sa hapagkainan.

Nagtumbahan ang mga baso at natapon ang tubig. Tumilapon din ang mga natirang pagkain.

Agad na natahimik ang paligid. Dinig tuloy ang napakadiin na pagkapit ni Seb sa lamesa, halos mabiyak na nga ang kanyang kuko sa daliri.

Agad na lumapit si Linda, dala-dala ang isang panyo para punasan ang natapong tubig sa damit ng kanyang anak. Ngunit, itinulak siya nang malakas ni Sebastian bago tumayo at patakbong lumayo.

Sa hapagkainan, sa bahay na minsan nilang naging tahanan, at sa kanyang mga magulang.

Hindi na sumagi sa kanyang isipan si Asha dahil sa nararamdaman niya na kahihiyan.

Kahihiyan na hinaluan ng matinding takot, lungkot, at pait.

Si Asha na nngayon ay nabigla at nakakaramdam na rin ng takot ay nanatiling nakatayo sa isang tabi. Hindi niya naintindihan o nasundan ang lahat ng nangyari. Gulong-gulo ang kanyang isip.

Gusto niya man humakbang para sundan ang kasintahan ngunit hindi gumagalaw ang kanyang mga paa at binti.

Kaya ang tangi niyang nagawa ay muling makinig sa dalawang tao na ngayon naman ay nagsisisihan—

Nagtuturuan kung sino ang may pagkakamali.

. . . .

Ang Mga Tala, Ang Buwan, Sa Nag-Iisang Kalangitan

[TPP]
March 19,2021

Isang napakalamig na gabi.

Sa isang munting playground na mayroong dalawang swing, na ang isa'y tahimik na inuupuan ni Seb, dalawang pares ng seesaw, monkey bar, slide na mayroong silong na tila isang maliit na silid, at sa gitna ng mga ito ang isang bilog na lamesang may nakapaikot na upuan na gawa sa konkreto.

Talagang napakadilim, dahil ang ilaw ng mga poste sa daan ay hindi na umaabot dito, kaya ang tanging nagbibigay ng liwanag sa paligid ay ang buwang napaliligiran ng mga bituin. Napakatahimik din, walang ibang ingay liban sa huni ng mga kuliglig. Kung ipipikit mo nga ang mga mata ay maririnig na ang ihip ng hangin saliw sa bawat kaluskos ng mga damo at halaman.

Lagpas isang oras nang nakaupo si Seb bago basagin ang katahimikan ng isang kotseng huminto, may taong bumaba bago umalis, dinig ang mabagal at dahan-dahan na paglalakad papunta sa katabing swing. Hindi naman ito nagsalita. Tahimik lang din na umupo habang pahapyaw na sumusulyap kay Sebastian. Ilang minuto rin silang ganito bago nito sinubukang kausapin ang binata.

"Nakauwi na sila."

"Pasensya ka na kanina," malungkot at nakayukong tugon ng binata.

Malungkot napatitig lang si Asha, ilang minuto ulit silang naging tahimik, inaamoy ang hangin habang pinapakinggan ang mga kuliglig.

Habang nagmamasid si Asha sa palibot ay bigla siyang tumuro sa mala-silid na silong na katabi ng slide. "Doon ka ba natutulog kapag 'di ka umuuwi?"

Bahagyang napangiti si Seb bago sumagot, "Minsan nagbabaon pa 'ko ng kumot dito."

"Wala bang naninita? Walang guard na nag-iikot?"

"Minsan meron, madalas wala. Kabisado ko naman kung anong oras sila dadaan kaya nakakapagtago ako. Kung makita e, 'di, uwi."

"Nakalimutan ko lang dalhin ang flashlight at batuta ko, pero ako talaga ang naka-assign mag-ikot-ikot ngayon," mahinhin na pagbibiro ni Asha.

"Gano'n po ba? Pwede po ba ako humingi ng ilang minuto?"

"Ah-huh.. Sige, Hijo, pagbibigyan kita.. basta magpromise ka na uuwi ka."
"Pangako po."

"Good, may uubusin ka pa kasing salad."

Pareho silang ngumiti bago muling natahimik. Si Seb ang sunod na nagsalita.
"Dapat dinala mo regalo mo. Dito ko sana bubuksan."

"Ang dilim dito, hindi mo ma-aappreciate 'yon kapag dito mo binuksan."

"Kahit naman hindi ko pa nakikita, na-a-appreciate ko na."

"Eh, bahala ka. Gift ko 'yon, so ako magdedecide kung saan ko ibibigay."
Natatawa namang ngumiti si Seb, muli silang natahimik. Ngunit biglang nag-alok si Seb.

"Gusto mo ba makarinig ng kwento?"

Bahagya siyang nginitian ni Asha sabay sabing, "Okay, pero pagkatapos pauuwiin na kita."

At nagsimula nang magkwento si Sebastian na buong pusong pinakinggan ni Asha.

"Hindi pa sila kasal noong pinanganak ako. Ilang libong beses na yata kinuwento ni Papa ang first meeting nila ni Mama. Nagkakilala daw sila sa isang play noong highschool. Part ng cast si Mama habang si Papa naman ay part ng sound crew. Lagi nga silang nag-aasaran kung sino daw ang unang nagpapansin. Kwento kasi ni Papa, si Mama daw ang unang um-approach sa kanya. Sa dinami-rami raw kasi ng pwedeng upuan, doon pa talaga sa tabi niya. Tapos bigla pa raw nagtanong kung anong oras na. Kaya 'yun, nagka-kwentuhan sila. Nakita raw kaagad ni Papa sa mga mata ni Mama, na gustong-gusto raw siya ni Mama.

Pero dahilan naman ni Mama, kinakabahan lang talaga siya noong time na 'yon, kaya kailangan niya lang ng makakausap.. para hindi siya mag-overthink sa performance niya. Lagi aasarin ni Mama si Papa na ang kapal daw ng mukha niya.

Ako, syempre kakampi ako kay Papa, sa kanya ako maniniwala.. Tapos pagtutulungan namin si Mama asarin.

Pero ang ending, si Mama ang mananalo. Bigla kasing bubulungan ni Mama si Papa tapos bigla na lang magko-concede defeat si Papa.

Nakakakainis nga noon dahil lagi kong tinatanong si Papa kung ano ibinubulong ni Mama, pero hindi niya talaga sinasabi. Sasabihin niya lang, ma-ge-gets ko na lang daw 'yon kapag nasa tamang edad na'ko. Nakakatawa nga isipin 'yon ngayon tuwing naalala ko.

Napakasaya noon, lagi pa akong sinasama ni Papa sa Shop, doon ako unang nahilig sa gitara. Si Mama, marunong din yon. Kaya madalas din kami mag-jam sa bahay tuwing day off nila.

Minsan, namumundok din kami. Mahilig sa mga ganoong adventure kasi si Papa.

May time nga napilayan ako, galit na galit si Mama. Di raw kami nag-iingat.
Tapos simula tuloy non, hindi na ako pinayagan ni Mama sumama. Mag-aral na lang daw muna akong mabuti.

Ang daming memories, pero lahat ng naaalala ko noon, lagi naman kaming masaya. Ni-hindi ko nga sila nakita mag-away kahit minsan. Tapos para sa 9th birthday ko, nagplano si Papa na pumuntang beach. Sa tabing-dagat daw namin sasalubungin ang birthday ko.

Syempre ang saya-saya ko non, sobrang excited. Nag rent pa kasi kami ng tent para makapag-camping, at hinding-hindi ko malilimutan ang napakagandang bonfire nang gabing 'yon.

Kung paano kami nagkantahan sa tabi non, yong init ng apoy, at kung paano namin iniihaw don ang mga dala naming marshmallows. Pero habang nag-iihaw kami. Biglang lumuhod si Papa, tapos may inabot siyang singsing.

'Will you marry me,' sabi niya.

Biglang umiyak si Mama tapos niyakap ako, nahulog tuloy marshmallows ko.
Yes. Sabi niya, tapos niyakap yumakap na rin samin si Papa.

Kahit hindi ko pa masyadong maintindihan kung anong nangyayari. Hinding-hindi ko makakalimutan ang nararamdaman kong saya nila.

Tapos ilang buwan pagkatapos non, nasa simbahan na kami.

Napakaraming bisita, doon ko nakilala ang mga pinsan ko, mga tito at tita, at syempre sina Lolo at Lola. Sobrang saya ko non kasi, hindi ko alam na sobrang dami ko palang pinsan. Ang dami kong kalaro doon sa reception. Pinaka masayanag araw para sa 'kin yon.

Doon ko rin unang narinig ang mga salitang, pangako at magpakailan-kailan man.

Mga salitang lagi ko nang naririnig kina Mama at Papa. Tapos lalo pang sumaya bahay namin dahil magkakaroon na raw ako ng kapatid. Sa wakas may aalagaan nako at magiging kalaro. Mas excited pa nga yata ako non kina Mama at Papa. Sabi ko pa nga, gagawan ko ng kanta yong kapatid ko kaya talagang ginalingan ko magpraktis ng gitara. Pero ilang months pagkatapos lang non, biglang nasunog ang shop ni Papa. Walang natira, hindi ko lang masyadong maintindihan, pero nabaon yata kami sa utang. Gipit na gipit kami. Pero masaya pa rin naman kami non e. Sabi nga ni Papa, malalagpasan din naman ang lahat. Dinala niya pa ako sa bagong shop niya, tuwang tuwa nga ako kasi mas maganda na 'yon kaysa don sa nauna. Tapos 'yon, akala ko okay lang ang lahat. Tapos isang araw, naaksidente si Papa, si Mama naman hindi makapag-work kasi malapit na siya manganak, tapos may times na masama pa pakiramdam niya. Inaalagaan ko nga siya lagi non pero 'di ko kaya.
Kaya sina Lolo at Lola tumira una sa'min. Akala ko nga magiging masaya kami lalo pero hindi ko maintindihan bakit nag-aaway na sina Papa. Tapos, 'yon, dumating na 'yong araw na manganganak na si Mama. Dahil si Papa hindi pa kayang maglakad naiwan siya sa bahay kaya sina Lolo at Lola lang kasama ko.

Hinding-hindi ko makakalimutan noong lumabas ang doctor sa delivery room, sobrang excited ko, pero pagpasok namin, nakita ko si Mama iyak nang iyak.

Nagtanong nga agad ako kay Lolo kung anong nangyare, tinatanong ko rin kung nasaan na ang kapatid ko pero hindi niya ako sinasagot. Niyakap niya lang ako at hinalikan sa noo bago lumapit kay Mama. Pagkatapos ng araw na 'yon. Napakalungkot na ng bahay namin. Minsan ko na nga lang nakitang nag-uusap sina Mama at Papa. 'Yong minsan pa na yon, ramdam kong galit sila sa isa't isa. May mga pagkakataon na nagsisigawan, nagmumurahan. Nagulat pa 'ko kasi binato ni Mama sa labas ang nakadisplay na gitara sa sala. Si Papa naman sigaw nang sigaw at mura nang mura, muntik na rin niyang masuntok si Mama non.

Tapos, biglaan na lang din. Si Mama inuwi muna nina Lolo, isasama nga nila ako sana pero ayaw pumayag ni Papa. Iyak din ako nang iyak sabi ko ayoko ring sumama kaya hinayaan na nila.

Dalawa na lang kami ni Papa. Masaya naman. Pero madalas na siyang lasing. May pagkakataon pa na pag umuuwi ako galing school, nakikita ko si Papa na may kasamang ibang babae sa kwarto nila ni Mama.

Tas nalaman 'yon ni Mama. Kung dati minsan lang sila mag-usap, naging araw-araw na silang nagmumurahan. Tapos may time na kapag malala na talaga away nila, si Mama hindi uuwi samin. Isang gabi, dalawang gabi, isang linggo, tapos umabot ng isang buwan. Hindi na nga ako sinasagot ni Papa tuwing magtatanong ako tungkol kay Mama.

Sobrang saya ko non, noong umuwi siya. Kumain kami sa labas, kasama sina Lolo at Lola, tapos may isa pang lalake. Sabi ko nga kay Mama, magbati na sila ni Papa. Saka niya sa 'kin sinabi na, magkakaroon na raw ako ng bagong papa. Umiyak ako syempre. Umiyak ako nang umiyak sabi ko gusto ko kay Papa. Kaya inuwi na muna nila 'ko. Ilang buwan din na naging ganon, kakain kami sa labas kasama yong lalake, tapos yon.

Hanggang si Papa na mismo nagsabi sa 'kin. Na-ibebenta na yong bahay, pumili na raw ako kung kanino ako sasama.

Umiyak lang ako, inumpog ang sarili ko sa pader, at ang naalala ko non, sabi ko, magpapakamatay ako pag binenta 'yong bahay. Kaya hinayaan na lang nila 'yong bahay. Si Papa naman din, umalis na, tumira na sa iba. Kaya simula non, mag-isa na lang ako don na nakatira. Minsan bibisita sila sa magkaibang araw. Kahit anong pilit kong magbati na sila ang sasabihin lang nila bati naman na sila pero di na tulad ng dati. Kaya simula ng araw na yon, dahil sa kanilang dalawa. Itinuring ko ng sumpa ang pagpapakasal. Nagpakasal lang sila kaya nangyare yon lahat..

Kung hindi sila sana nagpakasal, sana masaya pa rin kaming magkakasama hanggang ngayon."

Saglit na huminga si Seb, habang si Asha naman na hindi alam ang kanyang sasabihin ay nanatiling tahimik, saglit na pagmamasdan ang mga mata ng binata bago ibalik ang tingin sa madilm na palaruan. Muling nagsalita si Sebastian, "Pero kahit isinumpa ko ang bagay na 'yon, naniniwala pa rin naman ako sa pagmamahal. Tagal ko ring hinintay na maramdaman 'to, ang koneksyon, at mangako sa isang tao. At nang makilala kita, nang makausap kita, alam kong ito na 'yon

Alam kong halata naman na mahal na mahal kita dahil halata ko ring mahal na mahal mo'ko.

Sa pang-aasar mo..

Sa tuwing lalabas 'yang mga dimpol sa pisngi mo..

Ang mga mata mo na naluluha at parang kumikinang kapag tinititigan mo ‘ko.

Sa totoo lang, pakiramdam ko sa mga pagkakataon na ‘yon, ako ang pinakagwapo sa buong mundo.

Dahil napakasaya ko dahil ako ang unang minahal mo."

Labis na napangiti si Asha sa kanyang narinig. Inabot niya ang kamay ni Seb at hinawakan ito nang mahigpit.

Pagpapatuloy naman ni Sebastian, "Sa sobrang saya ko, saglit kong nakalimutan ang lahat, ang sumpa, ang takot. Napalitan ng pag-asa na kakayanin na kitang harapin sa espesyal na araw na 'yon.

Pero ngayon, na-realize ko, na hindi ko talaga maipapangako. At kahit na alam kong mahal na mahal kita, habambuhay nang nakatanim ang lahat ng ‘yon sa puso ko.

Ang takot na balang araw, magiging ganon din tayo. Mga araw na hindi na tayo magpapansinan, mga oras na mag-aaway tayo, mga minutong mamumura at masasaktan natin ang isa't isa, at mga segundong pagkamuhi na lang ang matitira sa mga mata nating dalawa. Kung gaano ako kasaya sa tuwing mayayakap kita, kakambal non ang matinding takot na balang araw hindi ko na 'yon mararamdaman. Na maglalaho na 'yong saya, mga ngiti, at mapapalitan na lang lahat ng galit. Minsan nga naiisip ko tuwing yakap kita, darating ang panahon na may iba ka nang yayakapin, na hindi na ako ang makakaramdam ng init mo, ng halik.

Hindi ko kaya, Asha. Hindi ko kayang magmahal nang buo."

Saglit na tumigil si Seb para huminga nang malalim, "At mas lalong hindi ko kayang mangako na pakasalan ka. At alam kong kahit gaano mo ako kamahal, darating pa rin ang araw na hahanapin mo ang bagay na 'yon, at kakailanganin. Kaya Asha—

Sa tingin ko, habang maaga, mas mabuti na tapusin na natin 'to."

Pagkatapos niya itong sabihin ay madiing ipinikit ni Seb ang kanyang mga mata. Agad niya ring naramdaman ang pagbitiw sa mahigpit na paghawak ni Asha sa kanyang kamay kasunod ang kaluskos ng kadenang bakal ng swing. Tila nakita nga ng nakapikit niyang mga mata ang imahe ng paglayo ni Asha, ang bawat paghakbang nito. Kaya, agad n dumaloy ang mga luha sa kanyang pisngi, na kaagad niyang pinunasan.

Dahil, wala siyang intensyong bawiin ang kanyang mga binitawang salita kasi alam niyang sa pagpapatuloy nito ay mas masasaktan niya lang si Asha. Mas mabuti nang masaktan niya ito ngayon, kaysa lalong palalimin pa ang kanilang ugnayan. Alam niyang malayo ang kanilang mapupuntahan ngunit natitiyak niyang sa dulo ay trahedya lang ang kanilang kahihinatnan.

Ang tangi niyang gusto gawin ay ang magpasalamat, magpasalamat sa maikling panahon na naramdaman niya ang tunay na pagmamahal. Ngunit, wala naman siya sa posisyon para sabihin ang bagay na ito kaya kanya na lang ito sinarili.

Nasaktan niya ang unang babaeng kanyang minahal. Nasaktan si Asha ng unang lalake niyang minahal.

Ito ang dalawang bagay na pumuno ng habag at lungkot sa puso ni Sebastian.
At habang ginugunita niya ang lumbay, ang dumadaloy na malamig na ihip ng hangin sa kanyang likuran ay biglang naglaho. Naglaho, at napalitan ng isang mainit na pakiramdam.

Isang yakap.

Yakap na kumumot sa kanyang buong pagkatao at tumatangis na puso. At kasunod ng mahigpit na yakap na ito ay ang isang tanong na napakalambing na ibinulong.

"Tapusin na natin 'to, bb?"

Sa isang iglap, agad na naglaho ang lahat ng lungkot sa dibdib ng binata. Bahagya nga siyang natawa habang humihikbi.

"Bb ka diyan.. Seryoso ako."

"Oh, bakit Bb? Seryoso rin naman ako."

Halata ngang ina-asar siya ni Asha ngunit hindi naman naiwasan ni Seb na mapangiti sa paglalambing nito sa kanya.

Isang bagay ang totoo.

Si Asha ay may mahika na kayang pumawi ng matinding lungkot sa pamamagitan lamang ng kanyang yakap at tinig. Hindi na nga napigilan ni Seb na yakapin din nang mahigpit ang mga braso ng dalagang nakabigkis sa kanya.

Hinalikan naman siya ni Asha sa ulo at lalong hinigpitan ang pagyakap. "Oh, ano? Tapusin na natin 'to?"

"Okay lang, sa 'yo kahit wala hindi tayo i-kasal?"

"Wag na muna natin isipin. Basta ang importante for now, we love each other."

At kung kanina ay, napakabigat ng nararamdaman ni Sebastian, at ang paligid ay napakadilim. Ngayon, ang lahat ay tila kumikinang at nagliliwanag.

Dugtong pa ni Asha, "So, tapusin na ba natin?"

Wala na ngang ibang nagawa si Seb kundi umiling. At nang maramdaman ni Asha ang pag-iling ng binata ay agad din siyang nag-aya.

"No objections? Oh, tara na, uwi na tayo at gabi na."

At bumitiw na siya sa pagkakayakap para hawakan ang kamay ni Seb at mahinhin itong hinila para maglakad na palabas ng playground.

Habang naglalakad sila palayo ay muling sumulyap si Seb sa palaruan. Bahagya niyang naaninag doon ang isang batang lalake na umiiyak at mag-isa na unti-unting naglaho sa kanilang bawat paghakbang.

Magkahawak kamay silang umuwi. Bigla-bigla ngang ngingiti at mapang-akit na susulyap si Asha kay Seb habang sila ay naglalakad. Walang ibang saksi kundi ang mga ilaw sa poste sa daan at ang kalangitan na pinupuno ng buwan at mga tala.

Nang makarating sa bahay ay agad na dumiretso ang binata sa kusina, tiningnan ang pinto ng ref, kinuha at binasa niya ang maliit na mga liham na nakadikit.

Sorry, Anak. Iniwan ko na yung gift ko diyan sa sala. Enjoy your night with Asha.
Happy Birthday ulit. I love you.

-Mama

Pasensya ka na kanina, sana naman at hindi masira ang gabi niyo ni Asha Happy Birthday, Seby Boy.

-Papa

At mapait siyang napangiti.

Agad namang sumingit si Asha at yumakap, "Kakain pa tayo ng salad. Punas ka na muna at magpalit ng damit."

Umakyat na si Seb para kumuha ng tuwalya at ng pamalit, sa kanyang pagbaba ay nakita niya na inaayos na muli ni Asha ang hapagkainan. Tumigil siya saglit, napansin niya kasi ang isang kahon ng cake sa lamesa. At dahil kasama niya si Asha namili, siya ay nagtaka. "Kanino galing?"

"Secret. Dali na, magpunas ka na."

Sa pagbuhos ng malamig na tubig sa kanyang ulo ay muling nangibabaw ang lungkot ngunit ngayon, kahit papaano ay napupuno na siya ng pag-asa.
Pag-asa na pagdating ng panahon, katulad kanina ay mapapalitan na ang bawat lungkot ng ligaya. Habang pumapatak ang tubig, siya ay nagmuni-muni. Nakangiting nangako na si Asha ay magpakailan-kailanman niyang mamahalin.
At sa kanyang paglabas, habang pinupunasan ang sarili ay nadatnan niya ang hapagkainan na madilim. Ang tanging ilaw na nakaningas ay ang kandila sa ibabaw ng cake.

Siya ay nakangiting lumapit

Kanya ring napansin ang isang maliit na kahon na nakabalot sa magarang papel, nakasulat,

Happy Birthday, bb

-urAshagandaforevs

These Are Enough Reasons, Right?

[Asha's]
March 19, 2022

4:32 am

It's his birthday. Gusto ko sana siya batiin kanina sa disperas pero hindi ko kinaya labanan ang antok. So I just bombarded his inbox with sweet messages. 'Di ko nga napansin na umabot na pala ng *one hundred three.*

Here is the plan mamaya. Susunduin niya raw ako sa work at sabay kami maggo-grocery and then, syempre magluluto ako while he rest.

Or he can sing for me..

Oh, mas magandang idea 'yong latter so I'll request it mamaya. Hmm, tapos syempre we'll eat dinner together with his parents.

Si Tita Linda at si Tito Marco. Should I call them Mom and Dad na ba? Lol
Next time na siguro. Hihi.

Ang deal namin is ako ang mag i-invite sa kanilang dalawa. Seb, just gave me their numbers.

They are so hesitant nga noong una. Not a good idea daw since hindi maganda ang huling pagkikita nila. So talagang nasubok ang magical persuasive skills ko. I have given them enough reasons to give this a try so somehow napilit ko silang i-consider.

Na-feel kong sobrang miss na rin kasi nila si Seb.

Ang kwento ni Tita, parang almost a decade na nang huli niyang makasama si Seb sa birthday niya. Although nagkikita at nagkakausap naman sila paminsan-minsan, feeling niya pa rin na sobrang dami na niyang na-miss sa buhay ng anak niya.

Si Tito gano'n din naman ang nafi-feel.

Kaso 'yon nga, talagang hindi raw magpapakita si Seb sa kanila sa birthday niya kapag hindi sila magkasama.

So ayon, they both chose to give this celebration a chance.

Una kong ginawa is nag-setup ng google meet para sa aming tatlo. Warm up muna since matagal na silang hindi nagkikita at nagkakausap.

And noong nagmeet na kaming tatlo, I can feel no tension naman na and somehow na-feel ko ring magiging okay naman ang lahat.

So yon, we all agreed na i-push na 'to for the sake of Seb.

Dinner lang naman and konting bonding. Tiwala naman din ako sa luto ko so I'm sure it will end up okay.

Plus factor din talaga ako kung bakit sila pumayag.

Actually super plus nga eh!

Gusto daw kasi nila ako makilala. Unang beses daw kasi nagbanggit ng pangalan ng babae si Seb.

Halatang-halata na excited na silang makita at makausap ako ng personal. No doubt, sobrang ganda ng naging impression ko sakanila sa google meet.

Dinner time is 7pm. Bawal daw ma-late. Pabirong sabi pa ni Tita Linda, *hindi raw pakakainin ang late.*

She even asked me if need ko daw ba ng tulong pero syempre sabi ko hindi. I want them to taste my very own cooking. Ibibida ko talaga ang sarili ko.

Tito Marco said na sagot na raw niya ang cake. So ang kailangan ko na lang i-prepare ay ang mga lulutuin. I want to put some decorations sa dinner area kaso need ko pa rin pumasok sa umaga so ayon. May next time pa naman.

Parents, check.

Gifts naman.

I have three gifts. One gift for every one of the three words. Dapat

talaga tatlo, so he will feel so much special.

First is itong special celebration dinner with his parents.

Next, gusto ko talaga sana ring magsulat ng song for him, kaso hindi pala gano'n kadali, walang pumapasok na words sa isip ko so I settled with a painting. Actually last month pa ito ready, nagpatulong ako sa friend ko.

And the last gift will be me. Yes! Ako lang at wala nang iba. My company is always a gift. Duh!

So gifts, check.

Ang gagawing pagluluto na lang mamaya. Goodluck sa'kin. Huhu

. . . .

Naghihintay na kami ng masasakyan, medyo marami akong dalang mga cooking tools na pinahawak ko sa kanya. Haha!

I asked him kung ano ba talaga ang gusto niyang ulam para mamaya. He requested beef curry, lagi daw talaga siyang nagke-crave non.

So beef ang magiging main ingredient ng main dish, ipapatikim ko na rin sa kanila ang beef steak ko, and fruit salad na lang siguro for dessert. Ngayong nasa grocery na kami. Oh My God! Talagang ramdam ko ang kilig niya. First time niya raw mag grocery kasama ang isang babae, and I can see sa mga mata niya ang excitement. Well, first time ko rin naman din 'tong gawin with a guy kaya nakakarelate naman ako sa sobrang kilig na nararamdaman niya.

Bigla niya pang hinawakan ang kamay ko bago itinuro ang reflection namin sa salamin.

Ang cute naming dalawa! Ang height talaga, OMG! So bagay! We really looked like a couple na. Huhuhu!

Pero buti na lang at kahit nakafocus ako sa kilig ng first time na 'to ay naisip ko pa rin itanong kung mayroon ba siyang mga utensils doon. At iyon na nga, sabi niya isang set lang daw ang nandoon, para sa kanya lang talaga.

So bumili na rin kami ng extra plates, mga baso, mga kutsara at tinidor. And habang namimili kami ng kulay ng mga baso.

Bigla ko na-imagine na next time, paghahanap na ng kulay ng tiles, ng mga kurtina at bathroom fixtures ang gagawin namin. Then sunod na ang mga gamit sa bahay, like furnitures and mga appliances. Na-eexcite na ako, I can't wait to spend those moments with him.

Bago kami umalis ng mall, nagtext ulit ako kina Tita and Tito. Pinaalala ko ang plan mamaya. Syempre lalo na ang cake.

Eto na, papunta na kami sa kanila.

Habang naglalakad may nakita kaming isang maliit na pusa. Sobrang cute niya! Mukha na siyang inabanduna o naliligaw kaya ininsist ko kay Seb na iuwi na niya para may pet siya kaso talagang ayaw niya. *Arrggh!* Ang cute sobra. Bumili na lang kami ng food tapos inilapag sa tabi niya para naman may makain siya. *Meow, meow!*

Nasa tapat na kami ng bahay nila. Mukhang walang nakatira dito. Maganda ang plant box kahit napabayaan na. Siguradong mahilig din sa halaman 'tong si Tita. Magkakasundo kaming dalawa.

Pagpasok, medyo na-disappoint ako at nainis. Kasi naman, sabi ko, ayusin niya na ang sala at dining area. Pero hindi niya nagawa. I scold him and kumilos naman agad siya.

As usual, I played my playlist habang nagluluto. Lol. Nakakadagdag sa sarap ang bawat paggiling at pagkanta ko sa music. Haha!

And finally! Natapos ko rin. Medyo nanlalagkit na ako so I think magpupunas muna ako.

At paglabas ko naman, sobrang nagulat ako. Andito na kasi si Tita!

Lol, ang awkward naman. Nakatapis lang ako. Huhu! Baka hindi maganda maging image ko sa kanya.

No, Tita, wala po kaming ginagawa pa ni Seb. Hanggang kiss lang po siya! Jk. Di naman siguro judgemental 'tong si Tita.

She got this very warm smile, katulad ng smile ko!

Nagbihis muna ako, then pagbaba ko kitang-kita ko na talagang miss na miss na ni Seb si Tita.

Pero sorry, Bb. Kami muna ang magba-bonding! Kailangan ko muna siya makilala. Shoo, Shoo!

OMG! Tita likes Jazz music too. Alam niya ang mga fave songs ko! Huhu. I cried. Fate na siguro na siya ang magiging mother-in-law ko. Tapos na-kwento niya rin na sobrang hilig niya sa mga plants. Nagpakita siya ng pictures ng garden niya ngayon. Napakaganda ng garden niya! Design ng sprinkler system pa lang, pindot-pindot na lang kapag magdidilig.

Tapos may mini-farm din siya. Ang galing nga ng layout, tapos may drip irrigation system pa! Ang cool talaga. Pinagtulungan daw nila 'yon i-design ni Tito Max, ang bago niyang husband.

Tapos kinuwento niya rin kung gaano kakulit 'tong si Seb noong bata. Pasaway daw sobra! Pero sobrang lambing daw talaga niya bata pa lang. Kaya love na love na love niya talaga.

I wanna ask more pa sana about Seb kaso nagstart naman na siya magtanong.

Nagpakwento siya sa family ko muna. So kinuwento ko muna yung tungkol samin nila Papa.

Nang malaman niya nga na engineer din si Papa bigla nga niya na open na pangarap niya raw sana 'yon for Seb, kaso si Seb hindi na pinursue ang career na yon. Sayang daw talaga.

Somehow naka-feel ako ng disappointment muli sa kanya pero sabi ko naman, Tita, don't worry magpapakasal naman siya sa magandang engineer. So magkakaroon ka pa rin ng daughter na engineer. Na-excite nga siya lalo nang marinig niya ang sinabi ko. Pabiro niya pang sinabi kay Seb sa harap ko mismo na dapat pakasalan niya na ako. Kaya sa isip ko syempre dapat una sa lahat magbago na ang perspective ni Seb pagdating sa bagay na yan.

Well, kahit 'yon na lang. Kahit wag na ang religion. I don't want to make things more complicated pa.

Tapos mag-iipon na kaming dalawa! Nasa tamang edad naman na kami para isipin ang pag-settle.

So 'yon, nagstart na rin kami magutom. Lagpas seven pm na rin kasi at wala pa si Tito.

I grabbed my phone para i-text na sana siya at tanungin pero sakto at dumating ang text niya.

Parating na raw siya, sorry din daw dahil late. May inasikaso lang daw.

Sinabi ko naman 'yon kay Tita at kahit papano ay nabawasan ang pagkayamot niya.

Wala pa naman ding five minutes at may ingay na ng sasakyan sa labas so lumabas na rin kaagad si Seb.

Sa garahe lang ako, at kitang kita ko kung papaano parang bata si Seb na nakayakap kay Tito. Kitang-kita ko ang ngiti sa labi at mga mata niya. Matangkad din si Tito, pero mas matangkad si Dad sa kanya.

Pinakilala nga agad ako ni Seb, nahihiya lang akong ngumiti.

Bigla ko kasing naisip ang CAKE! Wala siyang hawak na cake! Sana naman ay nasa sasakyan lang. Kaya nang naunang maglakad na si Seb, palihim ko siyang tinanong, *Tito, 'yong cake po pala.*

Tapos ayon na nga, nakalimutan niya! Huhu!

Nagkatinginan na lang kami ni Tita Linda. Hassle kasi kung bibili pa sa labas ngayon since gutom na ang lahat. Kaya hinayaan na lang namin. Kita rin naman namin sa mukha ni Seb, na masayang-masaya na siya na makasama kaming tatlo. Hindi na rin niya siguro mapapansin ang cake. Saglit naming kinantahan si Seb, tapos nagstart na rin kami agad kumain. Medyo lumalamig na rin kasi ang food.

Sayang lang talaga at walang cake para sa candles, gusto ko sana makita magwish si Seb! *Haaay*, aasarin ko pa naman sana siya tungkol sa wish niya!

Pero ito na, we started eating na. Hindi ko maiwasang hindi mapangiti. Halos kada subo kasi nila, pupurihin ako. Hindi tuloy ako makakain nang maayos.

Tapos etong si Seb, pina-compare pa luto ko sa luto ni Tita. Kinurot ko nga!
Pero ang sweet ng sinabi ni Tito ha. Si Tita naman napangiti na lang din, kinilig kahit papaano.

Pero ang importante, secured na magdedate kami ni Tita next week! Magdidinner kami sa kanila! I can't wait!

Tapos ito na nga, si Tita Linda naman paulit-ulit sa kasal. Dapat pala 'di na ako nagjoke kanina.

Tita naman, baka lalong mapressure po si Seb, at lalong matakot sa marriage. Kaya Tita, please stop na, baka ma-jinx!

Everything is going well naman. And may dessert pa! So ayon, sinabi ko na sa kanila, and kukunin ko na sana kaso si Tita nagstart naman magpayo.
So I gladly listen.

Although minsan nagpag-uusapan naman na namin ni Seb ang mga sinasabi niya. We still listened. Chill lang kami kasi we know naman na ang mga dapat naming gawin and kita ko naman din kay Seb ang motivation to do better.

Sa totoo lang, we are already planning. May house rules na nga kaming pine-prepare, tsaka syempre kung paano namin ididiscipline ang magiging kids namin. Ang faith na lang niya talaga sa marriage ang problema.

Unlike Tita, si Tito naman gusto ipapush kay Seb ang passion niya. Feeling ko 'yon naman ang dream niya para kay Seb, ang makilala siya as a musician.

Chill lang daw, we all have our own timings.

Ang cute nila kasi may sarili silang mga payo na iiinsist. Atleast hindi masyadong nakakapressure for Me and Seb.

Pero wait, bakit parang nag de-debate na sila.

Teka, hala. Nagpaparinigan ba sila? Hala...

Si Seb, bigla na nga sakin sumenyas, kunin ko na raw ang salad. So tumayo na kaagad ako.

Noong nasa kusina na'ko, wala naman na akong naririnig magsalita, mga tunog na lang ng utensils na nililigpit.

Medyo na-stuck ang salad sa freezer... kaya medyo nahirapan akong tanggalin.
At ngayong pabalik na ako, I heard something. Akala ko tumigil na sila, bakit ngayon parang lumalala pa.

I stopped and listen, ano ba ang nangyare? Di ko kayang lumapit habang nagtatalo sila.

Tapos nakakagulat. Biglang sumigaw si Seb. Nagmumura. Tapos.. Wth? Hala.. ano ba ang nangyayare?

Ito ang first time na marinig ko siya magmura, at sumigaw. Ang magalit nang ganyan.

Lumapit pa si Tita Linda pero itinulak niya...

I'm scared, he ran away. Gusto ko siya habulin pero my legs and feet are not moving.

Kaya wala akong nagawa kundi makinig kina Tito at Tita, ngayon naman nagsisisihan sila.

Tangina! Ano ba yang pinaggagawa mo Linda?

Aba? Anong ako? Ikaw 'tong unang nagparinig.

Anong parinig pinagsasabi mo diyan? Ikaw 'tong nagpapahapyaw, kanina ka pa. Tapos maghahagis ka pa ng mga kutsara sa sahig?!

Grabe ang naging palitan nila ng salita ngayon. Hindi ko maintindihan. Ganito ba talaga sila? Instead na habulin si Seb na tumakbo papalayo ay pipiliin pa nila na muling magbangayan?

What's wrong with them?

I witnessed their fight. Kahit nga napansin na nilang nakatingin ako sa kanila ay lalo lang uminit ang kanilang pagtatalo.

They involve me pa sa kanilang away.

May witness tayo Marco, tanungin natin si Asha.. Sino ba ang nagsimula?

Ano Hija? Sino nagsimulang magparinig?

Tatanungin mo pa si Asha, eh sa pagvovolunteer mo pa nga lang magdala ng cake, sablay ka na!

Of course, hindi ako sasagot. What wrong with them? Hindi ba nila naiisip si Seb?

What if may gawin siyang hindi maganda. Paano kung saktan niya ang sarili niya. What if?

Why my legs won't move, please move. Please! If his parents don't care sa kung ano man ang mangyare sa kanya, ako na lang ang hahabol kay Seb.
I love him, I don't want to lose him dahil lang sa kanilang dalawa. Pero ang mga paa ko, ayaw talagang gumalaw.

And I realized, that this is the first time I've witnessed something like this personally.

Sa movie ko lang nakikita ang ganitong mga away. Although nararamdaman ko ang lungkot at galit sa isa't isa ng mga characters.

Iba pala talaga kapag personal.

I am so used na makita ang family ko na masaya. Na kahit wala na si Mom, hindi ko naman nakita na sinisi ni Mami si Dad.

Sa mga Tita at Tito ko, sa Lola at Lolo ko sa side ni Papa. Sa mga pinsan ko. I never witnessed something like this.

Ang sumbatan, ang murahan ng magpapamilya. Lalo na ng magpartner.

Family is supposed to be our home, our safehaven.

Kaya nga nang pinili ko maging CE sabi ni Dad na dapat iprep ko ang sarili ko sa mga murahan moments.

Mga naririnig kong mura noong nag-oojt ako, mga sigaw ng boss sa mga engineers niya or other people sa site.

Hindi ako nasanay, natatakot pa rin ako sa tuwing nakaririnig ako ng gano'n. Kahit nga pahapyaw lang akong paringgan ng kawork ko, naiiyak na'ko.
Mahina ang loob ko pagdating sa mga ganitong bagay.

Why people need to argue and fight like this. Something na kahit kailangan kong tanggapin ay never kong maiintindihan.

Never kong maiintindihan kung papaano nakakaya ng mga tao mag-away nang sobra.

Pero walang sinabi ang lahat ng mga na-witness ko sa ojt at work, dito.

Ang galit nila sa isa't isa, abot langit. Now, somehow na-realize ko na ang nararamdaman ni Seb.

Bakit ko pa ipinilit ang lahat ng 'to, kasalanan ko 'to.

I really feel guilty, I'm the cause of this mess. Dapat hindi na ako nag-insist. Dapat hindi na ako naging selfish at ipinilit pa i-push ang kagustuhan kong makilala ang parents niya.

Dapat sana ay masaya kaming nagkukwentuhan na lang ngayong birthday niya.

Ilang minuto na ang lumipas, at nakatayo pa rin ako hawak ang salad bowl na 'to.

Tito Marco walked out sa dining area, kumuha siya ng maliit na notepad at nagsulat at idinikit sa ref bago tuluyang umalis. Di na siya nagpaalam sa'kin, ni-hindi nga niya ako tiningnan.

While Tita Linda, breathe for a moment, calmed herself slightly bago lumapit at kausapin ako.

Di ako masyadong nakinig sa mga una niyang sinabi. Something about Tito Marco na ganito ganyan daw. Wth, Tita, mas importante pa ba 'yan? What about Seb?

Kung alam ko lang kung saan siya hahanapin, ginawa ko na. Sa isip ko, please Tita, mas importante hanapin si Seb.

At 'di ko na pinigil ang sarili ko, sinabi ko na sa kanya, *Tita, hanapin na po natin si Seb. Baka kung anong mangyare sa kanya.*

"Wag ka masyadong mag-alala, nasa playground lang 'yon ngayon. He is always there kapag ganito, minsan doon na rin siya nagpapalipas ng gabi.

Sorry Asha, kasalanan namin 'to, talagang dapat hindi na kami magsama at mag-usap pa ni Marco, mas makakabuti 'yon para sa lahat.

Tara, bili na tayo ng cake, at i-drop kita sa playground.

Continue this night, ikaw na ang bahala kay Seb."

Bago kami umalis, nagsulat din siya ng note at inidinikit din sa ref.

Habang nasa sasakyan, hindi naman na kami nag-usap.

Pagkabili namin ng cake, dinrop niya na ako sa playground bago iuwi ang cake sa bahay nila.

Pagkababa ko, lumapit na lang ako at umupo sa tabi niya. I tried talking to him, pero saglit lang siyang sasagot.

I watched the surroundings, itinuro ko nga at itinanong kung doon ba siya natutulog sa may silong sa tabi ng slide.

Sumagot naman siya, so now I jokingly said na ako naka-assign na magronda tonight. He smiled a bit and asked for a minute. Gusto niya daw muna mapagisa.

I just sat there, at hindi naman din nagtagal, nagopen up na siya. I listened with my heart. I love him and ayoko lang maintindihan siya, gusto ko maging part ng kung ano man ang mga bagay na nagbibigay sa kanya ng matinding lungkot.

I want to be his safehaven. I know it will be easy for me i-comfort siya. Kasi he loves me so much.

Nang marinig ko ang kwento ng parents niya, ginive up ko na nga ang hope na magiging okay pa sila.

Then Seb said some sweet words. How he really feels about me, how I made him smile. That this is his first time to fall in love. And ako rin. But as I hold his hand tightly, he then opened up his fear of marriage. How he consider it as a curse. Believing in a religion is already out of the question too.

He said all of his fears. From having our first fight, hanggang to me having another man to love. Na hindi niya maiwasan isipin na someday na magagaya rin kami sa kanila.

He is so scared. He loves me pero nangingibabaw ang fears sa puso niya.

Kaya kahit na anong pagmamahal pa ang nararamdaman niya, he can't love wholeheartedly, nad mas lalo na mag-promise pa ng marriage. And since he knows na it is every woman's dream, he thinks na we will just end up as a tragedy if this continues.

So he said it, he chose to end things with me.

I am hurt.

Gusto kong umiyak. Why would he compare our love and relationship to them.

Binitawan ko nga agad ang kamay niya. Gusto kong tumakbo papalayo. Sa isip ko, kahit na anong bigat man ng nararamdaman niya, why would he choose to end things like this? Will he give me up just like this? Just because of them? Just because of his fears?

Pero kahit na anong lungkot at tampo ang nafi-feel ko right now. I chose to disregard all of it.

Yes, I am this understanding woman.

Inisip ko na lang na, na-trigger lang ang traumatic memories niya kaya niya nasabi 'yon.

So I didn't walk away, and instead, I promised myself that I will always choose to be by his side. Through ups and downs, through happiness and fears.

I am confident na darating din ang time na macoconsider niya rin ang marriage, and hopefully pati na rin ang faith niya in heaven.

As I hug him from behind, I tried to be cute as much as possible.

Tapusin na natin 'to, bb? I said.

And while dreaming of my dream wedding, napasandal ako sa braso ni Seb.

"We'll get married, right?" I said while trying to control my tears. Inakbayan niya ako, napatingin naman ang maluha-luha kong mga mata sa kaniya. At habang nakatingala ako to him, he kissed me on my forehead and said, "I love you."

I felt it, he'll definitely marry me. "I love you—u." I told him as I hug his arms tighter.

This time he smiled and said, "nagugutom na 'ko." Napangiti na lang ako and medyo natawa. Ang cute kasi, he's like a kid na nagrereklamo, hinihimas pa ang tiyan.

I held his hand, and bit it! "I love you so much." Then kiniss ko naman agad ang area na kinagat ko. Napangiwi na nga lang siya sa hapdi. Hihi! After the wedding, naghintay kami sa tapat ng church. Pagdaan ni Iya, this time, hinug namin siya nang sobra sobra sobrang higpit. We are so happy for her. Sinabuyan din namin siya ng bulaklak bago siya makasakay sa car nila na may sign, 'Just Married'

At kami rin, sumakay na sa mga service namin papunta sa wedding reception.

Pagdating doon, sobrang na-amaze ako sa ganda ng napili nilang place, an open-field surrounded by trees decorated by lights. Sa isang side pa, may isang stream that flows into a calm river, sobrang romantic! Kung hindi lang ako naka-heels ngayon, I'll walk that path with Seb. For our music, there's a band playing stringed instruments. Sobrang occupied si Seb sa pakikinig, kitang-kita ko sa mga mata niya ang happiness. Nang maka-upo na kami, habang pinagmamasdan ko ang mga programs ng wedding reception, kating-kati na 'ko magshare sa kanya ng mga ideas for our wedding. I really need to share these thoughts. Feeling ko kasi sasabog ang dibdib ko because of too much excitement if I didn't say these things in my head.

Pero para hindi siya ma-pressure, si-simplehan ko lang. "Okay lang sa 'kin kahit small wedding, basta sa church."

Hindi niya yata ako narinig, busy siya sa pakikinig sa band so I sat closer. This time sumandal ako sa braso niya at hinakawan ang kanyang kamay. "Okay lang kahit simple lang ang reception and konting guest, para tipid. Basta, don't forget the balloons and sunflowers, ha."

Tapos bigla ko ring naalala, he said he wanted three children. Asarin ko nga siya, sabihin ko hindi ako payag sa tatlo, gusto ko dalawa lang.

"Tsaka bb, hindi pwedeng tatlo ha.. Kambal lang dapat."

This time he reacted. "Tatlo na, please?"

Hard to get tayo siyempre so I answered. "Pag-isipan ko."

The wedding coordinator then asked us to stand na para makapagpray at makapagstart na kumain.

Siyempre as usual, my prayers will always be about my family and my soon to be husband, my bb, my one and only Seb.

After the prayer, the waiters started delivering out foods na, pagkalapag nga ng food sa table namin, I prayed to give thanks. Tapos pagdilat ko kumakain na si Seb.

Pinagalitan ko siya. "Hindi ka na naman nag-pray.." Ilang beses ko na rin kasi siyang tinuturuan na magpray para maggive thanks man lang para sa food pero hindi naman nakikinig.

While eating, biglang tumayo si Kamilla. Akala ko pupunta lang sa CR, kaya nagulat ako pagbalik niya may dala na siyang bottle ng tequila.

She then teased us. "Naka-leave naman ang lahat bukas 'di ba?"

I answered. "Di ako naka-leave!"

Wait teka, walang ibang sumagot. Mukhang ako lang ang hindi naka-leave.
Kasama namin sa table si Mika at ang boyfriend niyang si Joseph, at si Angelina, isa pang close friend namin.

Nagpahinga lang saglit after kumain, then nagstart na rin agad magpaikot ng shot habang nagkukwentuhan at pinapanuod ang program ng reception.
"Sobrang ganda ng church na 'yon no?" Biglang open naman ni Mika. Sa sobrang excited ko, kinikilig akong napasagot. "Sobra!"

Napatingin nga silang lahat sa'kin, nakangiti. Bigla rin akong biniro ni Angelina.
"Hindi mo talaga mapepredict ang future no, si Iya kasal na, tapos si Asha naman may boyfriend na."

Napatingin silang lahat samin ni Seb. I'm shy, ba't biglang na shift sa'min ang focus! Napatingin din tuloy ako kay Seb, nakangiti siya nang slight sa kanila. Hindi naman siya sumagot, hindi rin naman ako sumagot so nabago na rin agad ang usapan.

Habang tuloy-tuloy ang ikot ng drinks at kwentuhan. Bigla nang nagsalita ang host ng event.

"....Mr. and Mr's. Francisco!"

And then there's Iya and his husband, dancing to the sweet melody in front of everyone.

They're like shining, they look so happy as if they're floating. Ano kaya ang feeling kapag bagong kasal? I can't wait! Habang pinapanood ko nga sila, napasandal ulit ako kay Seb. "I love you." I told him again and again.
At nang matapos na ang sayaw nila, isa-isa nang nagsilapit ang fam nila. Gusto nga rin sana naming lumapit kaso sa dami ng tao, feeling namin hindi kami makakasingit so we remained in our seats na lang. Habang naka-upo nga hindi naiwasan ni Kams na mag-open. "Namimiss ko si Lawrence."

Napatingin nga kaming lahat sa kanya. She's sobbing. Seb gently pat her head. Halata ngang nalungkot din siya nang sobra nang maalala ang bestfriend niyang si Lawrence.

Nagsalita naman si Angelina para i-comfort si Kamilla. "Don't worry Kams, may inilaan pang better si God for you."

Dumugtong pa si Mika. "Yep Kams, trust his will."

Kinomfort namin siyang lahat. Napangiti naman na siya kahit slightly umiiyak pa.

Napatingin din ako kay Seb, at kita kong may ibinulong siya sa hangin. Hindi ko narinig so I asked him. He said wala naman daw, bago siya shumot ng tequila. Alam ko hindi pa niya turn pero wala namang nakapansin.
The night ended happily. I want to stay pa nga sana kaso kasi di ako nakaleave at kailangan ko pang pumasok bukas so nagpaalam na rin kami para umuwi.

This is the first wedding na napuntahan ko. And everything I saw is now tattooed on my mind. I can't wait sa magiging kasal ko. I will be the most beautiful bride ever!

. . . .

[Seb's]
July 8, 2022

4:01 pm

Napakaganda ng *girlfriend ko.* Napakaganda ng *girlfriend ko.* Talagang napakaganda ng *girlfriend* ko.

Paulit-ulit na bulong ng aking isipan habang panakaw kong pinagmamasdan sa gilid ng aking mga mata si Asha.

Kitang-kita ko nga ang namamangha niyang mga mata, kung papaano ito naglalayag sa buong palibot ng loob nitong simbahan. Halatang ang kanyang isip ay malayo na ang narating,

…pinapangarap ang hinaharap.

Kung sobrang ganda na nga niya sa pang-araw-araw niyang kasuotan katulad ng uniporme sa trabaho, pambahay, o kahit nga pantulog lamang. Ngayong siya ay nakaayos para sa kasal, ay hindi ko na alam kung paano ko pa ilalarawan ang kanyang kagandahan.

Wala ngang pinalalagpas na detalye ang aking mga mata. Itinatatak nang maiigi ang lahat sa'king alaala.

Ang bahagyang pinahaba at pinakapal niyang mga pilik-mata.

Kung papaano niya bahagyang kinulot at hinayaang maging malaya ang mala-mahinhing alon niyang buhok.

Ang simpleng makeup na lalong ginawang *mature* ang napaka-*cute* niyang mukha.

At ang suot niyang bestidang kakulay ng kalangitan na talagang napakagaang tingnan.

Sadyang mapaglaro nga ang marumi kong isip. Dahil kahit pormal, inosente, at dalisay ng imahe ni Asha, ang imahinasyon ko'y agad na naglayag patungo sa hinaharap kung saan masosolo ko na siya sa loob ng isang kwarto.

Oo, ako ay nagnanasa, nanggigigil sa aking kasintahan.

Pagnanasa na dulot ng labis niyang kagandahan. Panggigil na bunga ng labis na pagmamahal. Tangina, pinagaganda nga talaga ng pagmamahal ang dating ng mga bagay-bagay.

Totoo ngang nakulong na'ko sa sarili kong mundo, hindi ko nga namalayan na nakadaan na pala si Iya at nagsisimula na silang magpalitan ng mga pangakong magpakailan-kailan man.

Napansin ko na lamang ang mga bagay na 'to nang magising ako sa pananaginip nang maramdaman ko ang humihikbi-hikbing pagsandal ni Asha sa'king braso.

"We'll get married, right?" Mangiyak-ngiyak niyang tanong.

Hindi ako handa sa kanyang katanungan. At kahit ako'y nabibighani sa maluha-luha niyang mga mata na naghihintay ng kasagutan, ayoko pa rin namang paasahin siya sa isang bagay na hindi ko pa maipangangako sa ngayon.
Pero dahil ayoko namang sirain ang *moment* niya, hinalikan ko na lamang siya sa noo. "I love you."

Mahal na mahal ko naman talaga siya. Ngunit sa ngayon, hindi ko pa maipapangako kaya hindi ako mangangako. *Chill* lang kumbaga, bahala na kung saan kami dalhin ng pagmamahal namin para sa isa't isa. Nag 'I love you' naman siya. Talaga ngang napakalambing ng pagkakasabi niya.

"Nagugutom na'ko." Yan na lamang ang nasagot ko, kinagat niya 'ko pero hinalikan naman niya kaya alam kong hindi naman siya nainis. Aaminin ko, bahagya akong nalulungkot habang pinagmamasdan ang lahat ng bagay sa loob nitong simbahan. Pero dahil sa napakaganda at mapagmahal kong kasintahan, walang binatbat ang anomang lumbay sa kanya.
Pero syempre, ang dami kong kailangang alalahanin, para hindi matulad kina Mama at Papa. Kailangan kong mag-ipon nang marami. Paunti-unti ko na ngang ini-e-estima ang lahat ng kailangang gastusin.

Susuotin, simbahan, sasakyan, mga palamuti katulad ng bulaklak, at ang banda na tutugtog ng mga instrumentong may kwerdas. Nang matapos naman ang kasal, pagdiretso namin sa wedding reception na talagang napakaganda, nagsimula ulit akong magkwenta.

Mukhang dito pala talaga mapapalaban ang bulsa. Itong lugar kaya magkano ang renta?

Tapos pagkain pa nga pala, inumin pati na rin alak. Tagapagsalita rin sa harapan, panibagong mga palamuti at bulaklak, at banda na tutugtog magdamag. Ang dami nga talagang kailangan. At simula pa lang ang mga

'to. Mas marami pang kailangan kapag nagsimula na kaming bumuo ng pamilya.
Pero kakayanin, alam kong kakayanin ko ang lahat.

Habang nakaupo kasi, kitang-kita ko ang mga mata ni Asha, punong-puno ng ligaya. Kaya kahit na anong mangyare, ipapangako ko. Gagawin ko ang makakaya ko para maibigay at maging espesyal ang lahat para sa kanya.
Biglang siyang nagsalita. "Tsaka bb, hindi pwedeng tatlo ha.. Kambal lang dapat."

Nagising nga ako sa malalim na pag-iisip. Alam kong inaasar niya lang ako dahil kitang-kitang ko ang nagpapa-cute niyang mukha.

Nilambing ko lang naman siya. "Tatlo na, please?"

Inasar niya nga lang ako lalo. "Pag-isipan ko."

Pinatayo naman na kami para manalangin. At pagkatapos, dahil kanina pa ako abala sa pag-iisip, naramdaman ko na ang gutom nang mapansin ko na ang paghahain ng mga mga waiter. Wala na nga akong pinaglapas na sandali, agad akong kumain pagkatapos nila maghain.

Nag-aya naman si Kamilla ng inuman, na nauwi sa masayang kwentuhan. Catch up nilang magbabarkada. Usapan tungkol sa buhay, trabaho, at siyempre ngayong nasa kasal kami, hindi mawawala ang usapan tungkol sa pamilya at kasal. Nauwi pa nga sa konting asaran.

Masaya lang akong nakikinig, pinagmamasdan sila.

Si Kamilla nga naglabas ng naramdaman niyang lungkot. "Namimiss ko si Lawrence."

Naalala ko rin tuloy bigla si Lawrence.

College na kami non, nag-iinuman kami sa tabing dagat, nang biglang napag-usapan ang tungkol sa pagpapakasal.

Sobrang random lang talaga, baka dahil nga lang sa sobrang kalasingan at wala nang mapag-usapan. Biglang lang ako kinausap ni Lawrence. *"Seb, kapag nagpakasal ako, ikaw best man."*

Minura ko lang siya, hindi ko rin kasi talaga ma-imagine noon na magpapatali ang loko na 'yon. Pero sa kaloob-looban ko, kahit papaano ay natuwa ako. Kasi kahit hindi ako naniniwala sa pagpapakasal, ay itinuring ko 'yong isang malaking karangalan.

Kasi kung sumagi sa isip niya ang bagay na 'yon, kahit pala madalas na kalokohan lang ang aming ginagawa ay para na rin niyang inamin na malaking parte ako ng buhay niya. Nakakakilig din, nakakatuwa.

Dinalaw nga ng ngiti nang magkahalong pait at tamis ang aking mga labi. Napa-isip kasi ako, sino kaya ang pakakasalan ng lokong 'yon? Napatitig ako kay Kamilla, hindi malabo na siya.

Tangina, ako, si Asha, si Kamilla at si Lawrence, palilipasin namin ang mga taon nang magkasama. Tatanda kami, bubuo ng pamilya nang

malapit sa isa't isa.

Sino kaya mananalo sa suntukan, anak namin ni Asha o anak nila? Sino kaya ang mas maganda?

Tangina, paano kung magkagustuhan ang mga anak namin, tapos babaero ang isa? Puta, masusubok kami doon panigurado. Tangina, sadyang mapaglaro nga talaga ang aking imahinasyon, naglalayag nang kusa. Ngunit dahil wala na si Lawrence, ay mananatili na lamang ang mga imahinasyon na 'to sa'king isipan. Nakakapanghinayang.

Bigla ko pang naisip, kung bibigyan ako ng kundisyon na maibabalik si Lawrence kapalit ng paniniwala ko sa Maykapal ay walang pag-aatubiling sasang-ayon ako at papayag. Kung sakaling totoo siya—

Pero—

"Don't worry Kams, may inilaan pang better si God for you," Sabi ni Angelina.
Dumugtong pa si Mika, "Yep Kams, trust his will."

Ha?
Better? Will? Ka—gus—tuhan.. niya?

Tangina?
Agad na uminit ang aking tenga dahil sa narinig.

Nanunuya nga akong napangisi habang pinakikinggan sila.

Napuno na naman ng galit ang aking dibdib kaya't bigla itong sumabog at nagliyab. Kating-kati tuloy ang aking bibig na usisain ang kanilang pananampalataya.
Tangina naman kasi? Kaya pala nawala ang pinaka-matalik kong kaibigan dahil sa iyon ang kagustuhan ng tinatawag nilang ama?

Ang lahat ng magagandang bagay sana na pwedeng mangyari at matupad kung sakaling buhay pa siya ay biglang naglaho dahil sa iyon ang nakatadhana?
Tangina naman?

Tangina talaga. Gusto kong batuhin sila ng mura ngunit hindi ko siyempre ginawa. Nagawa ko pa namang kontrolin ang sarili kaya't nanatili na lang akong tahimik habang nag-iisip.

Pinili kong hindi ilabas ang kulo na nararamdaman. Pero ang dami kong tanong. Bakit naging ganoon nag kanilang paniniwala?

Paano naging ganoon ang pagmamahal na itinuro sa kanila?

Ganoon ba ang tunay na kahulugan ng pagmamahal? Ang maniwala na lahat ng bagay ang kalooban ng tinatawang nilang maykapal?

Ang magtiwala sa bawat ginagawa niya?

Na kahit masaktan ka nang sobra, at kahit bawiin niya ang lahat, ay patuloy ka lang na magtiwala. Patuloy mo lang siyang mahalin katulad ng pagmamahal niya.

Iyon pala ang pagmamahal na alay niya.

Ang pagmamahal na gusto niyang tanggapin ng lahat.

Isang pagmamahal na puno ng pagdurusa,

Ng sakit.

Ng lungkot.

Pagmamahal na kailangan mong tanggapin sa kabila ng lahat.

Pagmamahal na kailangan mong pahalagahan at ikatuwa.

Ganon ba talaga ang tunay na pagmamahal?

Tangina, ngayon alam ko na—

Tangina talaga ng tinatawag nilang ama.

We'll Get Married, Right?

[TPP]
July 9, 2022
12:31 am

Dahil kailangan pa pumasok ni Asha mamaya, pagkaubos ng unang bote ng alak ay agad na nagpaalam ang dalawa para umuwi. Halata na ring lasing na ang dalaga dahil sa bahagyang pag-gewang ng paglalakad at pagsasalita nito.

Habang hinihintay ang sasakyan na maghahatid sa kanila, panay ang lubos na pagtitig ni Asha kay Sebastian. Mga pagtitig ng pagkasabik sa na-i-imagine na hinaharap kasama ang kasintahan sa isang mala-fairytale na kasal.

Samantalang si Seb, hindi naman makatitig sa naaantig na mga mata ng dalaga. Halos buong gabi na rin siyang tahimik. Napuno kasi ng galit ang kanyang dibdib kaya pinili na lang niyang huwag magsalita dahil alam niyang wala siyang magandang masasabi.

Ngunit—
Ilang minuto pa ng tahimikan, ay hindi na rin nakatiis si Asha, sinabayan niya ang ihip ng hangin ng isang nakakakilig na katanungan habang naglalambing na isinasandal ang sarili kay Sebastian.

"Excited ka na?"

Nailang ang binata; naghalo kasi sa puso at isipan nito ang matinding poot sa tinatawag na maykapal, at pagmamahal kay Asha. Kaya, napaakbay na lamang ito, nakatingin sa malayo habang sinisinghot ang ulo ng kasintahan.

Si Asha naman, ay lasing na isiniksik ang sarili kay Seb bago muling mapang-akit na naglambing. "You are so lucky, you will be marrying the most beautiful bride this world will ever see."

Malungkot na napangiti ang binata sa narinig.

Maluha-luha sa tuwa at pananabik ang mga mata ni Asha nang muling magsalita. "I'm wondering, how will you kiss me?" Nang-aakit niyang tanong bago bahagyang iangat ang mukha upang maglapit ang mga labi nila ni Sebastian.

Ngunit, sa noo hinalikan ni Seb ang nag-aabang na dalaga.

"My lips are so jealous right now..."

Hindi naman naiwasan ni Seb na lalong mapangiti, lagi naman kasing epektibo ang pang-aakit ng dalaga sa kanya. Napatitig siya sa malayo, napabuntong-hininga na lamang habang pilit na itinatago ang gigil na nararamdaman.

Si Asha naman, dahil hindi pinansin ni Seb ang kanyang paglalambing pati na rin ang kanyang mga labi, ay itinuwid ang tayo nang matitigan ng naniningkit niyang mga mata ang binata. "Ba't 'di mo'ko kinikiss?"

At tuluyan ng bumigay ang binata, hindi na nito napigilang mapabungisngis nang makita ang patampong paglalambing ng mukha ng dalaga.

Nanatiling nakatitig nang masama si Asha habang bahagyang kagat ang ibabang labi. Ilang segundo rin ang lumipas bago siya ngumiti. "Pero thank you dahil sumama ka." At siya ay muling yumakap sa braso ni Seb. "At least ngayon, may idea ka na kung gaano kasaya ang wedding."

"Oo, masaya nga." Nakangiti ngunit malamig na pagsang-ayon naman ni Sebastian.

Pisil-pisil ang kamay ng binata. "I'm sure, our wedding will be a hundred times happier."

"Oo naman, mas magiging masaya ang kasal natin."

"Saan na kiss ko?" Muling amba ng mga labi ni Asha.

Ilang segundong tumitig si Seb bago nagsalita. "May tanong ako."

"Kiss muna!"

Napabuntong-hininga si Seb. "Seryoso kasi." Halata ang pagpipigil sa pag-ngiti ng mga labi nito. "May tanong ako."

Lalo pang naglambing si Asha. "Okay.. Ano po 'yon, bb?"

Hinigpitan ni Seb ang pag-akbay at muling ibinaling ang tingin sa malayo. "Hindi naman kailangang sa church ikasal, 'di ba?"

"What do you mean?"

"May nakita kasi akong kasal; katulad ng mga sinaunang tao, sa harap ng puno sila nagpalitan ng mga pangako."

"You mean non-religious wedding?"

Mahinhing hinaplos ni Seb ang buhok ni Asha. "Gano'n na lang gawin natin. Mas romantic 'yon."

"Hmmm. Parang ang romantic nga niya. Pero kasi.. syempre iba pa rin

kapag officiated sa church ang wedding."

"Ayaw mo non, unique ang kasal natin?"

"Ayaw! Gusto ko sa church!"

"Ba't ano bang meron don?" Halata ang bahagyang pagka-irita sa boses ng binata. "Ang importante naman ikasal 'di ba?"

"Presence ni God." Mabilis na sagot ni Asha bago nakangiting isiniksik lalo ang sarili sa akbay ng binata. "He'll tie up our promises for each other."
"Presence niya." Nangkukutyang bulong ni Seb sa hangin.

Nag-aalala at nagtatakang tumugon si Asha. "May problema ba?"

"Wala naman, na-realize ko lang, kailangan ko pa palang mangako sa invisible creator niyo para paniwalaan mong mamahalin kita magpakailan man." Sarkastikong iling ni Seb.

"Yan ka na naman." Buntong-hininga ni Asha.

"Na naman?" Pagtigil sa pag-akbay ni Seb.

"Oo, na naman." At tumikas ng tindig si Asha.

Ilang segundo silang tumitig sa isa't isa bago sumagot si Sebastian. "Ano ba kasing pinagkaiba? Papakasal, mangangako, 'yon naman ang mga importante 'di ba? Kung gusto mo, luluhod na 'ko ngayon."

"Hindi kumpleto ang wedding without his presence, Seb," giit ni Asha. "
"Tanginang presence 'yan." Mura sa hangin ng binata.

"Ano?"
"Sumpaan na magiging literal na sumpa, kako."

"Ano? Kino-connect mo na naman ba sa failed marriage ng parents mo? Sa dami ng marriage, sa dami ng promises made in front of Him, Seb,

ba't ba laging sa kanila ka nag-be-base?"

"Okay." Nanunuyang ngiti ni Seb. "Edi sa marriage ng parents mo tayo mag-base. Kamusta na—"

Umalingawngaw sa buong paligid ang madiin na sampal ni Asha, naluluha ang mga mata nang nagtitimpi nitong tinitigan si Sebastian. Habang ang binata naman ay nagulat bago napatitig na lamang sa madilim na kalangitan, natauhan nang maisip ang kanya sanang sasabihin.

Silang dalawa ay natahimik, hindi makatingin sa isa't isa, pilit na ibinabaling ang tingin sa magkabilang direksyon kaya naging lalong naging malamig ang gabi. Ngunit—

Hindi rin kaagad nakatiis si Asha, kahit galit ay ayaw naman niyang matapos ang gabi na ganito kaya pinili niyang intindihin ang kasintahan. Nangingibabaw pa kasi sa kanyang puso at isipan ang ligaya na dulot ng lumipas na maghapon.

"Okay, sorry kung na-brought up ko ang parents mo. Pero please naman, wag mo i-compare ang lahat ng marriage sa kanila. Pati relationship natin, bi-ne-base mo pa sa kanila."

"Sino ba nagsabing kinukumpara ko tayo sa kanila? Ang sa 'kin, Asha, tangina naman, ba't ba kailangan pang pumagitna 'yang tinatawag niyong maykapal?" Saglit na tumigil ang binata para huminga nang malalim. "Ba't kailangan ko pang maniwala sa isang bagay na kinamumuhian ko para paniwalaan mo ang mga pangako ko?"

"Ba't ba sa kanya ka nagagalit in the first place?"

"Ba't kanino ba dapat ako magalit?"

"No one! Some things are meant to happen. Why would you treat marriage as a curse kung choice naman ng parents mo 'yon. Bakit mo rin isisisi lahat kay God when in the first place, marami namang good things na nangyayare sa'yo. Why not think about the good things, the blessings, why you always choose to close your heart sa mga bagay na magbibigay sa'tin ng hope and love."

"Hope? Love?" Nanunuyang natawa si Seb. "Tangina naman, Asha, kailangan pa ba nating maniwala na maykapal para maramdaman ang mga bagay na 'yan?"

Malungkot na napatitig si Asha.

Si Seb naman ay nagpatuloy pa. "Saka kung totoo man siya, Asha, tangina, wala ba akong karapatang makaramdam ng pagkamuhi sa kanya? Sino ba ang dapat kong sisihin? Kung talagang totoo siya, kung talagang mabuti siya, nasaan ba siya sa mga pagkakataong kailangan natin siya? Akala ko ba mahal niya tayo, nasaan na ang hope, ang love, ang care na sinasabi mo? Nasaan? Tangina, wala, wala naman." Akmang sasagot sana si Asha ngunit hindi nagpaawat na dinugtungan pa ni Seb ang kanyang sinasabi.

"Ano sasabihin mo? Kasi sinusubukan niya lang tayo? Tangina, para sa character development natin, hahayaan niya tayong magdusa? Tapos, hindi na nga tayo tinulungan, tatakutin pa tayo? Na kapag hindi tayo naging successful sa pagsubok niya, dapat tayong parusahan. Tanginang 'yan."

"Seb…"

"Alam naman niya ang lahat ng bagay, 'di ba? Alam niyang masusunog ang shop namin. Alam niyang magiging reason 'yon kung bakit mag-aaway lagi sila Papa. Alam niyang makukunan si Mama. Alam niya ang lahat ng bagay. Alam niyang lahat ng bagay na 'yon ang magiging rason kung bakit sila maghihiwalay. Pero bakit, bakit kahit isa sa mga bagay na 'yon hindi niya pinigilan? Kung kailan sila nagpakasal, kung kailan sila nangako sa harapan niya, saka pa nangyare ang lahat. Tangina, bakit wala man lang siyang ginawa?"

Saglit na napatitig ang dalawa sa isa't isa bago nagpatuloy si Sebastian. "Alam mo kung bakit?"

At huminga ang binata nang sobrang lalim bago nanggagalaiting nagpatuloy. "Kasi wala naman talaga siyang pakealam. Wala siyang pake sa kung ano ang mangyare sa 'tin. Nandiyan lang siya para panuorin tayo. Bored lang siya kaya niya tayo ginawa. Ginawa niya lang tayong libangan. Tingnan mo, nilagyan niya nga tayo ng free will pero nag-set din siya ng batas sa kabilang direksyon. Kaya heto tayo, hirap na hirap pigilin ang damdamin natin. Nagdudusa tayo at nagtitiis habang siya tuwang-tuwa. Oo, tangina, pinagtatawan niya tayo tuwing mababaliw tayong pigilan ang tanginang free will na 'to dahil takot tayong maparusahan. Tangina, biggest prankster 'yang tinatawag niyong ama." Nanatiling tahimik si Asha, hindi na makatitig sa nanggagalaiting mga mata ni Sebastian.

Magsasalita pa nga sana ang binata ngunit hindi na nito itinuloy nang mapansin ang namumulang mga mata ng dalaga, nagtitimpi at mangiyak-

ngiyak.
Hingal na napabuntong-hininga si Sebastian, bahagyang kumalma at muling napatitig na lamang sa kalangitan na pinagkaitan ng mga tala. Ilang minuto na ang lumipas, at sa pagkakataong ito, si Seb naman ang hindi nakatiis. Nag-aalangan ngunit naglalambing nitong hinawakan ang kamay ni Asha. "Sorry, ikaw kasi…"

Malungkot na napatitig si Asha sa kanya. "Part ng pangarap ko i-kasal someday, Seb."

"Malaya ka namang pumili ng mamahalin, Asha." Sabay bitaw sa kamay ng dalaga.

Ang gabi ay tuluyan nang naging malamig. Nanatili na lamang silang tahimik na nakatayo habang hinihintay dumating ang sundo nila. Pabaling-baling na mga pagtitig, nalulungkot, naiilang, naiinis, hindi mawari ang eksaktong nararamdaman ng dalawa. Pagkarating nga ng kanilang sundo ay napatitig sila sa isa't isa, naghihintay na baka ang isa sa kanila ay biglang magsabi na magpapaiwan para makaiwas sa nakabibinging katahimikan na maaring mabuo kung magkasabay silang uuwi.
Dahil pareho nga silang nag-aalangang sumakay ay napatanong ang driver sa kanila. "Sir, Maam, sasakay po ba kayo?"

Sinagot ito ni Asha ng isang nahihiyang pagngiti bago isakay ang sarili sa likuran.
Samantalang si Seb ay nanatiling nakatayo, ilang segundo rin siyang nag-isip, at dahil nangibabaw pa rin sa kanyang dibdib ang pag-aalala ay pinili niyang samahan si Asha. Mabuti nang siguradong makakauwi nang ligtas ang dalaga kaya kanya munang isinantabi ang inis na nararamdaman. Sa likod din siya umupo, sa kabilang bahagi, gaya ni Asha, nakasandal rin sa bintana. Nakatitig sa daanan, walang liwanag at tila walang buhay na kapaligiran, at ang tanging nagbibigay ningas sa kanyang mga mata ay ang munting mga ilaw mula sa dashboard ng sasakyan. Ipipikit na nga sana nya ang kanyang mga mata ngunit—

Biglang mahinhin na sumandal si Asha sa kanya. "Do you know what scares me the most?"

Nanatiling nakatingin sa bintana si Seb.

"It's the thought na hindi ko na makikita ang loved ones ko after our life here on earth.

Enough na ba sa 'yo ang ten, twenty, thirty, forty, or fifty years with me? Kasi for me, hindi, I want to be with everyone always, forever.

Kaya I put my faith in Him. At least there's hope in his promise. Na after our life here, meron pang isa, merong pang totoong forever na naghihintay for everyone. I don't even wanna think na he's not real, kasi, I don't want to imagine that this is it. Na this is our only life, na this is our only chance to live. Kasi…

In this life, I will never meet Mom. In this life, there's no chance for me to hug her at least."

Napalitan ng paghikbi ang mga salitang nanggaling kay Asha, si Seb naman ay dahan-dahang ibinaling ang tingin sa dalaga.

Humihikbing pagpapatuloy pa ni Asha, "My friends, si Dad, si Mami, tapos ngayon dumagdag ka pa. I don't want to imagine na hindi ko na kayo makikita someday. Ayaw! I want to be with everyone always, forever."

Natunaw ang nanlalamig na puso ni Seb nang marinig ang mga sinabi ni Asha. Dahan-dahan niya ngang iniangat ang kanyang braso nang maakbayan at mahalikan sa noo ang kasintahan.

"…Hindi ba ang sarap isipin, na kahit na we will all be gone someday, there's someone who will bring us all back together."

Ang galit sa dibdib ni Seb ay naglaho na parang bula. At kahit nalulungkot ay wala na ngang ibang lumabas sa bibig niya bukod sa mga salitang, "I love you."

Maluha-luhang tinitigan ni Asha si Seb, bago humalik sa pisngi nito at yumakap nang mahigpit.

Bulong naman ni Sebastian habang pinupunasan ang luha sa mga mata ni Asha. "Ang sarap isipin nga, na makakasama kita lagi."

"May mawawala ba, if you will try to believe in him?" Hinawakan ni Asha ang kamay ni Seb, at paulit-ulit itong hinalikan.

Sa paulit-ulit na pagdapo nga ng mga labi ni Asha, ay tuluyan nang napalitan ng panggi-gigil ang lungkot at galit sa dibdib ng binata. Halatang-halata nga sa pagsinghot at paulit-ulit na paghalik nito sa ulo ng dalaga.

"I love you.. Tulog na kaya si Mami?" Buong pagtitimping sambit ni Sebastian.

Masama ang naging titig ni Asha, ngunit nakangiting tinitigan lang naman siya ni Seb. Kaya, kanyang kinuha ang kamay ng binata at kinagat nang sobrang diin.

Napasigaw at napamura nga sa kanyang isipan si Sebastian. Napapikit habang iniinda ang magkahalong hapdi at kirot na nararamdaman. At sa kanyang pagdilat ay nakita niya ang malungkot na mga mata ng kasintahan.

"Alam mo, I always feel guilty and scared kapag magme-make love tayo. Ayoko sabihing nagsisisi ako whenever we do it pero sorry, I just couldn't help but feel this way.

I always tell myself na we're just doing it out of love, na I'll only do it with you lang naman, na you'll be the man I will marry someday naman, pero kahit na gano'n, the guilt never dissappears. I am so scared din na baka dahil don, magalit sa'kin si God and hindi ko matanggap ang mga promises niya at love. At—"

"At?" tanong ni Seb.

"And He'll reject me and I'll never have his promise and I'll never see Mom."

"Natatakot ka?" Naglalambing na tanong naman ni Seb.

"Medyo.. tapos kasi.. 'di ba, gift lang dapat 'yon after marriage? Like dapat after lang natin ikasal 'yon gagawin. So in a way, parang nabawasan tuloy ang essence ng marriage for me. Wala na akong gift sa'yo in our first night."

Malungkot nga siyang yumakap nang mahigpit kay Seb, na nakangiti naman siyang nilambing. "Hindi man 'yon ang first, every time we make love, lagi ko 'yong ituturing na gift."

Napatitig si Asha.

At nangako naman si Sebastian. "Huwag kang mag-alala, hinding hinding hinding hindi kita iiwan. Saka hindi naman nabawasan ang gift ng marriage, ah, na advance lang." Mapang-asar niya ngang tinitigan si Asha. "Saka kung iniisip mo na nabawasan, bawi na lang tayo, dagdagan natin ng isa pa ang kambal," pahabol na biro niya.

"No—o! Kambal lang!" Matinding hindi pagsang-ayon naman ni Asha. "At saka kung sa tingin mo wala na tayong gift sa first night marami pa namang pwedeng i-regalo, 'di ba?"

"O sige nga, since nag-advance ako ng gift, magbigay ka rin ng advance gift para fair!"

"Love is never fair, 'di ba?"

Tumigil sa pagyakap si Asha, inayos niya ang kayang pag-upo at talagang tinitigan niya nang masama si Seb.

Hindi napigilang tumawa ni Seb nang makita ang seryosong mukha ni Asha. "Biro lang, biro lang. Bigyan mo muna ako ng time para ma-i-ready ang regalo ko sa 'yo."

"No, ibigay mo na ngayon!"

"Hindi pa nga ready paano ko ibibigay?"

Ginaya niya ang tono ni Seb kanina. "Marami naman ang pwede i-gift 'di ba? So mag-isip ka na!"

Napakamot-ulo na nga lang si Seb, saglit siyang nag-isip kung ano ba ang magandang sabihin.

"Huwag na nga," naiinip na dugtong ni Asha.

"Eto. Magsusulat ako tungkol sa'yo."

"Boo! Alam ko nang magsusulat ka ng song for me."

"Hindi kanta, gagawa ako ng research paper or thesis tungkol sa'yo."

"Thesis? Ano naman ang isusulat mo do'n?"

"Secret na muna kung ano ang mga bagay na 'yon syempre, pero siguro eighty.. hmm.. mali, ninety percent siguro non tungkol sa napakaganda at napaka-cute—e mong mukha." Kasabay ng mahinhin na pagkurot sa pisngi ni Asha. Pagkatapos ay umakbay si Seb sa dalaga bago ibaling ang tingin sa bintana. "Naiisip ko nga, kukulangin siguro ang one thousand pages kung i-de-describe kung gaano ka kaganda.

By category pa kasi 'yon: nakauniform na maganda, naka-PPE na maganda, naka-pambahay, casual, at saka…

Topless.
Naka-underwear lang,

Tapos…
'Yong—"
"Ayoko na marinig!" Naiinis na sabi ni Asha pagkatapos niyang takpan ang bibig ni Seb. Alam niya kasing malisyosong bagay lang ang sasabihin

nito.
Agad namang inialis ni Seb ang kamay ni Asha para ituloy ang kanyang sasabihin. "Pero alam mo kung ano ang pinaka-favorite ko ngayon?"
Naiinis lang na tinitigan ni Asha si Seb habang hinihintay ang sasabihin nito.
"...Ang naka-dress na ikaw."

Nagliwanag at tila napuno ng paru-paro na malikot na nagliliparan ang *backseat.*
Dinugtungan pa ni Seb ang malambing niyang papuri. "Ngayon ko lang na-realize, na sobrang ganda mo kapag naka-dress. Paano pa kaya kapag naka-damit pang-kasal ka na?

Siguradong sobra sobra sobra sobra sobra mong ganda." Kasabay ang mainit at mahinhin na mga halik sa noo ni Asha.

Ngunit lungkot na hinaluan ng bahagyang pagtatampo ang naging tugon ni Asha, "Bakit ngayon ba, hindi ako sobra sobra sobra sobra sobrang ganda?"
Nakangiting napailing si Seb. "Ang 'sobra' ko kasi, katumbas ng isang libong 'sobra' mo.. kaya huwag mong ikumpara."

Hindi na nga nakaimik si Asha at maluha-luha at labis na kinikilig niya na lang na niyakap nang maigi si Sebastian.

Halata naman ang lubos na pagtitimpi ni Seb nang muli niyang inamoy at hinalikan ang ulo ni Asha. "Tulog naman na siguro si Mami no?" Muli niyang tanong.

Muling tinitigan siya nang masama ni Asha. "No making love ngayon, inaway mo 'ko."

Nalulungkot na napangiti na nga lamang si Seb sa narinig. May pahabol naman si Asha.

"...Pero since sobrang pogi mo diyan sa coat mo. I'll make an exception." Sabay muling kagat nang mas mariin sa dibdib ni Seb.

Maya-maya ay nakarating na rin sila.

Mahigpit na magkahawak-kamay, gigil na gigil at hindi na makapaghintay na makaakyat sa kwarto para mahagkan ang isa't-isa.

Panay pa ang halik ni Seb sa ulo ni Asha habang naglalakad. Sinisinghot ang halimuyak ng buhok nito, na nagbibigay naman ng 'di maipaliwanag na init at kiliti sa dalaga.

Habang binubuksan nga ni Asha ang gate ay sinimulan na ni Seb alisin ang kanyang kurbata. At sa kanilang paglalakad naman sa hardin, dahil madilim at wala namang nakatingin ay pasimple na nitong pinipisil ang dibdib ng dalaga.

"Baka gising pa si Mami, mamaya na," bulong ni Asha.

Lalo lang nang-gigil ang binata at hindi ito itinigil.

Nang mabuksan na nga ang pinto ay hinahalikan niyang hinatak si Asha paakyat sa hagdan ngunit napigil ang kanilang paglalakad nang mapansin ng kanilang mga mata si Mami—

Walang malay na nakahiga sa sahig.

Faith, Science, Love, Reason, and…

[TPP]
July 9, 2022
2:30 am

Nakaupo si Seb habang si Asha ay nakatayo at 'di mapakali sa pasilyo ng ospital. Dahil sa pagkataranta at pagmamadali ay hindi na nga nila nagawang magpalit ng damit. Naiiyak si Asha dahil hindi niya maiwasang mag-isip ng negatibo, nakadadagdag pa ang hindi pagsagot sa tawag ng kanyang ama.

"Umupo ka muna." Pagpapakalma ni Seb sa labis na nag-aalalang kasintahan. Isinuot niya kay Asha ang kanyang *coat*, bago marahang inakbayan at hinalikan sa noo nang humihikbing lumapit ang dalaga sa kanya. Agad naman itong nakaidlip habang nakasandal sa init ng kanyang braso at dibdib.

Ilang minuto rin silang nanatiling ganito bago mapansin ni Seb ang papalapit na doktor, dahan-dahan niyang ginising si Asha na agad namang dumilat at tumayo upang magtanong.

"Doc, kamusta po?"

"Kaano-ano po sila ng patient?"

"**Grand-daughter** po."

"The patient experienced a mild stroke. Fortunately, hindi ganoon ka-complicated at delikado ang kalagayan niya, pero dahil sa age, it will be best if she will have at least two or three months of rest before she can start participating again in activities, of course kasama na rin doon ang household duties. Sino po ba ang kasama ng patient sa bahay?" "Ako lang po."

"You can choose to admit her in an inpatient rehab facility or iuwi siya. Advice ko para makatipid, since hindi naman nga ganoon ka complicated ang kalagayan niya, you can just hire a caregiver to take care of her at home."

Mabuting ipinaliwanag ng doktor ang kalagayan ni Mami kay Asha, nagbigay din ito ng gabay sa pag-aalaga na kailangang gawin para maayos na maka-recover. Nagtanong na rin si Asha kung saan siya makaka-hire ng caregiver at kung kakailanganin pa nila ng physical therapist para lalong mapabuti at mapabilis ang paggaling ng kanyang lola.

At dahil tulog at nagpapahinga pa si Mami, ay saglit lang sila sumilip. Pagkatapos, ay agad na nagtanong si Asha kung may chapel ba sa loob nitong ospital, itinuro naman ito sa kanya. Inaya niya rin Seb ngunit hindi naman ito pinaunlakan ng binata.

"Ikaw na lang muna, bibili na muna ako ng kape at ng makakain natin."

Si Asha ay dumiretso sa chapel para manalangin habang si Seb ay pumuntang canteen.

Habang naglalakad papuntang kantina, pagkaliko niya ay kanyang nasilayan ang pamilyar na babae na kalalabas lang sa isang silid, si Gabrielle.
Natutuwa niya itong nilapitan, at ginulat. "Huy..."

"Ay."Nang mapagtanto naman nito na si Seb ang nanggulat sa kanya ay nasasabik niya itong binati, "Akala ko kung sino, ikaw pala, Seb!"

"Ano ginagawa mo dito?" Natutuwang tanong ni Sebastian.

"Ikaw ang anong ginagawa dito nang ganitong oras, may emergency ba?" Bahagyang nag-aalalang tanong nito.

Pabiro namang sumagot si Sebastian. "Hindi ka kasi nakakapunta sa gig ko kaya na-isipan kong ikaw na lang ang bisitahin."

"Napaka-special ko naman yata. Start ka na? Nasaan na ang gitara mo?" Pagsakay naman ni Gab.

Napangiti si Seb, muling nagsalita si Gab. "O, sorry na. Talagang sobrang busy kasi lately kaya hindi pa ako makapunta." "Binibiro ka lang. Hindi naman ako tampuhin.. Dito ba OJT mo?" "Clerkship. Actually kakatapos ko lang samahan ang CI ko sa patient visits, and ngayon breaktime ko.

...oh ikaw, anong meron at kahit nasa ospital ay mukhang aakyat ka ng ligaw?"
"Galing kasi kami ng kasal, kaso pag-uwi namin, naabutan naming walang malay ang Lola ni Asha."

"Hala, ano nangyare?"

"Mild stroke daw, pero okay naman na, sabi ng doktor, kailangan lang magpahinga nang mabuti."

"Really? By the way, nasaan naman si.. Asha? Don't tell me na naka-dress pa siya?"

"Oo, parehas kaming hindi nakapagpalit," bungisngis ni Sebastian.

"Ang cute niyo siguro tingnan dito sa ospital. Nasan siya?"

"Pumuntang chapel, gusto niya raw muna magpray para magpasalamat dahil okay lang ang Lola niya."

"Hindi mo sinamahan?" Takang-taka na tanong ng dalaga.

Ngumiti lang si Seb, agad namang nagsalita si Gab. "Oo nga pala, you hate churches."

"At gutom na 'ko. Papunta akong canteen, sama ka?"

Naglakad na sina Seb, tinext niya na rin si Asha na sa kantina na sila magkita.

Pagkatapos naman maka-order at makabili ng kape at pagkain ay umupo na sila ni Gab at muling nag-usap.

"Sino pala 'yong kinasal?" Tanong ni Gab.

"Isa sa mga bestfriend ni Asha."

Ngumiti si Gab, inulit niya at binigyan nang diin ang sinabi ni Seb. "Isa sa mga?"

Napatingin lang si Seb. Dugtong naman ni Gab, "I-aassume kong babae ang friend niya na 'yon."

"Bakit?" Pagtataka ng bianata, 'di niya kasi mawari kung ano ba ang ibig sabihin ni Gabrielle.

At dahil kita ang pagtataka sa mukha ni Seb ay agad na nagpaliwanag si Gab. "Pwede kasing babae or lalake ang bestfriend ng isang babae, pero dahil sinabi mong 'isa sa mga', most probably babae 'yon. Hindi naman nagtatawagan ng bestfriends ang grupo ng mga guys, 'di ba, kasi awkward."

Bumubungisngis na napa-iling si Seb nang maintindihan niya na ang ibig sabihin ni Gab. Dahan-dahang muna siyang uminom ng kape, bago sumagot. " Akala ko naman kung ano. Napapansin mo pa ang ganyang bagay? Iba talaga kapag future psychiatrist."

"Maka-Psychiatrist ka naman, observation ko lang naman 'yon as a woman."

"Kaya siguro hirap na hirap silang ligawan ka, dahil masyado mo silang in-o-obserbahan," nang-aasar na biro ni Sebastian.

"Hoy.. hindi naman."

Magkasabay na napangiti ang dalawa. Si Seb ang muling nagsalita."Pero sabagay, natural instinct naman natin na obserbahan ang ibang tao."

"O, sige nga, try mo akong i-observe," hamon naman ni Gab.

Napangiti si Seb, at napatigil upang titigang maigi si Gabrielle na nahihiya ngunit halatang kinikilig na nakatingin sa kanya. Ilang segundo din ang lumipas bago siya nagsalita. "Masaya ang mga nangyayare sa buhay mo ngayon," ngiti ni Sebastian.

"Care to tell me kung paano mo nasabi?"

"Kasi kung stressed ka at hindi masaya, ngayong break time mo siguradong nasa rooftop ka ngayon, umiiyak mag-isa o humihinga nang malalim. Hindi nakaupo at nakikipagkwentuhan sa'kin."

"Kung ibe-base mo ang assumption mo sa sarili mong feelings or personality, you'll be inaccurate niyan."

"Sariling feelings at personality?"

"Aren't you like that? Mas pipiliing mapag-isa sa mga oras ng lungkot at problema?"

"Parang ako yata ang na-obserbahan?"

"Kailangan ko pa ba i-quote ang sinabi mo kanina?"

Napabungisngis si Seb bago sumagot. "Pero hindi ba? O sige nga, kapag ba malungkot ka o may problema, gugustuhin mo pa bang

makisalamuha sa iba?"

Mapaglarong ngumiti si Gab bago sumagot. "Depende."

"Sa?"

"Kung sino ang taong 'yon syempre."

Hindi sumagot si Seb at nagtatakang napatitig lang kay Gab.

Nagpatuloy pa si Gab, "I believe naman every one of us has someone na, alam mo 'yon, can make their their bad day, okay."

"Ah, mukhang nakahanap ka na ng someone." Namamanghang pang-aasar ni Sebastian.

"Maybe?"

"Turn ko ulit para magbigay ng assumption, hmm, bale nandito siya sa ospital na 'to no?"

Nginitian lang siya ni Gab at hindi sumagot.

Nagpatuloy pa si Seb sa panghuhula. "Gustong-gusto mo naman ang taong 'yon kaso, priority mo muna ang med school at makuha ang license na pinaka-aasam mo. Tama ba?"

"*Ekkkkkk.* Mali," ngiti ni Gabrielle.

Bumubungisngis na nagtanong si Seb, "Puro mali po ba? Ano po ba ang tama?"

"Secret siyempre, bakit ko naman sasabihin sa'yo ang mga details about him?"

Napangiti sila sa isa't isa. Si Gab naman ang nagtanong.

"Kayo, kamusta? Sa pagkakakwento mo last time, I really felt na gusto mo na magsettle sa kanya."

"Ginamitan mo na ba ng power of observation yan, Doc?"

"Hindi pa naman, women's intuition lang ulit."

"Parang mas nakakakilabot ang women's intuition na yan," natatawang komento ni Seb.

"Well, most of the time kasi it's accurate," pabirong pagsang-ayon ni Gab. At dahil nginitian lang siya ni Seb, inaasar niyang kinumpirma, "So.. tama ako?"

"Na?"

"Na gusto mo na mag-settle sa kanya?"

"Napag-uusapan nga po namin minsan, Doc."

"Kaso?"

Natatawang umiling-iling si Seb, "Bakit naman may kaso? Part ba ng assumption mo ang pag-iisip na may conflict?"

"Well, every story naman has its own conflict. Pero sabihin na lang natin na curious ako sa reason kung bakit hindi mo siya sinamahan man lang sa chapel, feeling ko related doon ang conflict niyo."

"Nagsisimula na akong kilabutan sa'yo," pagbibiro ni Sebastian.

"Napaka-obvious naman kasi na dapat katabi ka niya ngayon.. Emotional support."

"May point ka naman, pero talagang gutom lang ako."

"Don't lie to me, Seb. Kahit ilang beses pa lang tayong nag-uusap, kilala ko nag mga mata mo." Bumubungisngis na sagot ni Gabrielle.

"Okay, fine. Ayaw ko pa rin sa mga church, wala pa rin namang nagbago."

"So anong plano mo niyan?"

"Sa pagkakatanda ko, hindi ka rin naniniwala sa diyos, 'di ba?" Saglit na tumigil si Seb at ngumiti bago nagtanong. "May maipapayo ka ba, Doc?"

Tinitigan niyang maigi si Seb, saglit siyang napangiti bago ibaling ang tingin sa paligid. "Kahit hindi ako naniniwala, we have a big difference naman.

I'm just saying na hindi ako naniniwala kasi walang proof ang existence niya, scientifically speaking he does not exist. But at the same time hindi ko rin di-ni-disapprove ang existence niya.. sabihin na lang natin na deep inside me, naniniwala ako na may someone who created this whole universe with magic."

"Woah, magic." Namamangha ngunit tila nanunuyang reaksyon ni Sebastian.

Saglit na napatingala at napatingin sa mga ilaw si Gab, talaga ngang nagliliwanag ang ngiti sa kanyang mga labi nang muli siyang tumititig nang maigi kay Seb. "I love magic kasi.. So I'm fascinated with the idea that there are things in this universe na never ma-eexplain ng science,

...as in never."

"Bago 'to, hindi ko inexpect na naniniwala ka sa magic."

Mapang-akit siyang nginitian ni Gab. "Do you want me to give an example?"

Kinikilig at nakangiting sumagot naman si Seb, "Sige."

"Love."
"Love?"
"Yup!" Kaagad at sabik na sabik pagtugon ni Gab, "Although science can explain the process and biochemistry of love, hindi pa rin siya fully explained and understood by science, 'di ba?

From what are the reasons why we fall in love, to how can we say that a person is really in love, tapos how long will it take a person to feel it, or how long will it last, and the biggest mystery of all,

...why we need this emotion called love?"

Isinandal ni Gab ang kanyang mukha sa kanyang palad habang ang tila kumikinang niyang mga mata ay nakangiting nakatitig kay Seb na nakatitig din sa kanya.

Ilang segundo silang nanatiling nakatitig sa isa't isa bago muling nagsalita ang dalaga.

"...I will never forget the line sa nabasa kong article noon,

Without love, humans will fail to fluorish, even if all of their other basic needs are met."
Mahinhin niyang ininom ang mainit na kape bago muling itinuloy ang kanyang sinasabi.

"Love led me to believe na hindi lahat ng bagay ay may explanation.

At gano'n din ang life.

For me, reality is a combination of scientific reason and magic."

Nakangiting sumagot si Sebastian, "Kung paano natin pinaniniwalaan ang hindi ma-explain na pagmamahal, gano'n na lang din natin paniwalaan na mayroong Maykapal, gano'n ba?"

"May mawawala ba if you will just believe it out of love?"

Talaga ngang napatitig si Seb sa mga mata ni Gab, tila nakatingin sa kawalan ngunit habang nag-iisip siya nang mabuti ay unti-unti niyang naaninag si Asha na naglalakad palapit sa kanilang dalawa.

. . . .

[Asha's]
2:55 am

I prayed.

Father, thank you dahil okay lang si Mami. Please, alagaan niyo po sila lagi ni Dad. Hindi pa po ako nakakabawi sa kanilang dalawa. They are not just my family, they are my everything. Gusto ko pa po sila makasama nang matagal, I want them to be around kapag nagstart na kami ng family ni Seb. Gusto ko ma-witness man lang nila ang pagpapatayo namin ng dreamhouse, our wedding at syempre how we will raise our kids.

Deep inside me, I know, na kahit they're are always smiling around me, deep inside them, kapag nakikita nila ako, there's a never ending sadness. I know they always miss Mom. And I know I can never fill that void in their hearts. Pero syempre, I will do my best to make them happy, I will always try to fill the emptiness they always feel. And isang way lang ang naiisip ko, ang mai-share ko ang future fam ko with them.

Pero bago po mangyare yun Father, I need to be selfish, I will always ask you this, please naman po, help me na ilapit si Seb sa inyo. Please call him, please put out the darkness in his heart.

You know naman po kung ano 'yong mga bagay na nagtulak sa kanya para hindi siya maniwala sa love niyo. You know the reasons behind his bitterness in you, his parents left him, his bestfriend died so early. He was always left alone, abandoned. You know how hard it was for him.

Please, Father, use me as an instrument para po mabuksan ang mga mata niya at magkaroon ng faith in your greatness. I will show him what love can bring. I will do everything. Promise, everything will be worth it po someday. Please help me na lang po.

Lastly, sorry din po sa lahat ng sins na nagagawa ko, especially whenever we make love. I know this isn't your will. Sorry if I'm doing something na ikasasama ng loob niyo. Sorry po. Pero please believe me, I love you more than I love him. I promise naman pong it will only be him. Please, understand my selfishness, It's just the most precious thing I can give to him para lalo niyang paniwalaan ang love. Also I am just scared, so scared that he will find someone. Our love is already complicated, what if hindi ko pa ibigay ang bagay na yon sa kanya. What if hanapin niya ang bagay na yon sa iba. Kilala ko ang mga guys, I know they will always want that thing. Kahit na anong tiwala ko sa kanya, I cant help but to think that he'll do it with someone else if he can't do it with me. I know na sanay siya sa mga ganoong bagay.

Our make love will always be a promise. At least he will not have other reason to cheat. To find someone other than me. There will always be a guilt deep inside me, pero I know someday, it will all be worth it.

Father, konting pag-unawa na lang po. Darating din po ang time na we will bring greatness in your name. I promise. I will always promise. I love you.

Amen.

After praying, while I'm slowly opening my eyes, I felt a slight tap on my back.

Seb? I whispered.

Pero pagkalingon ko, I didn't see him, or anyone. Is it the wind? I silently watched the surroundings, there are no other people, and all the windows were closed and wala namang manggagaling na hangin from the door since naka aircon naman ang hospital.

It must be God. He let me feel his presence. Naiyak nga ako, relief na He's still with me. I closed my eyes again to say thanks before ako tumayo at magsimula nang maglakad palabas ng chapel.

I checked my phone and Seb told me na nasa Canteen siya kaya doon na'ko dumiretso.

At pagkarating ko doon, I saw him. I saw him talking to a woman. She's cute, she has this eyeglasses that highlights her eyes, eyes that were smiling while looking at Seb.

And Seb, wait, he's so occupied that he can't see me walking towards him? WTH? And his eyes.. his eyes were full of admiration for that woman. Does he like her? Who is she ba?

And even though I don't know the answer, I can clearly feel that they have a history.

Yes, it's because of his eyes. I know it too much, I know it too well. I know how he look at someone who's so special to him. I know because it's how he look at me always. I fell in love with those eyes. His eyes that tells no lies. His eyes that makes me feel so much more special. Those eyes are for me lang 'di ba? Why his eyes are like shining when he looks at that woman.

Who is she?

Who is she to have Seb's eyes like that even for a moment.

. . . .

[Third Person Perspective]

Nang makalapit si Asha, agad naman siyang pinakilala ni Seb kay Gab.

"Asha, si Gabrielle pala, kaibigan ko."

Agad naman siyang nginitian ni Gab, "Hi! Gab na lang."

Si Asha na bahagyang namumula pa ang mga mata dahil sa pag-iyak habang nananalangin kanina sa chapel ay saglit na ngumiti lang bago umupo sa tabi ni Sebastian. Hindi siya nagsalita at tahimik lang na sumusulyap sa kung ano mang mga bagay na nasa kantina.

Naging awkward ang atmospera kaya agad na nagpasya si Gab na magpaalam na lang. "Seb, uuna na 'ko, baka hinahanap na'ko, salamat sa coffee ha. And nice meeting you, Asha."

Bahagyang nginitian lang ulit siya ni Asha. At hindi pa man nakalalayo si Gab ay agad siyang nagtanong kay Sebastian.

"Sino siya?"

"Si Gabrielle."

"Hindi ako bingi, sino nga siya?"

"Ah, kaibigan ko," nakangiti nitong tugon.

"Kababata?"
"Hindi."
"Classmate?”
"Hindi rin," iling ni Seb.

"So, kailan pa kayo magkaibigan?"

"Dalawang taon na yata."

"Saan ba kayo nagkakilala?"

"May problema ba?" Kamot-ulo na tanong ni Sebastian.

“Saan nga?”

Dahil kapansin-pansin ang seryosong tono ng dalaga ay agad na nagpaliwanag si Seb. "Okay, okay, sa bar po kami nagkakilala. Nakainuman namin ang grupo nila after ng gig."

"Then?”

"Ano?” Takang-taka na tanong nito.

"Did anything happen between the two of you?"

“Klaruhin mo na kung ano ang gusto mong itanong.”

"Did you two sleep together?"

Natatawang napailing nga si Seb, "Sabi na, kung anu-ano pumapasok diyan sa isip mo."

"Ano ang sagot?"

"Wala po, magkaibigan lang po kaming dalawa. Okay na po ba, bb?" Paglalambing niya.

"Until now, close friends kayo?"

"May masama ba do'n?"

"Wala naman. Curious lang ako why until now friends pa rin kayo." Pabiro namang itinaas ni Seb ang kanyang mga kamay, "wala pong namamagitan sa'min, Ma'am. Magkaibigan lang po talaga kami." "So gano'n na pala magtitigan ang friends ngayon?"

"Normal lang naman yatang magtinginan ang magkaibigan kapag magkausap?"
"There's a big difference between nakatitig at nakatingin, Seb."

Namimilospong sumagot naman ang binata, "Paano ba dapat? Sa sahig ba dapat nakatingin, gano'n po ba?"

"Pwede rin naman," nainis na tugon ni Asha.

"Oh, naiinis ka na. Binibiro ka lang."

"Well, hindi ka nakakatuwa."

"Okay, sorry. Magkaibigan lang po kami. Promise po."

"Your eyes say differently."

Nilambing lang ni Seb si Asha sa pamamagitan ng pang-aasar. "Anong meron sa mga mata ko?"

Hindi naman sumagot si Asha, nayayamot niya lang na tinitigan ang binata.
"Nagseselos ka ba?" Dagdag na pang-aasar nito.

"I'm not jealous, ayoko lang ng way ng pagtitig mo sa kanya."

"Okay, hindi ko na siya titigan ulit ng gano'n."

"And I don't like her."

"Ha? Bakit?" naguguluhang tanong ni Sebastian.

“I don’t know, di lang maganda intuition ko.”

"Bakit mo naman siya pag-iisipan nang masama?"

"Feel ko lang, ba’t ba? And bakit ba ang defensive mo pagdating sa kanya?"
Muling napakamot na nga lang sa ulo si Seb bago sumagot, "Ha? Paano naman ako naging defensive? Nagtatanong lang naman ako."

"Paano ba kayo naging close?"

"Same interest, at saka fun at chill lang din siya kausap.”

“Din?"
"May similarities kasi kayo. Tingin ko nga magkakasundo kayong dalawa," natutuwang dagdag ni Sebastian.

Napairap nga bigla si Asha, "Wow, similarities. Okay."

“Oo, cool din ‘yon si Gab pag nakilala mo siya.”

Hindi sumagot si Asha at ilang minuto silang natahimik sa kanilang kinauupuan.
Mahinhin namang pinitik ni Seb si Asha sa noo. "Inaantok ka na? Umuwi ka na kaya muna para makapagpahinga. Ako na muna magbabantay kay Mami."

"Kaya ko pa naman. Ikaw, una ka na, kung gusto mo na matulog.”

“Di nga, mauna ka na magpalit at magpahinga. Para pagbalik mo mamaya ako naman magpapahinga,” nag-aalalang sabi ni Sebastian.

Malamig ang naging tugon ni Asha, “Sabi ko okay na’ko. Una ka na.”

Malambing at nag-aalalang hinawakan ni Seb ang ulo ni Asha, bahagya niya ‘tong hinimas bago inilapit para mahalikan sa noo. “Pahinga ka na, hindi ko iiwan si Mami, tatawagan din kita kaagad kapag may problema. Ako bahala.”

Ngunit may bahid ng pagka-irita ang sagot ni Asha, “You want me to go first kasi you want to talk to her again?”

Dahil nga sa antok ay saglit na napa-isip si Seb sa kung ano ang ibig sabihin ni Asha. At nang kanyang mapagtanto na si Gab ang tinutukoy nito ay naguguluhang siyang napangiti, di mawari kung ba’t nasingit si Gab sa usapan.

Pahabol pa ni Asha, "Sorry ha, naistorbo ko ang napakasaya niyong kwentuhan."
Akma ngang tatapikin sa noo ni Seb si Asha para lambingin ngunit sinangga naman ito ng dalaga kaya naiinis siyang nagtanong. "Ano bang problema mo?"

"Wala naman nga akong problema, ikaw, baka may problema ka?" "Magkaibigan nga lang kaming dalawa, okay?"

"Kakasabi mo lang kanina, hindi naman ako makakalimutin."

"At nagkukwentuhan lang kami bilang magkaibigan. O wala namang masama doon 'di ba?"

"Wala naman nga." Malamig na tugon ni Asha.

Muli silang natahimik. Ngunit ang katahimikan ay halatang napupuno ng pagkainis nila para sa isa't isa. Si Asha na naiinis kay Sebastian dahil kay Gab, at si Seb naman na naiinis kay Asha dahil hindi niya mawari kung ba't naiinis ang dalaga sa kanya.

Dahil nga sa inis ay nayayamot na napangisi si Sebastian bago nagsalita. "Ni-hindi mo nga muna itanong kung ano ang pinaguusapan naming dalawa, nagdududa ka kaagad."

At galit namang sumagot si Asha, "Wala akong pake kung ano ang pinag-usapan niyo. Hindi mo ako sinamahan sa chapel para mag-pray tapos I will just see you happily talking with her? Sa tingin mo, anong mafi-feel ko?"

"Gusto ko lang naman magkape at nagugutom na rin ako, tapos nagkataon lang na nagkita kami ngayon dito, oh, catch up lang naman. Mamasamain mo pa ba 'yon?"

Labis na naiinis na tumugon si Asha. "Ten minutes lang Seb, ten minutes lang ako nag-pray. At sa ten minutes na 'yon I just want you to be near me, pero you chose to talk to her."

"Teka nga, anong pinili? Nagkataon lang ang pagkikita namin dito." Naiinis na pagpapaliwanag ng binata.

"Oh, wow. Like fate ba?" Sarkastikong pang-aasar ni Asha.

Sa inis ay hindi na sumagot si Sebastian, iniabot na lang niya kay Asha ang pagkain, at ang kape na naging malamig na. Hindi naman ito ginalaw ng dalaga, nanatili lang itong tahimik habang nakatitig sa lamesa at nag-iisip nang malalim.

Silang dalawa ay natahimik ngunit pagkatapos ng ilang saglit ay agad namang umandar ang pagiging marupok ni Asha at hindi natiis na kausapin si Sebastian.

"What if I ask you na huwag mo na siyang kitain or kausapin, will you do that for me?" Labis na nagtatampo niyang tanong.

Nainis at nabigla naman si Seb, kaya siya ay napaisip nang malalim. Ngunit habang nag-iisip ng isasagot ay—

Biglang nagsalita ulit si Asha, "Sorry, dapat pala hindi ko na tinanong." Nainis nitong pahabol.

"Bakit mo naman kasi hihilingin 'yon?"

"I already told you, I know your eyes. I can feel na may history kayong dalawa. Kaya I don't like her."

Bahagyang tinawanan ni Seb si Asha bago nagpaliwanag, "Okay ganito kasi yan, after ng gig namin non, nagka-kwentuhan lang kami. Sobrang chill niya kasi, tapos sobrang bait niya pa. Kaya ayon, nagustuhan ko siya, pero iyon na 'yon. Friends lang talaga kami. At—"

Agad namang pinutol ni Asha ang pagsasalita ni Seb, "See, see, if you can just see your eyes right now. Kahit wala na siya here, your eyes tell me that you feel something for her."

"Okay, aaminin ko, I like her so much, pero noon yon. Ngayon gusto ko na lang siya bilang kaibigan. Hindi ba ba pwede 'yon?"

"Oo."
"Haynako, Asha."

"Will it be a big deal kung titigilan mo lang siyang kausapin?"

"Ang unfair naman kasi non, unfair din sa kanya, magkaibigan kami, tapos bigla ko na lang siyang hindi kakausapin? Anong mararamdaman niya non?"

Halata nga ang labis na pagkainis nang sarkastikong magsalita si Asha. "Oh, so you're worried kung anong mafi-feel niya. Noted."

"Ba't hindi ba importante sa'yo ang nararamdaman ng mga kaibigan mo?"
Sarkastiko at mapang-asar ulit siyang nginitian ni Asha. "Noted."

Sa labis na pagkainis ay agad ngang nagpaalam si Sebastian. "Okay. Bahala ka. Uuna na'ko."

"Ikaw bahala, pero malay mo bumalik siya here sa canteen, sayang baka magkakuwentuhan ulit kayo."

Naghahalo na nga ang inis at antok kaya't talagang napamura na lang sa hangin si Sebastian. "Uwi na'ko."

"Okay. Ingat."

Naiwang mag-isa si Asha, halata nga ang antok at pagod sa kanyang mga mata habang malungkot na nakatitig sa papalayong kasintahan.

Head Over Heart

[Asha's]
August 11,2022
12:14 pm

"Asha, na align na ba sa budget ang quotation ng supplier natin ng granite?"

"Kamusta pala 'yong panibagong quotation para sa non-skid? Nabago na ba

quantity non as per new layout?"

"Asha, eto pala ang for budget ko ng mechanical concrete pad sa service deck."

"Asha, pa-update naman ako kung lumabas na ang panibagong commcost."

"Asha, billing ko for this week. Ang mga pictures ng accomplishment, i-email ko na lang."
"Na-estimate mo na ba ang tiles sa elevator lobby at cr as per new layout?"
"Approved na ba ni ID ang panibagong ceiling height sa lobby ng Garden Deck?"
"Asha, 'yong offset ng marble tiles ng header ng elevator, approved na?"
"Asha,"
"Asha.."
"Asha—"
Nagulat ako when Rose woke me up. Ah! My head hurts! "Asha, messenger, RFP daw." She said pointing towards the guy sa may pinto.
I pointed to the papers sa may katabing table namin, but she said wala daw don ang RFP kaya tiningnan ko ang desk ko at ayon nga, napatungan ko pala ng ibang papers.

Hay, kainis, hindi na naman ako makaka-idlip! Kasi naman, hindi na naubos ang concern sa'kin, pati lunch break meron!

It's been a month na rin kasi nang last na pumasok 'yong QS engineer namin at hanggang ngayon hindi pa siya napapalitan. So heto, all her works are given to me, syempre kasama na rin ang mga concerns regading sa mga items na yon.

Concern ni Boss, ng mga site engrs., mga suppliers, trade-cons, sub-conctractors, pati sila ID, at Management.

Ang daming pinapa-estimate, pagsesend ng quotations, gawa ng billings, may mga for approval, and etc. Kaya talagang sobrang busy. Best friend ko na nga ang company phone namin because It's is always by my side. Hay, na-timing pa talaga ang pag-AWOL ni QS sa pagka-mildstroke ni Mami. Siyempre pagkauwi ko, gusto ko rin lagi i-check ang status niya. I want to care for her personally, kaya ang result, lagi na akong late makakatulog.
Last last month pa nga ang huling bisita ko sa gig nila ni Seb. Bukod kasi sa mga mini-tampuhan, talagang hindi na kaya ng energy ko na pumunta muna sa gig niya. Actually kahit nga ang kitain na lang siya hindi ko na muna yata kaya…

Kasi siyempre, I am so tired na nga physically, at imbis sana na makapag-charge ako sa kanya, lalo lang akong made-drain emotionally and spiritually. Siyempre, di ko rin naman ma-control at times pag magkikita, di na rin mawawala ang pagme-make love. Kaya ayon, there are times na I will just choose to be alone for my peace.

Hindi ko naman siya matanggihan, kasi syempre, I love him so much and kapag nagstart na siya maglambing, hindi ko na rin siya matitiis, cause I really miss him so much.

....

7:10 pm

Almost fifteen minutes na akong nag-aabang, and lahat ng dumadaan ay puno na.

Paglingon ko sa site namin, na-curious ako sa park sa likod so I decided to walk there, pahupa muna ng rush hour, munimuni, I want to breath while watching the night sky. Sadly nga lang, wala masyadong stars ngayong gabi.

Sanay ako sa ingay sa site, at since walang operation ngayon, I realized na site lang pala namin ang maingay in this area. Tapos hindi na rin umaabot ang traffic noises here kaya the park is so silent and serene. I instantly felt calm and peaceful.

The street lights give a warm touch to everything: the tall trees, the vacant lots, and the people jogging on the sidewalk. I walked and walked without knowing where my feet would take me, until I saw a bench in front of a parking lot. I decided to sit and calmly watch everything in front of me as I took a deep breath. *Ahhhh.*

Habang nakaupo, I can see a building which looks like an office on my far left. It must be the main office of the officials that handle this park. Nakausap ko na sila one time regarding the concern about the rent ng staging namin ng mga materials. To my right naman is isang basketball court. Madilim siya but there are some kids shooting hoops. I watched them, and I remembered Seb. He told me he plays sometimes. Na-curious tuloy ako, how good is he? I never got a chance to watch him pa kasi.

I just sat and breathed, then again, and again hanggang I felt an overwhelming comfort. Hindi ko nga namalayan na naka-idlip na pala 'ko.

But then—

"Miss, miss, bawal po matulog dito."

I was so startled, kaya napatayo ako sa pagkakaupo. My bag almost fell to the ground. Buti na lang at sinalo naman ng tao sa likod ko. Lumingon ako—

"Sir!" Si Sir Ian pala ang nanggulat sa'kin, akala ko naman kung sino.

"Ba't dito ka natutulog, baka kung mapano ka." He jokingly said, but I felt his concern.

Ba't nga naman ako iidlip sa isang madilim na place. Huhu. Daig ko pa ang lasing! Napangiti na nga lang ako sa kanya. He then signaled for me to move. "Usog, usog."

Umusog naman ako, and he sat beside me. Pagkaupo niya, he teased me. "Mukhang pagod na pagod ka."

"Kasi naman Sir, kailan po ba darating ang papalit kay Mae?" I replied, exhausted. Hindi naman siguro masama if I will voice out my concern no?

"Problema talaga 'yan, nag-backout din 'yong ininterview ni Boss last week. Hopefully, makahanap kaagad ng replacement ang main office para matulungan ka. Dami pa naman kailangang asikasuhin." "Tsaka Sir, 'yong pag-uupdate po talaga. Ang hirap po kapag sobrang daming kailangang i-coordinate, may mga na-mi-miss na nga po akong i-update netong mga nakaraang araw. Tapos si ID po ang bagal pa mag-

reply!”
"Buti nga sa'yo sumasagot, pag sa'min ni Boss, hindi."

“Kasi naman Sir, feeling niya da-da-moves lang ka'yo ni Boss."

"Loko, si Boss lang 'yon." He laughed.

We were silent for a few seconds. Then I asked him, out of curiosity, "Ba’t pala kayo napadaan dito, Sir?"

"Dito ako naka-park ngayon, naunahan kasi ako sa pwesto ni Boss at Foreman.” He answered as he pointed towards the car in the parking lot. "Oh, ikaw, ba't ka natutulog dito?"

“Grabe ka naman Sir sa natutulog, nakaidlip lang po."

"Idlip pa lang ba 'yon? Ba’t parang nakanganga ka na?”

I was so shy. OMG. Nakanganga na ba talaga ako? Huhu! "Hala, 'di nga po Sir?"

He laughed again. "Biro lang." May pahabol pa siya, "Mukhang effective ang gift ko ha.”

With his context, I remembered. Ang gift nga pala niya ay isang Cielo designed alarm clock.

I will not forget his gift. Since siya lang naman ang nag-gift sa’kin that time, dahil bago pa lang ako at wala pang close sa office. Pero dahil hindi naman ako talga nag-a-alarm, ‘di ko rin talaga siya nagamit. Seb always jokes about taking that cielo with him nga, since ‘di ba, in-love siya sa mga stringed instruments.

I answered, "Opo Sir, nagustuhan ko naman, salamat po ulit."

He smiled. "Mabuti naman, late ko kayang nalaman na birthday mo na pala. Nataranta pa ako kung anong ireregalo. Buti na lang, nakasalubong ko 'yong orasan, at sakto, naalala ko na mahilig ka sa jazz music."

"Naaalala niyo po pa pala 'yon Sir? Sa totoo lang sobrang nahihiya po ako that time."

He chuckled. “Nahihiya ka pa sa lagay na 'yon? Napabilib mo nga agad ako sa lakas ng loob mo, first time kong makakita ng gano'ng introduction."
"Syempre Sir, first day sa first job? I want to make an impression agad. Buti nga po at naging effective naman."

"Tawa kaya kami nang tawa ni Boss, sa'yo. Baka daw akala mo, modeling agency ang pinasukan mo."

"Pwede rin naman po, Sir, engineer slash model?" Joke ko naman sa kanya. Actually half joke, I'm aware with the facts, duh!

"Baka mag 'quadruple A' kaagad ang company natin, sa dami nang biglang makuhang kontrata."

We smiled at each other and were silent again for a few seconds—

"Ate Ganda, Kuyang Pogi, bili na kayo ng ballpen. Para po makatulong ako sa pagbili ng gamot ng Mama ko." Sabi ng lalakeng teenager na lumapit sa'min. I think he is around fifteen. May dala siyang isang malaking plastic na maraming laman and may nakasabit din na bag in his hips.
I looked at him carefully, medyo nagulat kasi ako dahil 'di ko napansin ang paglapit niya.

I suddenly remembered Seb. I remembered the situations na magkasama kami and we were approached like this by some random people. Mga kids who are asking for food or money, mga homeless adult person na nanglilimos, some have disabilities, people who are asking for financial help to pay hospital bills and funerals, and like this teenager right now, selling stuff to help themselves or someone they love daw. There are times that I will entertain them, syempre I will always go with my gut feeling. If they look nice or sincere, magbibigay ako ng

something like food or konting barya.

But Seb... he never did. Sometimes he will nicely dismiss the person naman, but there are times na kitang-kita ko ang look of disdain from his eyes combined with the lines:

"Pambibili daw pagkain pero maya-maya makikita mo nagsusugal."

or

"Mandurugas naman 'yang mga 'yan. Nagpapamukhang kawawa pa para makapanggulang sa kapwa."

He will dismiss everyone. May pagkakataon nga na nagalit pa siya sa'kin when I entertained and gave alms, parang sinupport ko na rin kasi daw ang modus nila.

The kid then continued to show us his items. "Meron pong black, red, blue, at green, tapos two in one na rin po 'tong ballpen, may kalendaryo po, mayroon din pong may bible verse, o baka gusto niyo po ng ganito, quotes." He smiled as he showed us the pens.

He seems nice. Pero since laging bilin ni Seb na huwag ko silang i-e-entertain, I just smiled lang.

But then, Sir Ian asked the kid. "Magkano 'yang mga yan?"

"Sixty pesos po isa, pero kung tatlo po bibilhin niyo, pwedeng one hundred fifty na lang."

"Ang mahal naman."

"Kailangan lang po talaga, pampagamot ni Mama. Sige na po, boss, bili na kayo."

Sir Ian looked at me. "Bible verse o quotes?"

"Wag na po Sir, may ballpen pa naman po ako dito."

But Sir Ian smiled at me before looking back don sa nagbebenta.

"Bigyan mo ako ng tatlo, tig-iisa, 'yong may quotes, verse, at kalendaryo."

"Gusto niyo po ba pumili ng verse at quotes?"

"Hindi na, basta bigyan mo ako ng tig-iisa."

The teenager excitedly got the pens from his bag. Nag-abot din siya ng paper. "Subukan niyo po dito."

Inabot naman agad ni Sir Ian ang bayad without trying the pens first.

The kid was so thankful. Napakanta pa while he walks away from us, and kahit malayo na siya, I can still feel his happiness radiating towards our seats. Pero—

Nakakapanghinayang! So I told Sir Ian. "Sir, ang mahal po, ba't po kayo bumili?"

He looks at me, confused. "Mahal ba?"

"Opo Sir, parang wala pa po yata sa twenty pesos 'yan isa sa bookstore."

"Ah, ganon ba. Okay lang 'yon. Pampagamot naman daw ng mama niya."

"Naniniwala po kayo don, Sir?"

He laughed a bit. "Hindi siyempre."

"Eh, bakit pa rin kayo bumili, Sir?"

"Para may benta siya?"

"Kahit na nagsisinungaling lang siya para makabenta? Hindi po ba panduduga 'yon, Sir?"

"Ba't ba parang takot na takot kang maduga nila?"

"Syempre Sir, ba't naman ako papayag na maduga nila?"

He then smirked at me. "Takot na takot kang magulangan ng mga katulad niya pero hindi mo napapansin araw-araw ka namang ginugulangan ng mga negosyante at mayayaman."

I looked at him. He smiled before continuing. "Karamihan naman sa kanila, nanduduga lang para may pantawid gutom sa maghapon. Hindi naman siguro masama kung paminsan-minsan pagbibigyan natin sila, para may pangkain man lang."

It hit me. Yep, it hit me hard. His simple explanation makes sense and I don't have anything na maibabato sa argument niya bukod sa isang warm smile. He is so kind and optimistic. In other words, he is like me.

Since madalas na si Seb ang kausap ko, his different perspective has frequently painted my optimistic view of life. Sometimes nga naiisip ko, someday magiging gano'n na rin ang view ko towards everything in this life.

My thoughts were suddenly popped when Sir Ian asked me, smiling. "O, Pili ka ng isa, quote o verse?"

Napangiti nga rin ako in my mind before joking. "Isa lang, Sir? Dalawa po kasi ang need ko."

"Aba, aba, may talent ka rin pala sa panggugulang." He said as he laughed while giving me the pens.

"Yey!" Yep, I admit, I felt really happy.

"Akin na 'tong calendar, sa'yo na 'yang quotes at verse."

"Ayaw niyo po ng quotes, Sir?"

"Kailangan ko lang talaga 'tong calender. I-ma-mark ko kasi dito ang unang pag-kukwentuhan nating dalawa."

He smiled again, actually, his smile was different this time. It's radiating and very warm. He continued. "Saka feeling ko mas kailangan mo 'yang verse at quotes. O, tingnan mo na ang nakalagay."

Hindi ko masyado pinansin ang banat niya pero I am thankul, I smiled at him before peeking what is written inside the pen.

Never let the odds keep you from doing what you know in your heart you were meant to do.

For the second time this night, something hit me. I can't help but smile when I remember what I am supposed to do.

My mission. My promise

I will definitely make Seb realize the importance of faith and marriage. For our love, I'll do my best.

"Ang ganda ng ngiti mo, ano ba nakasulat?" Sir Ian asked.

I showed him at nang mabasa niya, inasar niya 'ko. "O, huwag ka daw mag-a-awol."

"Salamat po, Sir." I am sincerely grateful, kahit papaano kasi, I felt a relief.

"May isa pa, tingnan mo na rin naka-sulat."

"Let's save the other one for next time, Sir. Kapag feeling mag-a-awol na ulit ako."

"O, sige. Sabihin mo lang kung kailangan mo ulit ng ballpen. Mahihirapan kasi kaming kumuha ng replacement mo kung sakali." He tapped my head and asked me. "Kumain ka na ba? Kain tayo."

Nahihiya ako, so sabi ko kumain na 'ko kahit hindi pa.

"Gano'n ba, o tara na. Sabay ka na lang sa'kin hanggang sakayan."

Actually, nahihiya talaga ako, pero he insisted, so sumakay na 'ko para mabilis na rin makauwi.

Naglakad na kami papunta sa kotse niya. Pag-on niya ng engine, sabay din ang pag-on ng player.

♪ *Every time you lie in my place,*

I do want to say

It's you, you my babe.

I won't be too late...♪

OMG, the song is so so nice—e! I need to know the name of it. "Anong title po ng song na 'yan, Sir?"

"My Jinji. Sabi ko na nga ba, magugustuhan mo 'yang kanta. Jazz influenced synth pop kasi."

Di ko na natapos ang song kasi bumaba na rin me, but I will listen to this one with Seb next time. I love how relaxed and romantic it sounds!

"Thank you po, Sir, lalo na po sa pens!"

. . . .

Mabilis naman na'kong nakasakay. Muntik pa nga akong lumagpas because I fell asleep again! At our gate, kita ko si Mami, nagduduyan. She must be feeling okay. So I'm extra happy!

"Mami!" As I hugged and kissed her.

She kissed me rin. "Nando'n si Seb sa kwarto mo."

I excitedly went upstairs, and slowly opened the door. He was sleeping on my bed, and I approached him silently. I'm thinking, should I pinch his nose or bite him? Hmm. But I decided to just watch him sleep for now. Later ko na siya kakagatin paggising!

As I'm staring at his face, I can't help but to say these words. "I love you, I love you, I love you." My lips just move by themselves. Then my eyes closed. I wanted to sleep like this for a moment, but—

"Too, too, too." I heard him answer.

I opened my eyes and asked him. "Kanina ka pa ba? Ba't di mo kasi sinabi na pupunta ka here."

"Edi hindi na surprise 'yon."

"Kumain ka na?"

"Hindi pa, malamig na nga yata ang niluto ko. Tara na."

I kissed him on the cheek and held his hand and bit it. Pero gumanti siya, he drew me in, at nagpaulan ng kiss on my face.

Sumingit pa nga ako and tried to stop him. "Akala ko ba gutom ka na. Tara na, let's eat."

Pero hindi niya pinansin at lalo lang nagpaulan ng kiss. Actually, gutom na gutom na rin ako, but nadala ako ng feelings ko. I want to kiss and hug him so badly.

He kissed me on my hair, my forehead, my cheeks, my nose, even my eyebrows, he kissed every inch of my face before moving into my lips. He kissed me so passionately that I couldn't take it anymore. All I want for now is his lips on my lips, my tongue on his tongue. But he suddenly left my lips hanging because his lips moved towards my chest.

I just closed my eyes. He stood up to turn off the lights and lock the door before he started to take my shirt off. I didn't even notice that my bra was already unhooked.

Ahhh!

I felt so weak as he sucked on my... His forever quick and busy hands did their work, unbuttoned my pants and pulled them away. As his other hand went to hold my face as his lips came back to kiss mine, the other went to its favorite place. My special place.

His fingers moved like an earthquake, sending pulses all over my body. And while every part of him was busy, all I could do was cling to him while I bit his arms. I can't take it. Please do me. I pleaded with my mind.

And as if he heard me, he stopped everything to take off all of his clothes. He's so aggressive that I'm afraid he'll rip every piece of clothing he owns.

He didn't leave me hanging for too long. He went inside of me.

I held him. All I can do is hold him since I am so weak that even kissing him is impossible. I'm just lying down, but I don't know why I need to catch my breath with each passing second. It lasted for a couple of minutes. I mean, he lasted for a couple of minutes. I even wanted him more, but he was finished. He kissed me as he slowly lie beside me.

He watched the ceiling while I watched him. I really love this guy. I really love him, but my love isn't enough para mawala ang guilt in my heart. Guilt na I will feel lang every time we make love. And this time, the overwhelming guilt pushed my lips to say something.

"Okay lang ba if we'll do this again after we get married?"

He just kissed me on my forehead and said, "I love you."

I opened up a little. "Im bothered."

He hugged me tightly. Nagpapacute siyang naglambing. "Ayaw! I want to make love with you always. I love you—u."

"Please? Someday, you can have me naman, anytime, anywhere, always and forever. Promise 'yon! Pero right now, please?" Nilambing ko rin siya.

He shrugged it off with a smile, and said. "We don't need to get married," and he breathed into my hair before kissing my forehead over and over again. "Matagal naman nang nag-start ang forever natin. I love you.. I love.. you.. I.. love you.. love you."

I remained silent, kaya nag-aya na siya. "O, tara na, gutom na'ko." Then he stood up to turn on the lights and started wearing his clothes again.

I stared at him. I just stared at him while he smiled at me. Pagkasuot nga niya ng damit, he took my clothes and placed them near me before kissing me again bago lumabas ng room.

But—

I remained on my bed for a few seconds, staring at the crumpled sheets. Was it a minute before I fixed my bed? I put my pillows in order on the side, grabbed my clothes to put them on, while my mind wander into the deep.

I love him so much. He is my weakness. I can't even win against him even though I want to. I can't push him away. I can't even imagine myself without him now. But with so many what if's and this never ending guilt inside of me, it's tearing me apart. Will I be able to get through this? Will I be?

Such a bittersweet feeling. A combination of pleasure and pain, happiness and sadness.

All I can do is hope that someday he'll believe in the power of love, marriage, and faith. But also, I can't help but question everything I feel right now.

Does love really feel like this? Why does our love feel like this?

As I stood up, nasagi ko ang bag ko sa tabi ng bed. I took it, but as I lifted it up, nahulog ang isang pen.

The pen that was given to me earlier in the park. I pulled it so I could read the bible verse inside. But it appears to be a quote.

Follow your heart, and listen when it speaks to you.

"Na-scam si Sir, this is not a bible verse."

I whispered into the air, smiling bitterly.

Bottled In

[TPP]
September 17, 2022

12:20 pm

"B*b, wait kita mamayaaa. Miss youuu."* Text ni Seb kay Asha. May gig kasi sila mamaya, at anniversary rin ng kanilang banda kaya't magkakaroon ng selebrasyon at inuman pagkatapos nilang tumugtog mamayang gabi. Ngunit, nagkataon na ngayong araw din ang topping off ceremony ng proyekto nila, Asha, at nagbilin ang Area Manager nila na ililibre niya ng dinner ang buong team. Kaya ayon, nahihiya naman si Asha kung siya lang ang hindi sasama kaya hindi na siya tumanggi. At syempre, dahil unang proyekto niya ito, ay gustong-gusto niya rin naman maka-bonding ang kanyang mga katrabaho, isa rin kasi 'tong *milestone* sa kanyang career bilang *engineer.*

. . . .

7:10 pm

Sila Asha ay kumakain na sa isang mamahaling restaurant, nakaupo sa isang long table at mistulang buffet sa dami ng nakahaing pagkain.

Nakapwesto ang dalaga sa may bandang gitna, sa kanyang kanan ay si Rose, ang kanilang MR Engineer, habang sa kaliwa naman ay ang kanilang QA/QC na si Ian. Talagang pinili nga nitong umupo sa tabi ni Asha, at hindi naman bago 'to sa kanilang opisina. Ilang buwan naman na kasing kalat na napupusuan niya ang dalaga.

Sa totoo lang, dahil sa napakapribado ni Asha sa buhay pag-ibig niya, ay hindi rin talaga alam ng mga katrabaho niya kung siya ay may kasintahan. Pero dahil minsan ay nakikita nila ang ginagawang pagsundo ni Seb ay wala naman na halos nagbalak pa, liban kay Ian.

"Nakasama rin kitang kumain sa labas," biglang pabirong banat ni Ian kay Asha.

Hindi naman ito napansin ng iba na abalang-abala sa pagkain at pakikipagkwentuhan liban kay Rose na napangiti na nga lang at nagkunyare na hindi narinig ang sinabi ng *senior* nila.

Napangiti naman si Asha at mahinhin na nginuya muna ang laman ng kanyang bibig.

"Ilang beses na yata, Sir? Birthday ni Boss, tapos birthday rin ni Paul."

"Hindi tayo magkatabi ng mga time na 'yon, kaya hindi sila counted."

Nahihiyang napangiti na lang si Asha bago nagpatuloy kumain nang marinig ang may pagka-romantikong banat ng senior niya.

Biglang nasasabik na nagsalita naman si Rose. "Uy, naalala mo 'yong plant shop na sinasabi ko sa'yo?"

"Yung malapit sa ice cream parlor?"

"Oo! Nagbukas na sila, tingin tayo ng plants!"

"Sige, check natin next Saturday!"

Biglang sumabat si Ian. "Tara!"

Napatingin nga si Asha at Rose sa kanya, parehong nagtataka.

"Sama kako," pag-ulit nito.

Tanong ni Asha, "Bibili ka rin ng halaman, Sir?"

Nginitian siya ni Ian. "May mauupuan ba do'n?"

"May mga seats naman po around."

"Okay, sama."

"Anong gagawin niyo po don sir? Ma-bo-bore ka lang po don."

"Hindi naman siguro, nandoon ka naman."

"Sir halaman po ang titingnan don, hindi ako." Biro ni Asha.

Tinitigan siya ni Ian, bago sumenyas sa isang waiter, na agad namang lumapit sa kanya. Tanong ni Ian sa waiter. "Anong pinaka-special niyong dessert dito, may Ice Cream ba?"

"If you want Ice Cream, Sir, I will suggest our Strawberry Shortcake Ice Cream Cake."

Tumingin si Ian kay Asha. "Baka may specific flavor ka na gusto?" Tugon ni Asha, "Curious ako sa suggestion niya, Sir, let's go with that

one."
"Good for?" Tanong ni Ian sa waiter.

Nginitian siya ng waiter. "Eight inch cake po siya, Sir. And I can assure you na sobrang sarap niya, so depende pa rin po sa appetite ng kakain."
"Sige dalhan mo kami ng isa." Pagkatapos niyang umorder ay tumingin siya kay Asha at nakangiti niyang 'tong inasar. "Huwag kang mahiyang kumain, hindi kita ija-judge kahit maubos mo mag-isa 'yong cake."

Nginitian din siya pabalik ni Asha.

"Hindi mo pala sinagot ang tanong ko kanina, pwede ba akong sumama next time?"

"Saan Sir?"

"Sa date niyo nga ni Rose."

"Okay lang naman, Sir."

"Sa wakas, makaka-date na rin kita."

"Sir, kami ni Rose po ang magde-date, chaperone ka po."

"Okay lang, at least kasama kita sa date."

Bahagyang lumitaw ang mga dimpol ni Asha nang saglit siyang mapatitig sa mga nakangiting mata ni Ian.

. . . .

[Seb's]
10:25 pm

"The next song will be our last song for tonight, any request?" May bahid ng pagtatampo sa dibdib ko habang nagsasalita. Last month pa kasi nang huling makapunta si Asha sa gig ko. Naiintindihan ko naman na pagod at stressed siya sa trabaho tapos puyat pa sa pag-aalaga kay Mami kaya okey lang. Talagang naiintindihan ko naman siya.

Pero kasi, anniversary ng banda namin, tapos nangako siya kanina na susunod daw siya kaya 'di ko maiwasang hindi malungkot at magtampo. Kanina pa kasi hinahanap ng aking mga mata ang nakangiting mukha niya sa crowd. Miss na miss ko na talaga ang pag-fa-fangirling niya.

Kahit nga anong oras na ay umaasa pa rin akong darating siya ngunit habang naglalayag ang aking paningin sa dagat ng mga tao, may biglang nag-abot ng papel. Binuklat ko at naglalaman 'to ng isang libong piso. *Napakagalanteng tip naman nito,* bulong ko.

Paborito ko pa ang pinapakanta? Siguradong si Asha 'to, walang duda. *Solid ka talaga, bb. Hindi ka talaga sumasablay sa pagpapakilig sa'kin.*

"Our last song for tonight is a request from—"

Pero teka, may nakasulat pa pala, a request from Angel daw.

"...Angel."
Muli ngang naglayag sa crowd ang mga mata ko, hinahanap kung sino ang galanteng tagapakinig.

"Miss Angel? Kung sino ka man, maraming-maraming salamat sa napakagalante mong tip."

Walang umaako o sumasagot man lang kaya isa lang ang pumasok sa'king isipan. *"Si Asha talaga 'to, nagtatago lang. Tangina, ang daming alam,"* Kinikilig kong bulong.

Kinausap ko na ang mga kabanda ko tungkol sa'ming tutugtugin, at sa'king muling pagharap sa mikropono, paglingon ko sa gawing kanan ay aking nasilayan ang isang babaeng mahinhin na kumakaway at nakangiti—si Gabrielle!

Natuwa at nasabik akong makita siya, akin siyang nginitian bago magsimulang kumanta.

Okay, this song is named Perfect."

(Playing : A cover of Perfect by Simple Plan)

Pagkatapos ng awitin ay umiiling-iling at nakangiti akong bumaba sa entablado. Inabot ko ang aking kamao. *Fistbump…*

"Teka, sa'yo ba nanggaling last request?" Pabiro kong panghuhuli kay Gab.

"Gusto ko lang marinig ang band version, acoustic version kasi ang pinarinig mo sa'kin that night."

"Alin ang mas maganda?"

"Hmm." Ngumiti siya. "Pareho namang maganda, although mas memorable for me 'yong acoustic version."

"Memorable."
"Actually, I thought mahuhulaan mong ako ang nag-request. Nag-expect pa naman akong babatiin mo'ko on stage."

"Babawiin mo na ba ang tip?" Biro ko. "Dapat kasi 'Codename : Angel' ang nilagay mo, baka nahulaan ko."

"I doubt it, may Asha ka na, I'm sure siya ang unang papasok sa isip mo," nang-aasar niyang sagot.

Napangiti na lang ako sa sinabi niya. Inaya ko na rin siya sa taas kung saan naroroon ang booth naming magto-tropa.

Sumilip din ako sa'king telepono, wala pa din namang text si Asha, kaya inisip kong nag-e-enjoy na siya sa dinner night kasama ang mga katrabaho niya. Hinayaan ko na lang din muna siya, enjoyin ko na lang din 'tong Sat night kasama ang mga kabanda.

Buti nga at dumating si Gab, sobrang bigat na raw kasi ng ulo niya kakaaral, gusto niya raw muna mag-chill. Kaya kahit papaano ay may makakakwentuhan ako kapag abala na sa kani-kanilang mga partner ang mga tropa.

Ngunit nagsisimula pa lang kaming magkwentuhan ni Gab ay bigla namang dumating ang isang mensahe galing kay Asha.

"Uuwi na 'ko."

. . . .

[Asha's]
Dahil Sat ngayon, I'm sure, inuman na ang next nito. Actually kanina ko pa gusto umalis kaso hindi ako makakuha ng timing. So nang magkaroon ng opportunity, nagpaalam na kaagad ako kay boss at sa mga workmates ko, anong oras na kasi, baka hindi na'ko umabot sa gig ni Seb.
Todo insist pa si Sir Ian na ihatid niya na raw ako. Hmm, laking comfort din sana, kaysa mag-commute, kaso papunta ako sa bar, malalaman niyang hindi totoo alibi ko. Huhu.

Ten-Twenty pm na nang makarating ako sa place ng gig. Nasa stage sila Seb kaso last song na pala, haaay, I'm sure magtatampo 'to. May nag-re-request ng song, na-realize ko lang, never pa pala ako nag-request ng song sa gig niya, I think I will do that next time.

I planted myself sa right side ng stage, madilim na part para hindi niya 'ko makita. Gugulatin ko talaga siya pagbaba! Uunahan ko na siya kasi I'm sure na nagtatampo na siya dahil ngayon lang ako dumating. Pero atleast 'di ba, umabot. And mabilis naman um-effect ang magic ko sa kanya, so yun.

Nag-pe-prepare na akong gulatin siya after ng song pero after niya mag-give thanks . Sa kabilang side siya bumaba. And while I'm walking towards him—

Wait, is that Gab? What the hell? Nag fist bump pa silang dalawa? Woah, ang sweet, super close?

Nainis ako, so umalis agad ako sa bar.

Tinext niya si Gab kasi ineexpect niyang hindi na'ko pupunta? Nice! May backup naman po pala siya mga kaibigan. So bahala na kayo diyan! Enjoy your night with a single smile emoji. Bye.

Pero—
Naisip ko while walking, I need to hear his side muna. Ba yan! Why am I so understanding! Grrr!

Nakakainis! Nakakainis!!! ASDFFGHKL. Wala talaga akong talent sa pagtatampo! What the hell.

Umupo muna 'ko to contemplate. I calmed my nerves too. Pano ba... hmm

Nagkataon lang kayang pumunta si Gab or they are always talking to each other kaya siya updated sa gig ni Seb? Hmm

Humanda siya sa'kin if it's the latter. And kahit na nagkataon lang ang pagvisit niya here, magpapapansin ako. Minsan lang naman ako magtoyo, let's see kung paano niya 'ko lalambingin! Thank you na lang sa lahat if hindi niya ako lalambingin!

I texted him. *"Uuwi na 'ko."*. . . .

[TPP]
10:45pm

Nagtatampong nag-reply si Seb. *"Di ka na makakasunod dito? Ingat ka pauwi ha."*

"Masusundo mo ba 'ko here?"

Napa-kamot sa kanyang ulo ang binata. "*Nasaan ka ba? May celebration kasi kami ngayon.*"

"I know. Sunduin mo nga 'ko here para pumunta diyan."

"Di ba pwede na pumunta ka na lang dito?"

"Pwede naman, but gusto kong sunduin mo'ko."

"Sa tingin ko mas okay kung didiretso ka na dito."

"Kung ayaw mo akong sunduin, just say it."

"Hindi naman sa ayaw, ang expectation ko lang, dito na tayo magkikita."

"You didn't expect na gusto kong magpasundo?"

"Alam mo namang nasa gig ako 'di ba? Anong meron ba, bakit ka nagpapasundo?"
"Gusto ko lang. Tapos naman na ata ang gig mo 'di ba? So..."

"Oo, tapos naman na, kanina pa nga kita hinahanap. So punta ka na lang dito, please?"
"Ba't ba ayaw mo'kong sunduin?"

"Mas matagal kasi kung hihintayin mo pa'ko diyan. Anong oras na tayo makakabalik dito."

"Ano naman, all night naman tayo diyan 'di ba?"

"Kahit na. Please? Punta ka na lang dito."

"Sus ayaw mo lang akong sunduin kasi may bisita ka."

Kamot ulo namang natawa nang bahagya si Sebastian. "*Teka nga nanggaling ka na ba dito? Tangina nasa'n ka?*"

"So may bisita ka nga?"

"Nasaan ka nga?"

"Secret. Basta nanggaling na ako diyan pero ngayon pauwi na 'ko since hindi mo naman ako susunduin."

Agad na tumawag si Seb, pero hindi naman ito sinagot ni Asha kaya muli siyang nagpadala ng mensahe. "*Hoy, ano bang problema? Nandiyan ka na ba sa labas? Nasa'n ka ba talaga?*"

"Baka alam ng ka-fist bump mo. Dali, ask her! 😊"

Pagkabasa ay agad na tumayo si Seb at nagpaalam kay Gab para saglit na lumabas, ngumiti at tumango lang naman ito. Muli niyang tinawagan si Asha, sa pagkakataong ito ay sinagot naman na ng dalaga.

"Oh, bakit?" Patay malisyang sagot ni Asha.

"Sabi na, inaatake ka lang ng toyo mo. Nasaan ka?"

"Terminal."
“Saang terminal?”

“Sa terminal.”

Kahit nga hindi klaro ang sagot ni Asha ay agad naman nang umalis si Seb. "Huwag kang gagalaw, hintayin mo'ko diyan."

Dali-dali siyang naglakad papunta sa terminal malapit sa bar at doon nga niya dinatnan si Asha, nakaupo at nakatitig sa mga taong naglalakad. Hindi ito umimik nang kanya itong tapikin sa noo. "Ba't ba kasi badtrip

na badtrip ka kay Gab."

"Hindi ako badtrip sa kanya."

"Bale sa'kin ka badtrip.."

Tinitigan nang masama ni Asha si Seb.

Marahang inakbayan naman ni Seb ang dalaga. "Eto ha, pang isang libong beses na, magkaibigan lang kami, kaya nga fist bump. Kung more than friends, niyakap o hinalikan ko na 'yon."

Nanlaki ang mga mata at nagtaasan ang mga kilay ni Asha. "Woah, so naiimagine mo pa yatang yakap at kahalikan mo siya? Nice."

Naiiritang napabungisngis si Sebastian. "Tangina, kung lang ‘yon."

"Kung nga, so it means na naiisip mo ang possiblity na magiging kayo. Okay, noted."

Nagtitimping napabuntong-hininga si Seb."Saan mo ba napupulot 'yang mga pinagsasasabi mo?” Sambit niya habang tinatapik-tapik ang noo ng dalaga.

“Sa hidden meaning ng mga sagot mo,” salubong ang kilay na sagot ni Asha.

“Ewan ko sa’yo, tara na.”

“Ayaw. Uuwi na’ko.”

"Haynako." Huminga nang malalim si Sebastian. "Tara na."

Nanliit ang mga mata ni Asha sa pagdududa. "Paano ba nalaman ni Gab gig niyo tonight?"

"Sinabi ko," sagot ni Seb

"So madalas kayo mag-usap, noted ulit."

Maiging pinag-isipan ng binata ang kanyang sunod na sasabihin. Ang totoo naman, ay madalang sila mag-usap ni Gab, hindi rin naman ganoon katagal sila mag-usap kapag nag-uusap sila. Minsan nga makakapagreply na sila sa isa't isa pagkatapos ng isa o dalawang araw. Pero dahil natatantsa niya na lalo lang magto-toyo si Asha kapag malaman niyang nagkakausap talaga sila ni Gab, ay pinili na lang niyang hindi sabihin, isang *white lie* kumbaga.

"Hindi kami nag-uusap, na-timing lang talaga na naghahanap siya ng place ngayon kung saan pwede mag-chill, kaya tinext niya ako, sinagot ko lang siya. " Paliwanag ni Sebastian

"Okay." Malamig na tugon ni Asha.

"Tara na."

"Okay."

Nagsimula na silang maglakad pabalik sa bar. At bago nila marating ang entrance ay kanilang nakita si Gab na papalabas.

Agad siyang tinawag ni Seb. "Gab! Sorry natagalan, sinundo ko pa kasi si Asha."

"Okay lang, kaya pala hindi ka mapakali kanina," pang-aasar nito kay Seb. Binati niya rin si Asha. "Hi!"

Tanong ni Seb, "uuwi ka na?"

"Yep, I'm okay now. Nakapag-chill naman na," nakangiting tugon nito.

Nagdadahilan na humingi ng paumanhin si Sebastian. "Sorry talaga ha, nasakto pa sa pagpunta mo pagtatampo nitong si Asha." Mahinhin niyang hinatak papalapit sa kanya si Asha para mahalikan sa noo. "Sobrang nagseselos kasi 'tong girlfriend ko sa'yo."

"Hindi naman siguro." Ngiti ni Gab. "Oh sige na, uuna na ako ha. Thank you sa beer! Bye Seb, bye Asha."

Ngumiti naman si Asha ngunit pagkatalikod ni Gab. "Selos?" Kumusot ang kanyang mukha.

"O, biro lang 'yon, wag mo masyadong seryosohin."

"Joke? Do you think it’s a good joke na sabihin na pinagseselosan ko siya?”

"Nakakahiya kasi, pumunta pa siya dito tapos iniwanan ko lang."

“Sorry ha? Naiwan mo siya saglit para sunduin ako.” Sarkastikong busangot ni Asha.

“Ba’t ba kasi bigla kang umuwi?”

"Sorry na nga sabi. Kasalanan ko talaga.”

Huminga nang malalim si Sebastian. “Ano ba dapat i-dahilan ko? Hindi ko naman kasi talaga maintindhan ba't bigla kang tinamaan ng sumpong. Nahihiya lang ako don sa tao."

"I know. Nakakahiya nga naman talaga. Sobrang importantant kasi ng feelings niya."

"Importante rin naman kung anong nararamdaman mo. Oh, tara na. Akyat na tayo sa taas."

Umiling si Asha. "Uuwi na ‘ko."

"Ha? Maya-maya na, sayang naman punta mo."

"Okay lang. Gusto ko na rin magpahinga."

“Akyat lang tayo saglit para makapagpaalam sa kanila.”

“Ikaw na lang.”

Napa-buntong hininga si Seb. “Sige na nga. Saglit, kunin ko lang gamit ko.” At umakyat na siya habang naiwan sa tapat ng bar si Asha.

Pagkapasok ay agad siyang sinalubong ng kanyang ka-banda. "Tol umuwi na si Gab, thank you daw sa beer."

"Oo nga pre. Tatakas muna pala ‘ko. Sensya na."

"Ba't ano meron Pre? Tangina, san kayo pupunta ni Gab?" Pabulong na pagbibiro ng kabanda niya.

"Tangina mo, andiyan si Asha sa labas, nagalit kasi nakita si Gab. Osige na.. Mga Tol, uuna na ako ha, bawi na lang ako sunod na gig."

Mabilis na bumaba si Sebastian ngunit paglabas niya ay 'di niya makita si Asha.
"Sa'n kaya pumunta 'yong babaeng 'yon." Bulong niya sa hangin. Mag-iisang minuto na siyang nakatayo, at dahil 'di niya makita si Asha ay muli niya itong tinawagan. "Nasaan ka?"

"Pasakay na."

"Teka, hintayin mo'ko." Sabay baba agad ng telepono at patakbong naglakad papuntang sakayan.

Ngunit pagkarating naman niya doon, ay hindi niya ulit makita si Asha kaya muli siyang tumawag. "Nandito na'ko, nasaan ka?"

"Nakasakay na."

Pikon na napabuntong-hininga si Sebastian. "Tangina, ba't ka sumakay?" Hindi sumagot si Asha. Kaya muling nagsalita si Seb, "San na yan? Baba ka na."

"Don't worry, I'll be fine, umuwi ka na muna."

"Ano bang problema mo talaga? Bumaba ka na please? Sabay na tayo umuwi."

"Umuwi ka na muna, please?"

"Tangina naman Asha, wala ka bang tiwala sa'kin?"

Hindi ulit sumagot si Asha.

Napahawak na lang si Seb sa kanyang noo sa sobrang pag-titimpi. "Baba ka na, please?

"Seb, umuwi ka na lang muna. Let's rest for tonight."

"Okay, sige. Tapusin na natin 'to."

"Tapusin?"
"Oo, tapusin na natin 'to."

"Iyon na lang ba lagi ang solusyon mo, Seb? Tapusin na lang kaagad?" Naiiyak sa inis na sagot ni Asha.

"Anong sense ng relationship na 'to? Wala ka namang tiwala, 'di ba?"
"Seb, do you really think na trust issue 'to?"

"Hindi ba? Ilang beses ko nang pinaliwanag sa'yo, magkaibigan lang kaming dalawa. Magkaibigan lang kami, tangina. Tapos selos ka pa rin nang selos."

"Selos, Seb? Sa tingin mo ba, pinagduduhan lang kita? Why not sometimes, try to read between the lines?"

"Hindi ko alam sa'yo. Basta bumaba ka at hihintayin kita dito." Sabay baba ng tawag ni Sebastian.

Hinintay ni Seb si Asha, ngunit ilang minuto na nag lumipas at wala paring sensyales na babalik ito. Sa galit ay halos mapiga na nga ni Seb ang kanyang telepono habang nakaupo. Ang mga paa niya ay hindi mapakali, habang paulit-ulit na tinatapik ng kanyang daliri ang kanyang upuan.
Sa inip ay muli niyang tinawagan si Asha ngunit hindi na sumagot ang dalaga. Nalukot nga ang kanyang mukha sa inis, at kahit na anong pagtitimpi ay hindi niya napigilan ang sarili at nagpaulan ng mensahe kay Asha bago sumakay pauwi. Paulit-ulit pa siyang bumubulong sa hangin.

Tangina, selos nang selos..

Walang tiwala..

Tangina..
Tangina talaga..

"Umulan pa, puta!" Bahagya niyang nasuntok ang bintana ng bus nang biglang magsimulang umulan. Wala kasi siyang dalang payong at may mga dala pa siyang gamit. Napatingin nga ang mga katabi niya sa kanya. Habang nakatitig sa bintana, ay hindi niya namalayan, bigla siyang nadala ng bugso ng damdamin at galit na galit na muling nagpadala ng mensahe kay Asha.

"Okay, tangina. Sige, wag na tayo mag-usap kahit na kailan. Tapusin na lang natin 'to ha? 'Di ba ito naman gusto mo?" Tila masisira ang screen sa sobrang diin ng pagpindot niya sa mga letra.

Pagkatapos ay pinatay niya na ang kanyang telepono at itinago sa bag. Isinandal ang sarili habang nakasilip sa bahagyang bukas na kurtina. Pinagmamasdan ang mga patak ng ulan na tumutulo sa kabilang bahagi ng salamin.

Hanggang siya ay makarating ay hindi pa rin tumitigil ang pagbuhos ng ulan. Pagkababa ay mabilis siyang tumakbo sa kung saan pwedeng sumilong, naghintay, umaasang hihina ang ulan ngunit agad din siyang umalis dahil halatang hindi ito titila anomang oras.

Siya ay tumakbo pauwi.

Ngunit nang siya ay malapit na, kahit na hindi klaro ang paningin dahil sa dilim at basang-basa siya ng ulan, ay alam niyang si Asha ang naaaninag niya sa may gate ng kanilang bahay, nakatayo, yakap ang bag sa ilalim ng bumubuhos na ulan.

Mabilis siyang lumapit. "Tangina, ba't ka nagpapaulan?"

Hindi sumagot si Asha, bagkus ay malungkot na tumitig lamang sa mga mata ni Seb at lalong hinigpitan ang pagyakap sa bag.

Dali-daling kinuha ni Seb ang susi. "Pagkapasok, maligo ka na agad, bukas ka na umuwi." Nagdadabog at nagmamadali niyang sabi habang binubuksan ang gate.

"Did you mean it?" Tanong ni Asha, ang mga mata ay 'di mapakali, palipat-lipat ng tingin sa daan at kay Sebastian.

"Oo, tangina, suotin mo muna damit ko don, bukas ka na umuwi."

"Do you really mean it?"

Tinitigan siya ni Seb nang mabuksan na ang gate. "Oo nga, tangina naman, 'di ka ba nakikinig? Pumasok ka na!"

"Hindi." Malungkot na Iling ni Asha bago lalong idiin ang tanong. "Yung.. text, do you mean it?"

"Pumasok ka na." Ang tanging sagot ni Seb ngunit tinitigan lang siya ni Asha kaya nilakasan niya ang kanyang boses. "Tangina naman, giniginaw na'ko, 'di ka ba papasok?"

"Sagutin mo muna 'ko, Seb."

"Hindi. Okay na? Papasok ka na?"

Sumunod naman si Asha, ngunit nang makapasok na rin si Seb—

"Ayan, nakapasok na'ko. So now answer me, do you mean it?"

Hindi siya pinansin ni Seb na nagsimula nang pigain ang kanyang basang damit. Ibinababa na rin ng binata ang kanyang bag at gitara sa tabi at uupo na sana para maghubad ng sapatos ngunit—

Muling lumabas si Asha.

"Tangina naman, ano bang trip mo!?" Sigaw ni Sebastian habang papalapit sa dalaga.

"Gusto kong malaman if you mean it!"

Hinatak ni Seb ang kamay ni Asha. "Tangina naman. Pumasok ka dito!"

Piniglas naman ito ng dalaga. "Tinatanong kita, Seb! Do you mean it?!"

Nagdabog si Seb, kahit malakas ang ulan ay talagang umalingawngaw ang ginawa niyang pagsuntok sa gate. "Hindi nga, hindi nga, hindi nga! Tangina! Sabing hindi nga! Ilang beses mo bang itatanong?! Tangina! Pumasok ka na!"

"Then why keep saying it!" Humahagulgol na sigaw ni Asha nang itulak palayo si Sebastian.

Bahagyang napaatras si Seb, tila natauhang napatitig sa namumula, malungkot, at galit na mga mata ng kasintahan. Hindi siya nakasagot, napatingala lamang sa madilim na kalangitan, humihinga nang malalim habang walang tigil ang pagbagsak ng patak ng ulan sa kanyang mukha.

"Yun na lang ba lagi maririnig ko kapag may misunderstanding tayo?"

"Nakasanayan lang. Pumasok ka na."

"Nakasanayan?!"
"Masanay ka na."

Yumakap si Asha habang humihikbing umiiling-iling.

"Sorry."
"May idea ka ba kung anong nararamdaman ko whenever you say it?"
"Meron."
"Then bakit lagi mo pa ring sinasabi?!"

"Sorry." Saglit na tumigil si Seb para huminga nang malalim. "Hindi ko naman gustong sabihin 'yon."

"Hindi naman pala. Then why keep saying it?!"

"Nag-promise naman akong hindi kita iiwan, 'di ba?"

Mas lalong humigpit ang yakap ni Asha. "So because you promised, kailangan ko nang masanay na masaktan, ganon ba 'yon, Seb?

"Hindi naman kita gustong—"

"Hindi mo ako gustong saktan? Seb, just because you promised doesn't mean na hindi ako masasaktan."

Hindi nakasagot si Sebastian, dahan-dahan niya lamang inangat ang kanyang kamay at mahinhing hinawakan ang ulo ni Asha. "Sorry."
"No!" Muling iling ni Asha. Tila musmos ngang napahikbi ang dalaga. "I

don't need your sorry. Mag-promise ka na hindi mo na sasabihin 'yon."
"Wag mo naman ako piliting mag-promise ng isang bagay na hindi ko naman kayang panindigan."

"So ako talaga ang mag-aadjust? Kailangan ko na lang masanay

regardless kung anong nararamdaman ko?"

"Sanayin mo ang sarili mo na isipin na hindi kita iiwan kahit na anong mangyare."
Bumitiw sa pagyakap si Asha. "You will never hear those words from me, Seb."

"Basta lagi mong iisipin ang mga pangako ko. Hinding-hindi kita iiwan." Sabay halik sa noo habang pisil ang magkabilang pisngi ni Asha. "Hindi ko alam kung anong gagawin ko kapag nawala ka sa'kin." Dagdag na

paglalambing ni Sebastian.

"Giniginaw na'ko."

"Kasalanan mo, ba't ka kasi nagpaulan." Malungkot na ngiti ni Sebastian. "Pasok na tayo."

Pagkapasok nila ay agad na inabutan ni Seb ng tuwalya si Asha, bago dumiretso sa kusina at nagpakulo ng tubig. Naiwan namang nakaupo si Asha sa hapagkainan habang pinupunasan ang sarili.

"Sabay tayo?" Biro ni Seb habang papalapit.

Tinitigan lang siya ni Asha. Akma na nga sanang hahalikan siya ni Seb sa noo ngunit agad namang naramdaman ng binata ang mainit nitong balat.

"Masama pakiramdam mo?"

Nanghihinang tumango si Asha.

. . . .

Me, You

Agad na inalalayan ni Seb si Asha paakyat sa kwarto, bago nagpakulo ng tubig, at inilagay sa isang maliit na palanggana.

"Kamusta pakiramdam mo?" Tanong ng binata habang pinupunasan ang kasintahan.

"Sakit ng ulo ko."

"Ikaw kasi, paulan ka nang paulan. Alam mo namang may extra na susi sa ilalim ng paso, 'di mo pa kinuha,"pangaral ni Seb habang sinusuotan ng damit si Asha.

"Nakalimutan ko."

"Nagugutom ka?

Mahinang umiling si Asha bago abutin ang katabing unan. "Inaantok lang."

"Tulog ka na." At inabot ni Seb ang noo ng dalaga upang taniman ng isang halik. "Good night."

Pagkatapos ay siya naman ang nagpunas. Pagkabihis ay umupo muna siya sa lapag habang nakasandal sa kama. Ipinikit ang mga mata at pinakiramdaman kung dadalawin na siya ng antok. Naramdaman niyang hindi pa, kaya pagkatapos ng ilang minuto ay tumayo siya, at naglakad palabas ng kwarto. Dahan-dahan niyang binuksan ang pinto, at pagkalabas ay pinagmasdan niya muna si Asha bago isinara ulit.

Siya ay muling nag-init ng tubig bago kumuha ng isang cup noodles na nakalagay sa isang plastic bag sa tabi ng dish cabinet. Habang naghihintay, ay sumilip siya sa garahe, isinampay ang mga sapatos nila ni Asha bago bumalik sa kusina. Pagkatapos maghanda, dala-dala ang noodles ay bumalik din siya sa garahe, at doon umupo at hinigop ang mainit na sabaw habang pinagmamasdan ang hindi pa rin tumitila na ulan. Ilang minuto siyang nanatiling naka-upo at nag-munimuni bago antukin.

Pagka-akyat ay dinatnan niyang mahimbing na ang tulog ni Asha kaya dahan-dahan niya 'tong tinabihan. At bago ipikit ang kanyang mga mata ay muli siyang nagbigay ng isang halik.

“Good night. I love you.”

. . . .

Pasado alas-kwatro nang magising si Asha. Nakatagilid siyang nakahiga, maluha-luhang pinagmamasdan ang mukha ni Sebastian habang mahinhing hinahaplos ng daliri ang mga mata nito.

“Tulog ka pa…” Naalimpungatang sabi ni Seb.

Tumitig lang si Asha bago itigil na paglaruan ang mga pilik-mata ni Sebastian. Tumihaya at ipinikit ang mga mata, napahinga nang malalim dahil sa sama ng pakiramdam. Dahan-dahan siyang bumangon—

“San ka pupunta? Kamusta pakiramdam mo.. Ano bang kailangan, ako na kukuha.” Sunod-sunod na tanong ni Sebastian. Tila nga nananaginip lamang ang binata dahil nakapikit itong nagsasalita.

Malungkot lang siyang tinitigan ni Asha bago bumangon sa kama, at bumaba para hanapin ang kanyang damit. Kahit nga basa pa ang kanyang pang-ibaba at pantalon ay pinili na niya itong suotin. Pagkatapos ay pumuntang kusina at inabot ang notepad sa itaas ng ref.

Siya ay nag-iwan ng munting sulat bago umalis.

Pumara siya ng taxi. Pagkaupo, agad na bumakat ang kanyang pantalon sa upuan. Ngunit ‘di niya alintana ang nakaka-ilang na basang pang-ibaba at sapatos. Isa lamang ang laman ng kanyang isip, ang tanging nais niya ay makapagpahinga.

“Oh, Asha.” Salubong at yakap ni Mami sa kanya. “San ka ba galing? Nilalagnat ka. Kumain ka na muna at uminom ng gamot.”

“Gusto ko muna po matulog.”

“Sige na, pumunta ka na sa kwarto mo, iakyat ko na lang pagkain mo.”

Pagka-akyat at pagkapalit ng damit ay agad na nakatulog si Asha. Pagkagising—

“Kamusta pakiramdam mo? Oh, heto, paracetamol.” Sabay abot din ng tubig ni Mami.

Bumangon naman si Asha para inumin ito bago muling humiga.

"Kainin mo na 'to, para may lakas ka."

"Hindi pa ako gutom, Mami. Pahinga ka na po, mayang gabi ako magluluto na lang." Sagot ni Asha habang ibinibigkis ang sarili sa nakapalibot na mga unan.

"Okay ka lang ba?"

"Okay lang po ako. Sige na po." Kasabay ng pagtalikod at pagdiin sa pagyakap sa mga unan.

Napabuntong hininga si Mami bago niya naglalambing na sinuklay-suklay ang buhok ng apo. "Kilala kita.. Sabihin mo na kung anong problema. Nag-away ba kayo ni Seb?"

Nanatiling tahimik lamang ang dalaga.

Dugtong pa na biro ni Mami. "Sugurin ko na ba?" Sabay higa sa tabi ni Asha. "Haynako, nami-miss ko ang baby ko. Dati kapag malungkot ka at ganyan, kakargahin lang kita tapos masaya ka na. Ngayon, hindi na kita kaya." Kasunod ay isang mahigpit na yakap sa likod ng dalaga.

Malungkot ang naging tinig ni Asha. "Miss ko na rin po magkwento sa inyo ng problema."

"Oh, eh, ba't 'di ka magkwento ngayon?"

"Hindi ko rin po alam paano sasabihin tapos baka lang po maapektuhan ang health niyo."

"Hay na 'ko apo, mas maapektuhan ako kung hindi ko alam 'yang dinadamdam mo."

"Mami naman..."

"Wag ka mag-alala, nakaya na nga kita ipagluto, oh. O sige na, magkwento ka na."

Ilang segundo silang natahimik bago humarap si Asha at yumakap. "Mami..."

"Oh, ano 'yon apo ko?" Paglalambing ng kanyang Lola.

"Ano po bang gagawin if loving someone hurts you so much."

Ilang segundong napangiti sa hangin si Mami. Sa kanyang isip ay sadyang ang bilis nga naman ng panahon. Saglit niyang naalala ang mga lalakeng kalaro ng kanyang apo noong bata. Mga batang nang-aaway kay Asha na agad na isinusumbong sa kanya. Samantalang ngayon, habang yakap ang kanyang apo ay parang siyang nagising sa isang panaginip. Ilang dekada na rin pala ang lumipas, at ngayon ay natutunan nang umibig ng pinakamamahal niyang apo.

"Timbangin mo lang." Nakangiting sagot ni Mami. Hinaplos niya rin buhok ng apo bago halikan sa ulo at magpatuloy. "Wala naman tayong magagawa kundi timbangin ang lahat at saka pumili."

Napatingala si Asha para tumitig sa mga mata ng kanyang Lola habang nakayakap nang mahigpit. Nagpatuloy pa si Mami.

"Kung hindi mo kasi titimbangin ang mga bagay-bagay, malilito at mawawala ka. Baka nanghihinayang ka na lang pala na mawala ang taong 'yon pero may mas mabuting bagay pa pala na naghihintay sana sa'yo. Iniisip mo lagi ang masasaya niyong alaala, mga pangako, mga pangarap, pero hindi mo naiisip na 'di hamak na mas malala pa ang dulot na sakit sa 'yo ng taong 'yon sa hinaharap."

Muling tumigil si Mami nang matitigan nang maigi si Asha. "Normal naman din ang magduda. Kahit na gaano mo pa kamahal ang isang tao, darating ang mga pagkakataon na magdududa ka. Pwedeng ring sa isang iglap, mabigat na pagmamahal mo mapapalitan ng matinding pagdududa. Basta ang lagi mong tatandaan, apo, kapag dumating ang mga pagkakataon na 'yon, tanungin mo lang lagi ang sarili mo, ano ba ang mas matimbang?"

Maluha-luha ang mga mata ni Asha nang muling nagtanong. "Did you.. did you ever feel guilty po noong mag-boyfriend pa lang kayo ni Lolo?"

"Guilty sa?"

"About something na... binibigay lang dapat after marriage."

"Guilty ka kasi 'di mo ibinibigay?"

Hindi sumagot at napahigpit lang ng yakap si Asha.

"O dahil ibinigay mo na?" Dugtong na tanong ni Mami.

At inilapat ng dalaga ang kanyang mukha sa dibdib ng kanyang Lola bago tumango.

Halos isang minuto ring natahimik ang kwarto, ang tanging dinig ay kanilang mga paghinga kasabay ang kaluskos ng mabagal na pag-ikot ng bintilador.

"Alam mo, hija." Mahinhing sinuklay-suklay ni Mami ang buhok ni

Asha. "Kapag nagi-guilty ka na ginawa mo ang isang bagay, mataas ang chance na hindi tama ang ginawa mo, at least para sa standards ng puso mo."

'Di umimik ang dalaga, lalo lamang ibininaon ang sarili sa dibdib ng kanyang lola.

Pagpapatuloy pa ni Mami, "May mga oras talaga na magagawa natin ang isang bagay dahil napilitan o nabigla, tutal tao tayo na madalas nadadala lamang ng emosyon. Kaya normal na ma-guilty, normal makonsensya. Pero, kung palagi at paulit-ulit, sobrang mali na 'yan.

Alam mo kung bakit?

Parang lason kasi sa pagkatao natin ang konsensya, siguro sa una, o sa pangalawa, kahit na pangatlo pa, hindi mo mapapansin. Pero habang tumatagal na nararamdaman mo 'yan? Masisira't masisira ka.

At ano mangyayare kapag nasira ka? Magiging lason ka na rin. O sa panahon niyo ngayon, ang term 'di ba, magiging toxic. Oo, gano'n na nga, magiging toxic ka na rin.

Iikli pasensya mo, mabilis ka nang magagalit. At kahit na gaano mo pa kamahal ang isang tao, unti-unti mo na siyang hindi maiintindihan. Kung noon, ang mga pagkakamali niya nakakaya mong ngitian? Sa pagdaan ng panahon, magiging mabigat ang lahat para sa puso mo, na bawat makikitang mali, bigla na lang magpapanting ang mga tenga mo.

Manlilisik na lang din ang mga mata mo nang hindi mo namamalayan. Kapag ikaw mismo ang nasira, lagi mong tatandaan, kahit na kailan, hindi mo magagawang magmahal nang totoo dahil hindi magiging buo ang pagmamahal na maibibigay mo."

Muling hinaplos nang mahinhin ni Mami ang mukha ni Asha ngunit biglang nanginig ang telepono ng dalaga.

Tumayo si Mami, pahapyaw na sinilip bago ito iabot sa dalaga. "Gaya ng sabi ko kanina, kung naguguluhan ka sa nararamdaman mo, timbangin mo muna. Hindi naman masama kung hihingi ka ng oras para mapag-isa, 'di ba?"

. . . .

September 26, 2022

7:15pm
[Asha's]

It's been a week since I last talked to Seb. I need space muna for my peace, para makapag-isip-isip, I told him. Um-ok naman siya, saying he understands me. He even promised na hindi naman siya mawawala, so I have nothing to worry about. I will have my space in peace daw.

So here I am, naghihintay ng *fx*, missing him. Arggh. Actually, ilang fx na ang dumaan with empty seats pero sinadya kong hindi sakyan. Hinihintay ko kasi baka biglang may surprise sundo si Seb like our first date.

Ang weird talaga ng love, kasi I want space, but at the same time, I want to see him. Ba't ba hindi niya 'ko kinukulit? Huhu. Deep inside me, gusto ko lang naman ma-feel how important I am to him. I asked for space para ma-realize niya na he needs me, that without me, his life is not complete. So why? Why aren't you making a move yet, Seb! Ba't hindi mo 'ko nilalambing! Kulitin mo 'ko!

One week na, oh! Actually lagpas na nga ng twenty-one hours and twenty-five minutes! Hindi mo ba 'ko miss? I-surprise visit mo na 'ko. I need harana, and flowers, and a hug! Where are those?! Mala-classic romantic films dapat ang way ng paglalambing mo sa'kin right now. Show me, show me how much you love me, how special I am for you.

But—

Kanina pa ako naghihintay here, wala ka pa rin! Sa next *fx* sasakay na 'ko talaga. Ang bilis naman, may dumaan agad. Next ng *fx* na lang. Waiting. Hmm. Puno. Okay, next—

Beep beep!

Bumubusina ang kotse sa harap ko. Anong meron? Teka, it seems familiar. Bumaba ang windows. "Asha! Asha! Sabay ka na!" And 'yon, sabi na familiar. Si Sir Ian pala.

Nahihiya ako actually, pero sige na nga. Sasabay ako this time, tutal wala naman si Seb, nakakatampo lang lalo.

"Sobrang tagal mo na raw naghihintay ng masasakyan do'n sabi ni Foreman," greeting niya pagkasakay ko.

Napatingin ako sa time, at oo nga. Di ko namalayan, almost one hour na pala akong nakaupo do'n.

"Kumain ka na? Tara kain tayo," he asked smiling.

Dahil gutom na gutom na rin ako, hindi na 'ko tumanggi. He brought me to a resto ,hindi kalayuan sa site. The place was so nice. In the center, there is a fountain and a mini-pond full of koi. We chose to sat near that pond. The hint of splashing water became music to my ears as we waited.

"May i-interviewhin si Boss sa Monday, ah. Sana naman at tumuloy na para mabawasan na ang workload mo. Lagi ka na raw kasing tulala sabi ni Boss."

"Sir, sabihin mo kay Boss, easy-han lang sa pag-interview para 'di matakot."

Natawa si Sir, then biglang lumapit na ang waiter at inabot ang menu. Medyo mahal ang food, but I guess it's worth it naman if mga once a month lang kakain here.

Sir Ian stared at me. "Matagal ko nang gusto itanong 'to sa'yo..."

Medyo kinabahan ako so I asked him kaagad, "Ano po 'yon, Sir?"

"Bakit pala Acacia?"

"Akala ko naman, Sir, kung ano… Ganito po kasi, nagkakilala Mom and Dad ko sa isang project, workmates sila, CE si Dad, Arki naman si Mom. Tapos ang name ng project building nila is Acacia, marami rin kasing Acacia trees around, tapos since sobrang strict ng grandparents ko, sa lilim lang ng mga puno na 'yon nakakapag-date sila Dad, kasi after working hours, minsan susunduin pa si Mom ni Lolo."

"Bale don sila nagka-inlove-an sa ilalim ng mga puno ng akasya?"

I smiled. "Doon po sila nag-promise na they will love each other always and forever, siguro kasama na rin po sa promise nila na ipapangalan nila ako sa tree na 'yon."

"Pero bakit A-ca-cia? Bakit hindi A-kas-ya?"

Nabigla ako sa tanong ni Sir, actually natuwa ako. He was the first person who asked that kasi. Kahit closest friends ko 'di natanong 'yon, and pati si Seb. Tinanong lang nila kung bakit Acacia and 'yun na. In my mind, I was thinking about Mom, I suddenly couldn't stop thinking about her.

"Actually, gusto ni sana Dad, Akasya. Gusto niya in Filipino, para raw makabayan. Kaso si Mom, gusto niya Acacia. First, dahil 'yon talaga ang name ng project nilang building. And since... nagkasundo sila na hindi nila aalamin ang gender ko. Kahit na nasa tiyan pa lang ako, Mom wants to give me a nickname na, she wants to call me, Ci-A, Si-Ya. In english, pwedeng He, pwedeng She.

Pero kapag kinakausap na nila ako, ang He or She ay magiging You. Na in-tagalog, katumbas ng word na 'Ikaw'."

I saw the amazement sa mga mata ni Sir when he smiled, "Isang puno, isang building, at Ikaw?"

Nahawa rin ako sa pagngiti niya as I repeat what he just have said, "Isang puno, isang building, at nag-iisang 'Ikaw', those are the exact words of my Mom."

As his eyes smiled even more, I couldn't help but stare sa mga singkit niyang mata. Ang gwapo rin nang paggalaw ng adams apple niya when he suddenly chuckled. Mature si Seb pero ibang level ang maturity ni Sir.

Pero while I'm staring at him, he asked again, "Hello Cia, bakit ka naging Asha?"

"Ang weird daw kasi, Sir! Noong baby pa 'ko, kahit paulit-ulit na sila sa pag-pronounce ng Ci-Ya, kapag tinatanong daw ako kung anong name ko, lagi ko raw sagot, A-Cha. Kaya 'yun, naging Acia na ang nickname ko noong baby. Tapos 'di ba dati nauso mga slambooks! Lagi na-mi-mispronounce ang nickname ko do'n, kaya ginawa ko na lang Asha."

"Pangalan mo pa lang, pwede na maging isang short story," he joked.

Ang saya makakwentuhan ni Sir! And OMG, may kambal siya! Arghhhh! He showed me some pictures, ang name ng kakambal niya is Madelene. Ang ganda at ang tangkad niya. Nasa US siya right now, pursuing her dreams. Sobrang close nila ni Sir, sa kanya raw madalas humihingi ng recommendation ng songs si Sir since sobrang passionate daw non sa music like Me!

Tapos, inulit na rin ni Sir ang pag-aaya. Sama raw siya sa nature date namin ni Rose. Um-ok lang naman na me since I felt comfortable naman na, and aaminin ko, I am curious about him.

After dinner, nag-offer na rin siyang ihatid ako that I gladly accepted. Pagdating sa ’min, nakakahiya naman if paalisin ko agad siya so, I let him in. I offered him coffee and nagkakwentuhan sila ni Mami. I just listened to them and ang daming tanong ni Mami. Napa-joke nga si Sir nang ihatid ko na siya sa gate para umuwi. "Pumasa kaya ako sa interview?"

Natawa ako nang slight. "Thank you po sa paghatid, ingat ka po pauwi!"
“Bukas ulit?”

“Mahal na po ang gas ngayon, Sir.”

“Ayos lang, basta laging may libreng kape.”

“Haynako, Sir, uwi ka na po at gabi na.”

“Heto na, basta sa sabado ha, naka-set na ang date natin.”

Iba rin talaga bumanat si Sir. Pero at least, he made me smile tonight, kahit na ang bigat ng nararamdaman ko.

Pagkaalis niya, I remained here for a few minutes to take a deep breath bago pumasok sa loob.

Pagkapasok ko naman, nakangiting nakatingin sa ‘kin si Mami habang nakaupo sa sofa. "Hija, huwag mo kakalimutan, ha, ang timbangan."

Ang Mga Bulaklak

[Seb's]
September 26, 2022
8:19 pm

Klank, Klink, Klank, Klank, Klink, Klink, Klink, Klink, Klink, Klink, Klink—k—k

Umalingawngaw sa buong kwarto ang ingay ng pag-uumpugan ng mga bote nang hindi ko sinasadyang masipa ang mga ito. Habang hinihimas ang aking noo ay buntong-hininga akong napasulyap sa hawak kong beer. "Pang-ilan na ba 'to?"

Aking sinilip ang nagkalat na mga basyo sa ibaba ng lamesa, at saka ko lamang naramdaman ang kalasingan. Hindi ko talaga namalayan, gusto ko lang sana magsilbing panggatong ang alak para tuluyan nang lumiyab ang aking damdamin nang makapagsimula na akong magsulat.

Ngunit kahit na anong pilit ko sa 'king isip na maglayag ay mas pinili nito na pagmasdan na lamang ang pabalik-balik na pagpihit ng mga pahina ng bukas kong kwarderno tuwing iniihip ng hangin. Kaya heto ako ngayon, tulala, habang iniisip si Asha.

Isang linggo na rin pala kaming hindi nag-uusap. Nag-away kami nakaraang sabado ngunit sa pagkakaalala ko ay nagkabati rin naman. Ako pa nga ang nagpunas sa kanya at nagpalit ng damit bago mahiga dahil masama ang kanyang pakiramdam. Magkatabi rin kaming natulog, nagising pa ako at nahuli siyang pinagmamasdan ang aking mukha habang mahinhing hinahaplos ng dulo ng kanyang daliri ang aking mga pilik-mata. Maaga lang siyang umalis kasi tatawag na raw ang kanyang ama. Kaya noong tumawag ako kinagabihan, ay labis akong naguluhan, bigla niya na lang kasing sinabi na gusto niya muna mapag-isa. *"Okay lang ba kung muna tayo mag-usap? There are things na gusto ko muna sana mapag-isipan at ma-realize on my own."*

Ilang araw ko nang hinihintay ang muli niyang pagmensahe habang iniisip kung anu-ano ang mga bagay na kailangan niyang pag-isipan.

Dahil ba sa selos, sa galit, sa inis? O baka dahil sa pagtatampo, at gusto lamangn niyang magpalambing? O baka naman tungkol sa trabaho or sa kung ano mang bagay na hindi naman tungkol sa akin. Pero sa dinamirami ng bagay na aking naiisip, ay isa lamangang talagang nagbibigay ng bagabag sa 'king dibdib. Baka nagsisimula na niyang makita ang aming hangganan. Baka dahil sa magkaiba naming mga pananaw sa buhay ay unti-unti na niyang napagtanto na hindi kami para sa isa't isa, na hindi ako ang lalakeng gusto niyang makasama.

Halos ganoon din kasi ang naging linya ni Mama noong nagsisimula na silang mag-away ni Papa. Madalas na pipiliin na lamang na mapag-isa. Maglalaho ng ilang araw, babalik na parang walang nangyari, ngunit dahan-dahan na palang inilalayo ang sarili kay Papa.

Kaya, hindi ko na siya inusisa. Hindi na ako humingi ng paliwanag, 'di ko na rin piniling makipagtalo. Hindi ko siya kinulit, at mas lalong hindi ako gagawa ng bagay para lalong magulo ang kanyang isip. Gusto ko siya mapag-isa nang payapa, malalaman ko rin naman sa pagdaan ng mga araw kung ano ang kanyang naramdaman, o kung ano ang pipiliin niya na aming kahinatnan.

Ang tanging ginawa ko lamang ay mangako. Mangako na nandito lang ako at naghihintay sa kanya.

Ngunit—

Tangina, nagsisimula na akong mangulila sa kanyang tinig. Suki na nga ang larawan niya sa'king pitaka ng mga halik. Hindi ko nga alam kung udyok lang ba 'to ng kalasingan ngunit bigla akong bumangon sa aking kinauupuan at nagbihis.

Hindi naman siguro masama kung nanaisin kong siya ay masulyapan at masilip, 'di ba? Madalas pa naman siyang umuupo sa swing habang nakatitig sa mga alaga niyang bulaklak sa hardin. Kahit isang oras, o minuto, o kahit ilang segundo lamang. Sapat na sa 'king makita ang kanyang paghinga, mga mata, o kung papalarin, pati ang kanyang ngiti. Bigla pang tumugtog sa aking guniguni ang isang kanta…

But, girl, tonight you look so pretty…

Yes, you do…

I swear it's true ♪

At tuluyan ko nang hindi namalayan, nakaupo na pala ako sa *fx*, papunta sa kanilang tahanan.

Kamusta na kaya siya? Magkahalong kaba at pananabik ang aking nadarama habang palapit nang palapit sa kanya. Ngunit nang makarating—
May sasakyan sa harapan, may bisita ba sila? Huminto ako saglit, sa katabing residensya na may silong, dito kung saan ko talaga balak siyang pagmasdan nang palihim habang nagduduyan sa hardin. Ilang minuto na akong naghihintay, hindi na nga mapakali dahil nilalamok ang mga braso dahil sadyang madilim at maraming halaman sa paligid. Nagsimula na akong mainip, buti na lang at sa wakas, ay nasulyapan ko na ang dahan-dahang pagbukas ng kanilang pintuan. Siya na ba? Siya na kaya? Sigurado siya na 'yan. Siya lang naman ang lalabas ng ganitong oras sa hardin. Ngunit—
Isang lalakeng may katangkaran ang lumabas, umupo sa malapit sa pintuan. Habang nagsusuot ng sapatos ay nakangiti pa itong nagsalita. *Pinsan?*
Pagktapos magsuot ng sapatos ng lalake ay kasunod na lumabas si Asha, suot pa ang uniporme niya sa trabaho. Sabay silang naglakad ng lalake sa hardin, nakangiti habang nagkukwentuhan, halata sa mga mata ang kagalakan.
"Ingat, Hijo." Pahabol na sigaw naman ni Mami habang nakadungaw sa pintuan.
"Salamat po ulit sa pagpapatuloy." Malakas na tugon ng lalake.

Pagkalabas nila ng gate—

"Bukas ulit?" Nakangiting tanong ng lalake kay Asha.

"Mahal na po ang gas ngayon, Sir."

"Ayos lang, basta laging may libreng kape."
"Haynako, Sir, uwi ka na po at gabi na."

"Heto na," sagot ng lalake habang pasakay sa sasakyan. "Basta sa sabado, ha, naka-set na ang date natin."

Pag-alis ng sasakyan ay nag-iwan ito ng bakas ng ngiti sa mga labi ni Asha. Ngiti na hindi nabura habang naglalakad sa hardin at nakatitig sa nagliliwanag na buwan.

Naiwan akong tulala mag-isa dito sa madilim na silong. Biglang dumiin sa dibdib ang isang kirot nang aking isa-isahin ang mga detalyeng aking nasaksihan at narinig.

Sir? Date? Sa sabado? Si Mami na nakasilip sa pintuan at may pabaon pang ngiti at ingat?

Taimtim kong hinimay nang maigi ang mga detalye. Saka dumaloy sa 'king isip ang pahiwatig, ang kahulugan, ang konteksto ng lahat ng bagay. Para akong tinamaan ng kidlat kaya saglit na tumigil ang pagtibok ng aking puso.

Akin nang napagtanto kung ano ang napagtanto ni Asha: Hindi kami para sa isa't isa.

At dahil ako ang unang inibig niya, hindi niya lang siguro alam kung paano ako tatalikuran, o kung makakaya niya bang sabihin ang lahat sa aking harapan. Minabuti niya na lang piliing maglaho nang tahimik, at ituon sa iba ang atensyon para masubukan nang magmahal ng iba para tuluyan akong kalimutan.

Hindi ko naman magawang magalit, sa una pa lang ay wala din naman akong karapatan magalit. Wala. Kasi wala namang may kasalanan sa 'ming dalawa. Biktima lang kami ng mapaglarong kapalaran, ipinakilala sa mga tao na ang tanging layunin lamang sa aming buhay ay magbigay ng panibagong kahulugan.

Kahit malungkot at masakit, kahit papaano ay lumuwag ang aking dibdib. Dahil 'di tulad ng aking mga magulang, hindi na namin daranasin ang mabibigat na pagtatalo at 'di pagkakaunawaan. Hindi na namin kailangang dahan-dahang lakaran pa ang mapait na daan kung saan unti-unti naming kamumuhian ang isa't isa. Hindi na.

Dapat pa yata ako magpasalamat? Naging matapang lamang si Asha na tapusin nang maayos ang lahat. At dahil doon ay nagawa niya kaming isalba sa isang hinaharap na puno ng pagdurusa, sakitan, sigawan, at murahan.

Hindi kami para sa isa't isa. Pagdududa ko noon na ngayon ay tinanggap na niyang katotohanan. Salamat pa rin, salamat pa rin dahil pinili mong maging malaya. At bilang pasasalamat, ay hahayaan ko na siyang maging payapa.

. . . .

[Third Person Perspective]

October 1, 2022

4:30 pm

"Bale ganyan ka pala kumain ng ice cream, tinititigan mo lang hanggang matunaw." Nakangiting biro ni Ian sa nakatulalang si Asha. Silang dalawa lang ang magkasama ngayon, hindi kasi natuloy sa pagsama si Rose dahil kinailangan nitong umuwi nang maaga o baka nga ay nagdahilan lang ito para hindi makagulo sa kanila.

Galing ang dalawa sa garden shop kanina, dala-dala ang mga halaman na binili, tatlong maliit na cactus at mga buto ng sunflower para kay Asha, si Ian naman ay napabili na rin ng isang cactus nang iminungkahi ito ni Asha, maganda at simpleng dekorasyon daw kasi ito sa kwarto at hindi mahirap alagaan.

"We should appreciate the beauty of our food, Sir, before kainin." Nakangiting sagot ng dalaga.

"Busugin muna ang mga mata bago ang tiyan, gano'n ba?"

"Exactly," sabay mahinhing subo ng isang *scoop* ng *ice cream.*

Nakangiting natulala si Ian, agad nga siyang tinukso ni Asha.

"Sir, baka mauna pa po ako matunaw sa ice cream niyan."

Talagang napabungisngis ang binata, umiling-iling pa nga ito habang pinipigilan ang labis na pagngiti. At nang makahinga nang bahagya, agad itong nagbitaw ng isang katanungan. "Minsan pala napapansin namin 'yong naghahatid sa 'yo, boyfriend mo 'yon?"

"Napapansin niyo, or napapansin mo, Sir?" Pang-aasar ni Asha.

"Okay, napapansin ko. Bale, anong sagot sa tanong ko?"

"Marami na akong na-ikwento sa inyo last time, Sir. I think it's your turn naman to share."

"Okay, e 'di magtanong ka."

"Hmm…" Saglit na nag-isip si Asha. "Kumusta po 'yong in-interview?"

Natawa si Ian. "Akala ko naman kung anong itatanong mo, naghanda pa naman ako."

"Syempre, Sir, mga importanteng bagay muna."

"Hindi gano'n ka-importante ang trabaho kumpara sa mga gusto kong itanong sa 'yo."

"Sadly, Sir, turn ko po ngayon para magtanong." Ngiti ni Asha.

Muling napabungisngis si Ian bago sumagot. "Okay. Okay naman 'yong in-interview, sa tingin ko kukunin na siya ni Boss kaya wag kang mag-alala."

Nakahinga nang maluwag si Asha. "Salamat naman po, Sir."

Mabilis na sumagot si Ian, "Bale turn ko naman ngayon mag—"

"Nope. Warm up question lang po 'yon." Bahagyang napakagat sa labi si Asha. "Curious ako, Sir, kailan po ang last relationship niyo?"

"Paano naman naging warm up question ang trabaho tungkol sa relationship?" Umiling-iling na sagot ni Ian.

"Kung ayaw mo namang sagutin, Sir, okay lang."

Napatitig si Ian sa nakahaing ice cream sa kanyang harapan. Dahan-dahan siyang umi-scoop bago sumagot. "Four years ago."

"Again, Sir, if ayaw niyo pong sagutin pwede po mag-pass ha. Ano pong nangyare?"

"Marami." Malungkot itong napangiti. "Pero summary, marami kaming pinagkaiba."

"Ironic po no? Sometimes we fall in love because of differences. But eventually those differences din ang nagiging reason why we will choose to let go."

Napangisi si Ian. "Komplikado kasi talaga tayong mga tao, gusto natin minsan may conflict."

"Cause that makes life interesting, I guess?"

"Exciting?"

"Painful?"

Napabungisngis ang dalawa habang nakatitig sa isa't isa. Dugtong pa ni Ian, "Minsan nga sa dami ng taong nakapalagid sa'tin, pipiliin pa rin kung saan tayo pwedeng masaktan."

"Another irony of life." Komento ni Asha. "We always want to be happy pero most of the time we choose things that may hurt us." "Hindi ko yata na-ihanda ang sarili ko sa ganito kabigat na usapan." "Kahit naman po ako, Sir, hindi handa…"

"First love?"

Nabahiran ng lungkot ang mata ni Asha. "Paano niyo po dineal ang heart break with your first love? Paano niyo po siya ni-replace?" Nanununuyang ngumiti si Ian, "Replace? Naniniwala kang napapalitan ang first love?"

"Ikaw ang in-interview dito, Sir." Mapagbirong ngiti ni Asha, "So ikaw po ang sumagot sa tanong mo."

Agad na tumugon si Ian. "Hindi."

"Kasi?"
"Kasi..." Saglit na tigil ng binata. "Nag-iisa lang ang pwesto ng taong 'yon sa puso mo, hindi 'yun mapapalitan ng kahit na sino."

"It sounds like an answer coming from someone in-love pa rin sa past niya."
"Technically, oo naman, mananatili tayong in-love sa past natin. Pero hindi sa mismong tao, sa firsts, sa lessons, at syempre sa memories." Saglit itong tumigil para muling titigan si Asha. "Trust me, habambuhay mong i-te-treasure ang first love mo. Sa taong 'yun mo kasi matutunan ang lahat. Kung paano magmahal, at syempre kung paano mo gustong mahalin."
"Isn't it unfair to the next one? Na you're still thinking about the past?" Tila mga bituin na nagsikinang ang mga mata ni Ian habang lubos na nakatitig kay Asha. "Ba't naman magiging unfair kung mamahalin mo ang kasunod nang ilang daang beses na higit pa doon sa nauna? Hindi ba dapat maging thankful pa siya kasi mas magaling ka na magmahal?" Naantig ang mga mata ni Asha, halata sa maluha-luha niyang mga mata na nakatitig din nang maigi kay Ian. Nagsilabasan pa nga ang mga dimpol sa kanyang pisngi nang siya ay magsalita. "Tunaw na ang ice cream natin, Sir."

Napatitig ang dalawa sa kanilang lamesa at nagtawanan.

"Ikaw kasi, ang dami mong tanong. Pwede na ba akong magtanong?"

"Depende po kung anong itatanong mo."

"First mo."

Bahagyang ibinahagi ni Asha ang kwento nila ni Seb habang nagmemeryenda. Ang sitwasyon nilang dalawa, ang hindi nila pag-uusap sa ngayon, at syempre ang kanilang komplikadong relasyon. Pagkatapos ay napagpasyahan na nilang umuwi. Muling inihatid ni Ian si Asha sa kanilang tahanan. Ulit ding pinatuloy ng dalaga ito sa loob, kaya muling nagkakwentuhan ang binata at si Mami sa hapunan. Saglit din silang tumambay sa hardin. Nag-usap tungkol sa mga halaman, hiling pa nga ni Ian na gusto niyang bisitahin ang mga itatanim na sunflower ng dalaga. Gusto niya rin daw masubaybayan ang paglaki ng mga ito. Masayang natapos ang gabi. Tila nga hindi pa papaawat ang binata sa mga pagsulyap sa mga mata ni Asha. Kulang na lang ay magpaalam na gusto nitong manatili hanggang umaga. Nang ihatid naman ni Asha sa gate ang binata ay may pahabol pa ito.

"Official na pala akong manliligaw ngayon, tutal nakapag-paalam naman na ako kay Mami."

"Okay lang sa 'yo, Sir na maging rebound?"

"Worth it namang subukan."

Pagkaalis ni Ian ay saglit na nagduyan si Asha. Masayang pinagmasdan ang mga halaman sa hardin bago magpasyang magpunas at umakyat sa kwarto. Pagkapasok ay agad siyang humiga, yakap-yakap ang mga unan ay maligaya siyang nakinig sa musika. Ngunit habang papikit na ang kanyang mga mata ay biglang sumama ang kanyang pakiramdam. Umikot ang kanyang paningin kaya dali-dali siyang bumangon at naglakad papunta sa banyo. Isinandal ang sarili pader, habang binubuksan ang gripo, wala siyang nagawa para pigilan ang sarili. Bigla siyang naduwal sa 'di malamang dahilan.

Ang Alon

[TPP]
October 2, 2022

6:04pm

"Seryoso ka?!" Nanlalaking mga mata ni Iya.

Bakas naman sa mga mukha nina Mika, Angelina, at Kamilla ang magkahalong lungkot at pag-aalala. Liban kasi kay Iya, ay alam na ng tatlo na lagpas isang linggo nang hindi nag-uusap si Asha at Sebastian. Batid din nila ang mga paglabas ni Asha kasama ang katrabahong si Ian.

Sila ngayon ay nasa isang coffee shop, na sa panahon ngayon ay matatawag na *aethestic* para sa mga mata. Ang mga ilaw sa paligid ay nagbibigay ng atmospera na kabalintunaan ng naging pagkabigla nilang lahat.
Dugtong na tanong pa ni Iya. "Ano sabi ni Seb? Sinabi niyo na kina Mami at Tito?"

Mahinang umiling si Asha, bahagyang kagat ang labi at hindi makatingin sa kaibigan.

"What the hell? Ba't 'di mo pa sabihin?"

Napatitig ang tatlo kay Iya na takang-taka naman sa naging tinginan nila. "Hoy, Asha, anong meron?"

Si Mika ang sumagot, "Hindi pa sila ulit nag-uusap since last week."

"Ba't hindi ko alam?!"

"Sorry, gusto ko lang ma-enjoy mo ang honeymoon niyo," tugon ni Asha.
"Pero kailan mo pa alam na buntis ka?"

"Kahapon lang ako nag-take ng PT, sa inyo ko muna sinabi, ayoko rin mag-worry pa muna si Mami."

Sila ay natahimik, malungkot na nakatitig kay Asha na nilalaro ang mga yelo sa kanyang baso gamit ang straw. Sa pag-aalala nga ay hindi na napigilan ni Mika magtanong. "Anong plano mo niyan?"

Hindi pa rin makatingin si Asha, patuloy lang sa pagtitig sa dahan-dahang nalulusaw na mga yelo.

"Asha naman…"

"I don't know."

Muli silang natahimik, bakas ang pag-aalala at lungkot para sa kanilang kaibigan. At kahit anong pilit na pagtitimpi ni Angelina ay hindi rin siya nakatiis, pinagsabihan na niya si Asha. "Sabihin mo na kay Seb. Hindi biro magbuntis."

"No!" Mariing sagot ni Asha, "I will not tell him."

"Ha?" Nanliit na mga mata ng kanyang mga kaibigan.

"I will never tell him. Not until he is decided na he will marry me."

"Ha? Then why not tell him na buntis ka para makapagdecide na siya

kung pakakasalan ka niya o hindi?" Ani ni Iya.

Dumugtong pa si Mika, "Oo nga, 'yan na ang hinihintay mong reason para malaman mo kung pananagutan ka ba niya o hindi."

Maluha-luha at buong paninindigang sumagot si Asha, "I feel na mas lalo ko ngang hindi dapat sa kanya sabihin…

He will only consider marrying me because I'm pregnant? No! If he's going to marry me, if he's going to ask me that question, I want it to be because of me. Just me! I don't want him to marry me for the sake of our child. I want him to marry because he loves me, and he'll promise in front of God that he wants to spend his life with me. Kaya kahit na mag-propose siya, if I feel na it's not what his heart wants, hindi ko rin ma-imagine na maibibigay ko ang 'oo' ko."

Halata ang hindi pagsang-ayon ng kaniyang mga kaibigan, si Angelina nga napailing bago magsalita. "Babe, ayoko maging KJ sa paninindigan mo, pero…

Kailan pa ang time na 'yon?

And what if hindi dumating ang time na 'yon? What if ayaw niya talagang i-accept ang faith mo? What if ayaw niya talagang i-consider ang marriage? With all those what ifs, paninindigan mo pa rin ba? Hahayaan mo pa rin ba ang lahat?

You are already pregnant. Maikli lang ang nine months, babe. Wala na ngang nine, actually. Kung hindi mo sasabihin kaagad 'yan sa kanya. Paano naman ang baby niyo. Palalakihin mo siya without a father? Please, i-consider mo rin ang magiging baby niyo."

Pagkatapos nilang marinig ang mga sinabi ni Angelina ay lalong nahabag ang kanilang mga matang nakatitig kay Asha. Habang si Asha naman, sa kabila ng mabigat na kalungkutang nadarama ay nangibabaw pa rin ang liwanag ng kanyang paninindigan.

"Then so be it. I'm not scared to raise our baby on my own. I can do that, I can definitely do that. Ang reason ko lang naman kung bakit ayaw kong sabihin sa kanya is because I'm scared.

I'm scared because I know that he will marry me because I'm pregnant. I know in my heart, he will be so happy to hear this news. I know, I can definitely feel it. Pero, paano ang differences namin? Hahayaan na lang namin ang lahat? Na kahit hindi pa namin accepted ang isa't isa? Kahit na hindi pa siya talagang ready na magsettle? No! Mas natatakot ako isipin 'yon. Na bubuo kami ng family na hindi naman siya handa emotionally, na mapipilitan lang siyang tanggapin at panagutan ako. Kasi I know, kahit na gaano pa kami kasaya having each other, raising our baby together. I feel, someday, our differences will slowly separate us, na those differences will definitely break us, hanggang dumating ang time na we will hate each other, na pagsisihan namin ang lahat, the happy memories we have created, the moments we have shared. Worst is, mag-aaway pa kami sa harap ng baby namin. That's the scariest thing for me.

So, paninindigan ko 'to. I will only say this to him kapag I already feel na, he wants to settle with me, na he have learned to accept my faith, our differences. And most of all, his heart is ready to promise, that he will love me no matter what."

Hindi na nakaimik ang kanyang mga kaibigan nang makita ang mabigat na paninindigan sa mga mata ni Asha. Dahil siya ang madalas nilang taga-payo noon sa pag-ibig ay wala na silang nagawa kundi mag-alala at malungkot para sa kanya. Sanay kasi sila na siya ang laging nasusunod at pinakikinggan.

At upang basagin ang mabigat na pag-aalala at malungkot na

katahimikan ay naglambing na lang si Asha, "Saka, bukod kina Mami and Dad, I have you guys! Why would I be scared kung andiyan naman kayo. The best titas anyone can have!" Nakangiting dagdag niya. Kahit nga halata pa rin ang lubos na pag-aalala ay nagawa namang sakyan ni Mika ang paglalambing ni Asha, pabiro itong dumagdag, "Pero sino ang the very best?"

Agad na napangiti ang lahat.

"Aba, may gustong patunayan, ahm," nagbibirong parinig naman ni Kamilla.
"Not sure sa the very best, pero pinakamaganda? Hmm…" Pagyayabang naman ni Iya.

"Guys, stop! Saka na tayo magpaligsahan sa gender reveal or sa first birthday!" Singit naman ni Angelina.

Kasunod ay nagsitayuan sila at lumapit kay Asha. Isa-isang yumakap bago magkakasunod na humimas nang mahinhin sa kanyang tiyan.

"Grow up strong, beautiful, and smart like your Mom, Baby!"
"Your very cute Tita Mika is always here for you."
"Bibilhan ka lagi ni Tita Kamilla ng Ice cream!"
"Isasama ka lagi ni Tita Ange sa Sunday worship, Baby!"
"Sasama ka lagi ni Tita Iya mag-shopping ng dresses or outfits!"

"We're all excited to meet you—u."

"Guys! Babies 'to! I can feel na kambal sila!" Sagot ni Asha sa mga paglalambing nila.

Napuno ng liwanag ang paligid, umuulan ng ngiti na dulot ng pagkasabik at kasiyahan para kay Asha. Pahabol pa nila ay, *Congrats, Babe, Bb, Bunso!* Hindi na nga napigilan ni Asha na maluha sa tuwa. "Thank you, guys." At muli silang nagyakap-yakap.

"I-Promise niyo ah, na hindi niyo sasabihin kay Seb, if he wants to raise our baby with me, dapat i-pa-feel niya sa 'kin na he will definitely marry me."
At kahit na nag-aalangan silang sumang-ayon dahil sa hindi maalis na pag-aalala ay sabay-sabay pa rin nilang tinipon ang kanilang mga hinliliit sa gitna. "Basta i-promise mo, if you need us, sabihin mo kagad sa amin."
"If I need help, sasabihin ko kaagad. Pinky swear."

Si Iya ang naging sunod na bida ng kanilang kwentuhan. Masaya nitong isinalaysay ang naging honeymoon nila, at mga lugar na binisita nila ng kanyang asawa. Puno ng liwanag na natapos ang gabi hanggang mapagpasyahan na nilang magpaalam sa isa't isa.

. . . .

[TPP]
October 7, 2022

7:05pm
"Hobby mo talaga matulala paminsan-minsan, no?" Pabirong pang-aasar ni Ian kay Asha.

Niyaya at dinala ng binata si Asha sa isang marangyang *resto*, sa lilim ng mga magagarang ilaw ng hotel ay puno ng mga bisitang sa unang tingin pa lang ay hindi maitatangging naka-aangat sa buhay. Bukod sa mga okupadong lamesa, ang mga bakante ay may nakapatong na tag ng reservation kaya panigurado, para makakain dito ay kailangan muna tumawag ilang araw bago ang napiling petsa. Ibang lebel din ang musika, isang bandang maihahalintulad na sa isang orkestrang tumutugtog ng mga klasikong kanta mula sa iba't ibang *genre: jazz, blues, at slow rock.* Habang ang mga pagkaing nakahain sa lamesa ng lahat ay limitado, dahil hindi tulad ng ibang resto, ang mga order ay isa-isang hinahain ng mga waiter ayon sa daloy ng mga kurso.

"Hired na 'yon, hanggang ngayon nag-aalala ka pa rin ba?" Muling tukso ni Ian.

Malungkot ang naging pagngiti ni Asha, naging pagtakas na lang sa katanungan ang pagbaling ng tingin sa nagliliwanag na paligid. Sa paghindi sagot nga ng dalaga ay nabatid na ni Ian ang iniisip ng dalaga. Lumipas ang ilang minuto na walang nagsasalita sa kanila, lumapit na rin ang waiter para ihain ang *wine at appetizer.*

Hindi naman nakakailang ang katahimikan, sadyang malalim lang ang iniisip ni Asha.

"Sorry, appreciate the beauty of food muna nga pala, no?" Muling sambit ni Ian nang mabilis niyang tikman ang inihaing pagkain. Hindi pa rin umimik si Asha, habang nanatiling nakatitig sa kanya ang binata. "Mukhang mabigat 'yang iniisip mo, kanina ka pa hindi nagsasalita."

Ang mga sunod na minuto ay napuno lamang ng katahimikan, kumain na rin naman si Asha at pagkatapos niyang tikman ang pagkain ay hindi niya rin naman nagawang ubusin ito. Sa muling paglapit naman ng waiter, hatid ang main *course*, at kasunod ng paghain ay ang paglapit ng banda sa kanila. Mahinhing tinutugtog ang orchestra version ng kantang Till There Was You ng The Beatles.

♪Then there was mu—sic♫

At dahil sa napakatamis na hagod ng musika, kahit na anong pigil ay hindi na napigilan ni Asha na maluha habang si Ian ay nakangiti siyang pinagmamasdan.
"Favorite mo ang kantang 'yan 'di ba?"

"Sir…"
"Sabihin mo na, kanina ka pa tahimik. Ilabas mo na kung ano ang bumabagabag sa 'yo."

"I tried..."

"Pero talagang siya no?"

"Sorry…"
"Hindi mo kailangang mag-sorry. Sinubukan ko lang din naman. Kausapin mo na siya. Kung kailangan mo ako, tawagin mo lang ako, hihintayin kita."

At walang atubiling tumayo si Asha. Maluha-luha ang mga matang naglakad palayo, habang naiwan si Ian, bigo man, ay ngiti pa rin ang naging pabaon niya sa dalaga.

Puno ng mga bituin ang langit pagkalabas ni Asha ng *resto*. Agad na nahanap ng mga mata ang sakayan dahil sa mga nakapilang tao. Katahimikan ang naging kasama niya sa sasakyan, habang dinig ang malakas na pintig ng kanyang puso. Siya ay kinakabahan, sino ba naman ang hindi kakabahan kung ilang linggo na silang hindi nag-uusap ng kanilang kasintahan? Ngunit siyempre, dahil sa lubos pa rin ang tiwala niya sa pagmamahal ni Seb ay nangingibabaw pa rin ang pagkasabik sa kanyang puso.

Buo pa rin naman ang paninindigan niyang hindi niya sasabihin kay Seb ang kanyang kalagayan. Ang tanging gusto niyang gawin ay muling masilayan si Sebastian, dahil noong timbangin niya ang lahat ay walang nang mas bibigat pa sa nararamdaman niya para sa kanilang pangakong magpakailan-kailan man. Hindi ito dahil sa buntis siya, hindi dahil sa takot siyang maiwang mag-isa. Mahal niya si Seb, hindi dahil sa kailangan niya ang binata, kundi dahil gusto niyang makasama ang kasintahan. Ang pakasalan. Ang makasama. At buuin ang mga pangarap ng kanyang puso sa piling ni Sebastian.

Habang naglalakad palapit, pansin niya na ang madilim na tahanan. Napangiti nga siya sa hangin, kumbaga, madilim ang tahanan na ito dahil pauwi pa lang ang ilaw na magbibigay liwanag. Hinihintay na siya ng kanyang haligi, ipagluluto niya ito ng hapunan. Kinakabahan sa pagkasabik ang kanyang puso nang siya ay kumatok.

"Tao po, tao po."

Nagliliwanag sa madilim na paligid ang ngiti sa kanyang mga labi. Bigla kasing lumitaw ang imahe ni Seb sa kanyang isip, nagpapakipot na nakangiting nakatitig sa kanya. Tampuhin pa naman ang binata, ngunit kahit na tampuhin ito ay halata sa mga mata nito na hindi niya kayang tiisin si Asha. At kahit na anong pagpapanggap na ito ay galit ay alam ni Asha na hindi siya kayang tiisin ni Asha, ilang beses nang napatunyan ito ng dalaga noon.

Tulog? Walang tao? Kahit kasi anong lakas ng boses ni Asha ay talagang walang sumasagot. Bigla tuloy siyang kinabahan habang nakatingin sa paso kung saan nakalagay ang *extra* na susi. Bilin ito ni Seb noon 'di ba? Talagang nag-iwan ang binata ng isang susi para sa kanya, kahulugan na parte na siya ng tahanan ng binata. Kaya kung sakaling wala nang nakalagay doon ay magbibigay ito ng masamang kahulugan par kay Asha. Kung wala na ang susi sa ibaba ng paso, ibig sabihin ay tinalikuran na siya ni Sebastian. Kaya dahan-dahan siyang lumapit, mahinhing iniangat ang paso habang nananalangin, na sana naman ay matagpuan niya ang susi sa ilalim nito.

Hindi naman siya binigo, dinatnan niya ang susi kaya nabawasan ang kaba sa kanyang puso. Naririto pa rin, ibig sabihin ay hindi pa siya tinatalikuran ni Sebastian, gaya ng ipinangako nito ay naghihintay lamang ito na lumapit siya dahil siya rin naman mismo ang nagsabi na gusto niya mapag-isa. Sa madaling salita ay buo pa ang kanilang mga pangako sa isa't isa.

Binuksan niya na ang gate at pumasok, pinaandar ang mga ilaw habang tinatawag ang kasintahan. Wala pa ring sumasagot kahit paakyat na siya ng kwarto, na noong buksan niya, ang tanging dinatnan niya ay mga bote ng alak.

Wala si Seb, o sa kanyang isip ay wala pa si Seb. Siguro lumabas ito, o baka may gig sila ngayon. Hindi niya alam, hindi pa naman kasi sila nagkakausap dalawa at wala naman siyang balak magtanong sa ngayon. Gusto niyang surpresahin ang binata, gusto niya makita ang reaksyon nito kapag biglaan nitong makita siya. Kaya nanatiling nakatago ang telepono niya sa bulsa.

Humiga siya sa kama, niyakap ang mga unan, na agad na nahawa ng halimuyak ng kanyang buhok at pabango. Siya ay naka-idlip, ilang oras ding nahimbing. Pasado alas onse na nang silipin niya ang relo. Wala pa rin? Wala pa rin.

"Where are you—u!" Nang gigigil na sambit niya habang pinipiga ang unan.
Bumangon na siya, saglit na naglipit para palipasin ang oras bago naisipang umupo sa lamesa. Habang nangangalikot ng mga bagay-bagay, bago mapansin na ang drawer na laging nakakandado noon ay naiwang bukas at nakasusi. Saglit niya itong pinagmasdan, alam niya kasing dito nakatago ang kuwaderno ni Sebastian.

Matagal niya na ito gustong makita, mabasa, o masilip man lang. Ngunit siyempre, dahil usapan nila ni Seb ay dapat i-respeto nila ang *privacy* ng isa't isa ay hindi niya ito tinangkang pakealaman noon. Pinapangako pa nga siya ni Seb kaya hindi niya maitatanggi na talagang kating-kati na siya makita ang nilalaman ng kuwadernong ito noon pa man. Ngunit—
"I am pregnant, I have an excuse." Pagdadahilan ni Asha sa sarili para hindi makonsensya na sirain ng pangako niyang hindi ito basahin. At ayon na nga, sinimulan na ng dalaga basahin ang nilalaman.

. . . .

[Asha's]

I read from the start.

First page

Ang kabalintunaan ng buhay
Panahon ang maghahatid ng ngiti sa ating mga labi
Panahon din ang papawi
Sa mga pangakong nagpaiyak ng kagalakan,
Sa pangakong magpapasaya sa ating mga mata
Sila rin ang magdudulot ng luha

Kapag binawi na ang lahat
Kapag nagpasya na ang panahon na bawiin ang lahat
Ito ang kabalintunaan ng buhay…

Everything is a poem. A poem made by his heart. This time I felt everything. This time I can say that I really felt him. I never imagined his pain, kahit na alam ko noon, I never understood it. I remember those times na sinasabi ko pa sa kanya noon na, just look at the brighter side. Na even though hiwalay na ang parents niya, at least he still have them. He can see them when he wants to, he can hug them whenever he needs to. There are times pa na I wil compare myself to him, na unlike him, I never met mom, I never even got a chance to feel her at least. Na unlike him, I will never get a chance.

How selfish I am. Akala ko I was selfless, na akala ko I understood him and I know his pain. Pero ngayon, I felt it. I am selfish. Why would I compare my pain to him. Why would I belittle his pain. His fears. We are different. At least I know that our pain is different. I promise I will try to understand him better, always.

I continued, I read some of his songs. Puro sad songs but, wait. This is a love song. 2018?

Sa Tuwing Maririnig

Nais kitang isayaw sa himig ng katahimikan
Pipigilan, hihigpitan gapos sa atin ng hininga
Mga pusong nabigla ang tanging hahabol sa atin
Asahan mong bawat minutong palilipasin
Ikaw ay pangingitiin

At kung panga ma'y mapagod
Sa maghapon nating pagatawa
Pahinga ko'y mga pagtitig sayo
At kung di man araw araw
Ako ay makukuntento
Sa pagtunghay sa 'yong mga litrato
At alam kong sasaya ka narin
Tuwing ako ay
Tuwing ako ay

Tuwing ako ay maririnig…
Para kay Gabrielle

I knew it. In-love siya kay Gab noon. Noon pa 'to. Augh! Noon pa 'to. Calm your nerves, girl. Be calm. Noon pa 'to. Shet. May kasunod pa. Ang daming love songs nito. So hindi pala sila ulit nagkausap because nawala niya ang number ni Gab. Okay. It's time to close the notebook. No point to continue. Uwi na ako. Bye, Seb. Thank you for everything. Joke.
I breathed for a moment bago ko ulit buksan and I continued. Back to sad songs. Back to sad poems. And…

Ito na ako sa kwento niya.

Napakagaling talaga ng twist ng tadhana, tangina.
Binawi ang pinakamatalik kong kaibigan para ipakilala ako sa isang babaeng naghahatid ng ngiti, ngiti na nagbibigay ng kulay sa madilim na kalangitan.
Asha ang pangalan niya.
Mula sa isang punong namumulaklak, ang Akasya
Siya ay matayog, buo ang paninindigan.
Nakalulungkot nga lang at mukhang siya ay may kasintahan na.
Hindi ko nakuha ang numero niya, tangina.

So now I realized, I am so precious to him dahil we met the night na nagpaalam na siya kay Lawrence, his bestfriend. I never looked at it that way. I never understood it that way. Kaya pala he was so sensitive pagdating sa akin, na kapag na-fi-feel niyang nag-aaway kami, he will just push me so he can save himself sa mas lalong nakakakot na ending. He is so scared. Ang cute niya matakot. Ang ganda ko sobra. Don't worry, you will never lose me, bb.

Everything is all about me na. His poems, at eto pala ang buong song na sinulat niya for me. He named it Ulap. Aw. I love you too, Ulap. And for his birthday…

Gusto ko lang magmahal at mahalin.
At ang lugar na gusto kong puntahan ay sa tabi ng tao na aking pinakatatangi.
Doon ko gusto manatili.
Dito ko gusto awitin ang mga himig habang pinakikinggan ang kanyang mga ngiti.
Ang mangako ng mga pangarap na tutuparin.
At ingatan magpakailan-kailan man ang bawat alaalang lilikhain, he wrote.

As I read the remaining pages, I realized how much he loves me. Nakita ko rin ang isang sim, simcard niya ba 'to? I checked by calling him. Can't be reached so it must be it.

Now, buo na ang loob ko. This time I know how much he loves me, na his heart wants to settle with me kaso natatakot lang siya because of his past experiences, and our differences. I don't need to break my paninindigan. I don't need to feel guilty. He promised. I will believe in his promise. I love him and I will love him no matter what magpakailan-kailan man.

So here I am, found myself in tears as I am write something for him. Hindi ko na nga napansin na almost 1 am na pala. Kailangan ko pang umuwi at may pasok pa ako bukas. Binalik ko na ang sim sa page where I wrote at binalik ko na rin ang notebook sa drawer. Before I left, humiga ulit ako sa kama niya para lalong dumikit ang amoy ko sa unan niya. Call me territorial. I own him. I love him.

Nag-book na ako ng masasakyan, and habang nasa byahe. I played Till There Was You nang paulit-ulit. This song is meant for us. I never felt so in-love before I met him. It is him. It is him I want to spend my life with.
Our future is now playing on my imagination. I will make him happy as he makes me happy. Our differences? Wala 'yon. We will definitely defeat our fears. Cause love conquers all, right?

Naputol ang thoughts ko habang nasa intersection. May cat kasi sa sideroad. It is so cute! OMG baka masagasaan siya. Gusto ko sana bumaba kaso pagtingin ko sa stoplight pa-go na. Ingat ka! Wag kang tatawid please! Nang umandar na ang car, I bid it good bye. And nag-continue na ulit ang pag-iimagine ko sa forever namin ni Seb while I am staring at the street lights.

Kabalintunaan

[Seb's]
October 8, 2022

3:30 am

Biglang dinalaw ng ngiti ang aking mga labi nang mapatitig sa magkatabing tala sa kalangitan, sila ay tila dalawang taong magkahawak kamay, maiging nakatitig sa isa't isa. Ano kaya ang kanilang pinag-uusapan? Gaano kaya sila kasaya para magbigay ng magarang munting ilaw sa madilim na langit? Ilang minuto rin akong nanatiling tulalang namamangha sa kanilang kinang bago pawiin ng umihip na hangin ang aking pagngiti.

Bigla ko na lang kasing naisip, na ang lahat ng nakikita ng aking mga mata ay ilusyon lamang.

Isang halimbawa ng sikat na kasabihang, *so near and yet so far*. Dahil ang katotohanan, ay hindi kailanman magtatagpo ang mga bituin dahil sa layo ng distansya nila sa isa't isa.

Isa na namang paktotohanang magdudulot ng pait; ang distansya ay ilusyon. Walang malayo, walang malapit. Ang magkatabi ay mananatiling may pagitan. At kahit yakap mo ang isang tao, ang agwat sa inyong dalawa ay pananatilihin ng panahon.

Sunod akong napatitig sa dalampasigan, sa mga alon na kahit hindi ko nakikita ay alam kong walang tigil na humahampas dahil paulit-ulit kong naririnig ang kanilang pag-awit. Isang tinig na kapayapaan ang hatid, isang awiting kailanman ay hindi mawawala sa tiyempo.

"Tangina mo, hindi ka na mahal non." Bigkas ng isang tao mula sa aking likuran. Ang kaibigan ko pala, si Christian, pagkatapos akong asarin ay tinapik pa ako sa likod.

Naputol ang umaagos kong kaisipan nang mapait ko siyang tinitigan at nginitian bago ibalik ang murang tinanggap ko sa kanya. "Tangina mo."
"Matulog ka na, gago. Mag ka-kayak daw tayo mamaya papunta sa katabing isla."

Mabilis naman na siyang tumalikod, at pumasok sa loob ng tinutuluyan namin. Habang ako, nanatili sa aking kinauupuan, hinihintay na dalawin ng antok ang naluha kong mga mata.

. . . .

Mag-aalas dyis na rin nang ako ay magising. Pagkatapos mag almusal ay agad na nagkayayaan ang grupo na simulan na ang mga aktibidad namin ngayong araw. Nag Kayak papunta sa kabilang isla, kung saan kami nananghalian. Saglit na naglakad-lakad, kasama ang mga taga-roon ay sinubukan naming mamitas ng buko sa mga puno na matayog na nakatayo malapit sa dalampasigan.

Bago abutin ng pagtaas ng tubig at paglakas ng mga alon ay bumalik na kami, pinalipas ang maghapon sa paliligo sa dagat. Sa paglubog ng araw, ay nagsimula na kaming ihanda ang aming hapunan. At syempre, pagkatapos kumain ay hindi pwedeng mawala ang inuman.

Sa ilalim ng kalmado at puno ng tala na kalangitan, 'di kalayuan sa mga humamhapas na alon ay nag-setup kami ng bonfire. Humalo sa malamig na ihip ng hangin mula sa karagatan ang init na nagmumula sa apoy. Nagbigay ito ng magandang pakiramdam. Kay sarap nga nitong pagmasdan, ngunit, magkahalong pait at tamis naman ang aking naramdaman nang aking pagmasadan ang mga kasama. Kay ligaya ng kanilang mga ngiti habang nakayakap sa kanilang mga kapares. Napaka-romantikong nakabigkis at bumubulong sa isa't isa, bakas ang aninag ng apoy ng bonfire sa mga mata.

Bigla akong nalungkot, kusang itinayo ng aking mga paa. Piniling takasan ang masaya ngunit naka-iingit na tanawin. Hindi naman ako masyadong lumayo, hawak ang beer ay umupo akong nakaharap sa dagat, bahagyang dumarampi ang mga paa sa tubig-alat. Nilaro-laro ang buhangin, isinasabay ang paghinga sa hampas ng mga alon.

Ahh... Buntong-hininga ko sa karagatan. Ipipikit ko na sana ang aking mga mata ngunit bigla akong nakaramdam ng mga yapak, palapit nang dahan-dahan sa aking kinauupuan.

Ako ay lumingon, nakita ko ang babaeng naka-partner ko sa kayak kanina. Hindi ba't siya rin ang katabi ko sa van? Ano kaya ang gagawin niya, may kailangan ba siya, o iaabot? O baka naman pinatawag ako ni Christian pabalik sa bonfire. Pinagpatuloy ko lang siyang pinagmasdan mula sa gilid ng aking mga mata hanggang siya ay maupo sa aking tabi.

Sa kanyang pag-upo, tahimik niya lang ding pinagmasdan ang karagatan kaya hinayaan ko na siya. Muling pinagpatuloy na lamang ang pag-papaagos ng aking kaisipan habang umiinom ng alak. Ngunit—
Nang marinig ko ang kanyang pagbuntong-hininga, habang

pinagmamasdan ang pag-aninag ng buwan sa karagatan ay tila biglang itinulak ako ng aking bibig na siya ay kausapin. "Awkward do'n, no? Lahat sila may partner."

Tinitigan niya ako ng ilang segundo, bago ngumiti. "Ma-o-awkward-an ka lang naman do'n if you are missing someone."

Nginitian ko rin siya pabalik. "O wala kang someone."
"So you're former or the latter?"
"Pwede ba akong magsinungaling?"
"You can always lie, but can you lie to yourself?"
Saglit akong napatitig sa malayo bago ko ibalik ang tingin sa kanya.
"Ikaw? Ano ang nagdala sa 'yo, dito?"

"Dito sa beach?"

Nginitian ko lang siya. Agad naman siyang sumagot. "Life, work, ang hirap kasi huminga malapit sa mga bagay na nagbibigay ng stress sa 'yo. So.. here I am. Ikaw?"

"Ako?" Malungkot kong nginitian ang hangin. "Gusto ko lang din huminga."
"Huminga habang lumilimot?"

Napabungisngis ako. "Ang personal naman yata ng tanong mo, Miss."
Muli siyang ngumiti. "Trust me, masarap mag-open up sa strangers, sometimes."
Malungkot akong napatitig lamang sa kanya. Dinig ang mga malalim na paghinga ay tahimik naming pinagmasdan ang madilim na karagatan. "By the way, thank you pala kanina sa patience habang nagka-kayak." Muli niyang sambit.

"Wala 'yon. First time mo kanina, no?"

"Yep. First time, and actually takot talaga ako sa malalim, kahit na naka-lifevest pa."

"Congrats, at nakaya mo nang harapin ang kinatatakutan mo."

Muli niya akong nginitian. "Sorry din pala kaninang madaling araw, na-distorbo ko ang pag-mumunimuni mo."

"Kanina?" Saglit akong nagtaka bago ko maalala ang nangyare kanina sa van, kahit nakakahiya ay nagawa ko pa namang mag-biro. "Ah, kanina, akala ko nga itutulak mo na 'ko palabas."

Bahagyang siyang natawa. "Actually, muntik na. Sino ba namang hindi maiinis if almost two minutes ka ng nag-eexcuse para lang makadaan? Akala ko nga hindi ka pa matatauhan."

"Sorry, hindi ko kasi talaga napansin." Bumubungisngis kong pagpapaumanhin.

Ngumiti kami sa isa't isa, muling natahimik ngunit bigla kaming nagulat nang lumakas ang hampas ng alon. Mabilis kaming tumayo sa aming kinauupuan para bahagyang umusog nang hindi mabasa, at sa muli naming pag-upo, ay may naramdaman akong lumapat sa aking paa. Akin 'tong kinuha.

Isang *starfish.*

Habang hawak ko ang starfish ay bigla niya 'kong tinanong. "Buhay pa?"

"Paano ba malalaman kung buhay pa 'to?"

"First time mo ba makakita ng starfish?"

"Hindi naman, pero hindi ko alam kung—"

"Just turn it!"

Napatitig ako sa kanyang mga mata, naaantig at sabik na sabik na nakatitig sa hawak kong *starfish.* Saglit tuloy akong natulala sa kanyang mukha. Ngunit—

"Dali! Turn it!"

Napangiti na lang ako nang muli siyang marinig, dahil sa tono niya na akala mo ay nakakita ng isang napaka-espesyal na bagay ngunit kung iisipin, madalas naman na kasi itong makikita dahil kalat naman ito sa dalampasigan, nakahalo sa buhangin, o natatabunan ng mga bato. Muli akong napatitig sa kanya, talagang nag-aabang kaya dahan-dahan ko nang itinihaya ang *starfish* gaya ng kanyang sabi, inilapit pa nang bahagya sa aking mga mata para maiging mapagmasdan. At—

Saka ko napansin, ang mumunti nitong mga galamay, daan-daan? Libu-libo? Mahinhing gumagalaw, tila along sumasayaw. Ako ay totoong namangha, "Gumagalaw..."

"Buhay siya! You should make a wish!"
"Ha?" Panliliit ng aking mga mata.
"Gift 'yan ng sea!"
"Ikaw na lang mag-wish."
"I want to, pero sa 'yo siya ibinigay, e."
"E, 'di, ibibigay ko ang wish ko sa 'yo."

"No, it's your fate para mag-wish ngayong gabi. Dali na, wala namang mawawala kung susubukan mong mag-wish."

At dahil sa mga mata niya na buong paninindigang nangungumbinsi ay bigla na lang ding naglayag ang aking isipan, pilit hinahanap sa kailalim-laliman ang kung ano man ang pwedeng hilingin. Ngunit kahit anong pilit kong pagsisid ay isang bagay lang aking natagpuan. Ang makalimutan si Asha. "Okay na po." Ngiti ko sa kanya.

"Good. Balik mo na siya sa dagat."

Siya ay aking sinunod, umiling-iling at natatawa sa isip dahil sa ibang klase rin siya mangulit. "Akala ko sa shooting stars lang pwede humiling."
Nginitian niya 'ko."Ngayon alam mo na pwede rin sa swimming stars."
Napabungisngis kaming dalawa, saglit ulit na natahimik bago siya muling magsalita habang nakatitig sa langit. "Speaking of stars, actually isa rin 'yan sa reason kung bakit ko gusto lumayo sa city, ang makapag-stargazing. Unlike here, polluted kasi ng lights ang night sky do'n."
"Sabagay. Kagabi ko pa sila pinagmamasdan." Napatitig rin ako sa kalangitan. "Pero, alam mo, nakakalungkot din isipin, no? Kasi kahit gaano sila kasarap tingnan, isa rin sila sa magpapaalala sa 'yo na ilusyon lang ang lahat ng bagay sa buhay."

"Illusion?" Naniningkit na mga matang pagtitig niya.

Napabungingis ako nang kay lumbay. "'Di ba? Ang ibang bituin na nakikita natin sa langit, karamihan sa kanila, wala na, naglaho na. At kahit na gaano sila kalapit sa'ting paningin, ang totoo, sobrang layo nila sa isa't isa."

"You're not exactly right." Mapaglaro niya akong nginitian bago dugtungan ang kanyang gustong sabihin. "Once in thousands of years, some stars do collide, that's how some stars are born." Saglit siyang tumigil, bahagyang inangat ang kanyang kamay na may buhangin, na unti-unting natapon mula sa kanyang palad. "At oo, some stars na nakikita natin ngayon, wala na talaga. Pero, will their lights disappear? Well, technically, oo, someday their lights will also fade.. but.. those lights.. their lights.. will remain in someone's memories."

Nang marinig ang kanyang sinabi ay nabigyan ng kulay ang naantig kong mga mata, dinig sa imahinasyon ang pagtilaok ng isang tandang, tila isang panibagong umaga kahit hindi pa tuluyang sumisikat ang araw.

Dugtong pa niya, "No use worrying na magbabago o mawawala ang lahat someday. Kaya nga tayo may heart, it will always be our feelings that will remain. So, always try to be happy, huwag mo naman ipabaon

sa mga taong mahal mo ang malungkot mong memories."

Buti nga at madilim kaya hindi niya napansin ang isang luhang dumaloy sa aking pisngi. "Ano nga ulit pangalan, mo?"

"Camille."
"Salamat, Camille."

"Seb, 'di ba? No worries. Giniginaw na 'ko, lapit tayo do'n sa bonfire."

Sa pagtayo ko, ay tuluyan nang umagos pabalik ang lahat ng alaala ni Asha. Walang pakundangan, hindi mapigilan. Kasabay ng mga gunita ay ang mga katanungan. Mga paano kung, at bakit.

Papatalo na lang ba ako sa aking kinatatakutan? Hahayaan ko na lang bang maglaho ang pagmamahalan nang dahil lamang sa maaaring kabiguan? Bakit? Bakit nga ba nakatuon ang pansin ko sa mga bagay na iyon. Ako ang walang tiwala. Ako ang may pagkukulang. Sa kabila ng pag-intindi niya sa aking damdamin ay kinalimutan ko nang intindihin ang lahat ng kanyang dinamdamdam. Isang nakalulungkot na nakasanayan.
Ako ang nagdulot ng pagdududa. Ako ang nagdulot ng lungkot. Ako ang dahilan kung bakit nagkalamat ang matibay at masaya naming sinimulan. Ako, ako ang kailangang magsikap. Ako ang kailangang magbigay pa ng higit pang makakaya. Ako ang kailangang magmahal pa nang lubusan. Sa muli kong pag-upo sa harap ng apoy ay aking naaninag ang isang larawan. Larawan ng aking mga magulang. Ang pagluhod ni Papa, ang pag-iyak sa tuwa ni Mama. Bakit ko piniling isumpa ang lahat ng masasaya nilang alaala. Bakit ko piniling pagmasdan ang pagtalikod nila sa kanilang walang hanggan sanang pagmamahalan. Bakit? Paano ko nagawang kalimutan ang naidulot nilang ligaya sa isa't isa?

Ang nangyari ay nangyari, ang maaari ay maaari, at kung ano man ang hatid ng bukas, ay hindi lamang nakadepende sa pabaon ng kahapon. Dahil, dahil mayroon pang kasalukuyan, mayroon pa akong magagawa upang hindi maulit sa aking buhay ang kanilang mapait na nakaraan.

Bakit ko ikinumpara ang magiging pangako namin ni Asha sa isa't isa sa kahapon. Iba-iba ang pagmamahal. At ngayon ay akin nang napagtanto ang aking kailangan.

Ang magmahal nang malaya. Hindi kalayaan kung sino ang pipiliing mahalin, hindi kalayaan kung saan, o kung kailan, at mas lalong hindi kung dapat o maaari. Isang tunay na kalayaan. Kalayaan mula sa pag-aalala, sa takot, sa kailan, at sa mga paano. Kalayaan sa mga tanong. Kalayaan mula sa pait ng kahapon.

Ngayon, ngayon, ay malaya ko nang ipararamdam ang aking pagmamahal. Malaya kong tutuparin ang aming mga pangarap. Aalisin na ang rehas sa aking puso, ang nagkulong sa aking mga mata. Ito ang pangakong dala-dala ko habang nakasakay na ako sa van pabalik sa Maynila.

Habang nakasandal sa bintana, kahit na minsan ay nakikipagkwentuhan pa sa aking mga bagong kaibigan, ay walang tigil ang aking puso at isip sa paghiling. Na sana, na sana naman ay hindi pa huli ang lahat. Na sana si Asha ay naghihintay pa rin, masayang nakatititig sa aming mga pangarap na ipinangakong tutuparin.

Walang tigil ang pagkabog ng dibdib ko sa pananabik. Ilang linggo na rin kasi at lubos na ang aking pangungulila sa kanyang mga ngiti. Sa mga tawa na nagpapangawit sa aking mga pisngi. Sa mga mata niyang maluha-luha sa tuwa sa tuwing ako ay kanyang katabi.

Iwinaksi ko na ang lahat ng bagabag, tanging dala-dala ay pagmamahal na ipaparamdam ko sa kanya sa abot ng aking makakaya. Ito ang panibagong pangako. Ito ang ipapangako ko sa 'yo, Asha.

Tangina, para akong tangang napangiti mag-isa nang sambitin sa isip ang kanyang ngalan. Hindi na talaga ako makapaghintay, gusto ko nang hawakan ang kanyang kamay. Halos magdabog na rin ang aking paa habang nakatulala at nakatingin sa bintana. Gusto ko na maglakad, mali, gusto kong kumaripas ng takbo papunta sa piling niya. Pangako, hindi na ako aalis. Pangako ay hindi na ako matatakot. Ibibigay ko ang lahat ng kanyang hihilingin nang walang pagdadalawang-isip. Siya lang, siya lang, siya lang talaga ang nais kong mahalin.

"Para."

"Teka lang, bawal magbaba dito," sagot ng konduktor sa akin. Tangina, malayo pa pala, sa sobrang pananabik ko ay pinaglaruan ako ng aking mga mata. Bigla ko ba namang maaninag kung saan ako bababa kaya heto ako ngayon, nakatayong naghihintay sa tamang babaan dahil sa guni-guni.

"Dito lang po." Muli kong sabi, sa pagkakataong ito ay nasa dapat ko na akong babaan.

"Sige, baba na, tingin sa kanan."

Hindi ako tumingin sa kanan malamang. Diretso ang tingin sa aking dapat lakaran. Sa daan patungo sa kanya. Sa daan kung saan lagi kaming magkasama. Mabilis ko itong tinahak mag-isa, ngunit syempre, dahil mapaglaro ang aking isipan ay nasa imahinasyon kong kasama ko na siyang naglalakad katulad ng aming kinagawian. Magkahawak kamay, kinikilig, lumulutang sa ligaya.

Meow…

Paliko na sana ako sa kanto nang mapansin ko ang isang pusang nakatingin sa akin. Tinitigan ko ito, lalo siyang tumitig sa akin bago dahan-dahang lumapit. Sa paglapit nga nito ay akma rin akong dumukot sa bag, kumuha at binuksan ang isang nakabalot na tinapay para ibigay sa kanya. Mabilis nitong kinuha, bago tumakbo palayo. At habang pinagmamasdan ang pagkatabo nito, saka ko napagtanto.

Tangina, wala pala akong dalang pasalubong man lang para kay Asha, kahit simpleng cake sana para maisabay ko sa pag-so-sorry sa kanya. Tangina. Tangina. Nawala sa isip ko sa pagmamadali at pagkasabik na makita siya. Teka nga, bili kaya muna ako, mag-a-alas nwebe pa lang naman kaya siguradong may bukas pang bilihan. Hindi naman kalayuan ang pinuntahan naming coffee shop noon dito. Akma na sana akong babalik ngunit nakarinig ako ng isang awitin sa saliw ng tunog ng gitara, aking hinanap ang pinangalingan, at sa paglingon ko ay saka ko napansin kung saan ito nagmumula. Sa tahanan nila Asha. May mga sasakyan ding nakaparada sa harapan, mukhang may kasiyahan. Isinantabi na muna ng aking isip ang pag-iisip sa pasalubong at muling tinahak ang daan. Sa may gate, kapansin-pansin ang mga lobong nakasabit. Bahagya akong dumungaw, nagmasid-masid, mukhang may kaganapan at may karamihan din ang bisita. Birthday? Tangina, ngayon ba birthday ni Mami? Tangina, lalo akong ma-e-ekis nito. Nahiya tuloy akong kumatok, kaya nanatili akong nakatayo, pinapakinggan ang mga taong masayang kumakanta habang naghihintay na makakita ng aking kakilala. Ilang minuto akong nakatigil, bago makita si Kamilla, naglalakad at may hawak na handa para sa mga bisita.

"Kamilla." Tawag ko sa kanya. Hindi niya ako narinig dahil sa ingay kaya mas nilakasan ko ang aking pagtawag. "Kamilla!"

Sa pagkakataong ito ay napansin niya na 'ko, nginitian ko siya at binati bago nagtanong. "Anong meron?"

Hindi niya 'ko sinagaot, dahan-dahan lamang siyang lumapit at binuksan ang gate para yayain akong pumasok. Agad naman din akong pumasok, at sa pagtapak ng aking mga paa sa loob ng hardin ay muli akong nagtanong, "Oy, anong meron ngayon?"

Sa muli niyang hindi pagsagot ay napa-isip ako, tinitigan kong maigi ang kanyang mga mata, at aking napansin ang ibinubulong na kalungkutan ng mga ito. Bahagya tuloy akong nataranta, ilang linggo na rin kasi kaming di nag-uusap ng kanyang kaibigan, at paniguradong naikwento na ni Asha ang mga detalye sa kanila. Ganoon ang mga babae minsan 'di ba? Mag-mi-meeting pa kasama ang mga tropa, mapag-usapan lamang ang problema ng isa. At dahil ako ay kinakabahang nagtataka ay nagsimula na akong magtanong.

"Oh, ano ba kwento ni Asha?" Nagawa ko pa ngang dugtungan ito ng pag-bibiro. "Oy, alam kong nasa kanya loyalty mo, pero pakinggan mo muna 'ko bago ka magalit." Sabay ngiti at tapik nang bahagya sa kanyang braso.

Muli niya 'kong tinitigan, maiging tinitigan. Labis tuloy akong nagtaka, ano kaya ang problema nitong si Kamilla. "Oy, ba't di ka sumasagot? Diyan ka na nga muna, nasaan ba si Asha?"

Naglayag ang aking mga mata sa paligid, at habang hinahanap ng aking paningin si Asha ay nagsimula na akong maglakad, ngunit—

Pinigil ako ng isang hikbi. Lumingon ako, lumingon ako sa pinanggalingan. Si Kamilla, humihikbi si Kamilla.

"Huy.." Nataranta kong pagpapakalma. Ngunit nang aking tapikin siya sa ulo katulad ng ginagawa ko noon ay tuluyang nagpakawala na ang kanyang mga mata ng luha. "Kamilla, anong problema?"

"Si.. Asha.. S—si.. A—sha.."

Parang kidlat na tumama ang kanyang pag-iyak, gulong-gulo ako, tuliro, walang maintindihan. "Ano meron?"

Mahigpit niya akong niyakap, ramdam ko sa dibdib ang agos ng kanyang luha. Inikot ng aking mga mata ang paligid, ang mga bisita, at kung ano man ang bagay na maaring magbigay ng kaunting pahiwatig. At pagdating ng aking mga mata sa pintuan, nakasilip ang ama ni Asha, bakas ang mapait na lungkot sa mga mata. Binitawan ko si Kamilla, at naglakad patungo sa kanya, ngunit hindi pa man ako nakalalapit ay agad niya kong tinalikuran. Napahinga ako nang malalim, gusto ko siyang habulin ngunit ang kanyang pwesto ay pinalitan ng panibagong tao na lumuluha—si Mami.

"Lumayas ka! Lumayas ka—a!" Buong lakas niyang isinigaw habang palapit sa 'kin. "Sabi ko na nga ba, wala kang mabuting maidudulot sa apo ko. Lumayas ka…" Iyak niya habang halos maglumpasay na sa daan, agad siyang inalalayan ng mga tao, inaawat.

Namutla ako, bumagal ngunit naging mas mabigat ang tibok ng puso habang paulit-ulit na iniikot ng aking mga mata ang buong paligid. Maiging tinitigan ang bawat bagay, sa totoo nga ay ilang ulit kong tinitigan ang lahat. Ang mga nakalatag sa lamesa, ang mga ilaw, ang mga bisita, at ang mga puting lobo. Tangina, ngayon ko lang napansin ang mga nakasulat sa mga lobo.

You are loved..
You are missed..
You are remembered..
Rest well our angel,
...Asha

. . . .

Sa Pag-alala

Tumigil ang pagtibok ng aking puso. Nabulag. Nabingi. Sa hangin ay nalunod. Tila hinampas ng malaking alon. Tinamaan ng kidlat, bago tuluyang matupok ng apoy. Sa loob ng ilang segundo, rumaragasang dumaan sa gunita ang bawat larawan ni Asha. Mga imaheng nagbigay ng nakasisilaw na liwanag bago tuluyang maglaho ang kulay ng lahat ng bagay sa paligid. Hindi ko na batid kung anong nangyayari, ang tanging naramdaman na lamang ay ang paghila ng lupa sa aking mga paa hanggang sa ako ay mapaluhod sa lupa.

Katotohanan? Upos na damdaming kong usisa sa sarili nang tuluyan nang maglaho ang lahat ng aking pandama, ngunit—

Walang luhang pumatak, bagkus ay napangiti pa habang nakatitig sa kawalan.
Nananaginip lang ako, panaganip lamang 'to.

Sambit ko sa hangin habang dahan-dahang tumatayo bago talikuran silang lahat at magsimulang maglakad palayo. Sa daang hindi ko alam kung saan patungo, sa lugar kung saan makahihiling na ako ay gisingin na sa mapait na pangitain. Hindi batid ang mga sigaw, ang mga iyak, ang mga pagtawag, manhid sa mga paghatak, sa paggapos sa'king braso at kamay.
Nananaginip lamang ako. Hindi ako titigil na sabihin ang mga salitang 'to hanggang hindi nagigising sa bangungot. Sa muli kong ngang pagngiti ay tila ngumiti din ang hangin nang maramdam ko 'tong imihip.

Poooot! Pooooooot!

Ang diwa ko ay naalis mula sa malalim na pag-iisip at unti-unti nang nanumbalik ang aking bawat pandama. Ang mga mata ko na tila bagong gising ay dahan-dahang napatitig sa malaking *truck*, ilang pulgada ang layo sa aking tagiliran, at sa lalakeng nakadungaw sa bukas nitong bintana.
"Tarantado! Kung balak mong magpakamatay wag kang mandamay!" Nanalalaking mga mata nitong bulyaw.

Kasabay ng paulit-ulit niya na pagmumura ay ang nakabibingi niyang pagbusina. Ako ay nagulumihanan, lumingon sa bawat direksyon at saka ko napansin ang nakapalibot na mga sasakyan, ang mga matang nasa likuran ng *windshield*, mga tao sa gilid ng sidewalk na nakatunghay, at mga ilaw na tila nag-aalala akong pinagmamasdan. Nanatili akong tuliro, hindi alintana ang mga mura at sigaw na tinatanggap, napatitig sa aking mga paa, katabi ng mga puting linya. Mga puting linya na hindi ko alam kung bakit, ngunit aking sinundan nang sinundan hanggang sa wakas, tumigil na ang lahat ng ingay na naririnig.

Patingala na ako ngunit bago marating ng aking paningin ang langit ay tinawag ako ng isang lalakeng naka-unipormeng asul. Bahagya akong tinapik nito nang makalapit.

"Boss, lasing ba kayo? Madidisgrasya kayo sa ginagawa niyo." Naiinis ngunit nag-aalala nitong sambit.

Tinitigan ko siya. "Uuwi na po 'ko."

Hinayaan naman na niya 'ko, lumayo ngunit nanatiling nakabantay sa akin. Hindi ko na siya pinansin, ibinaling ang paningin sa mga parating na sasakyan, at nang may dumating ay agad akong sumakay pauwi. Ipinikit ang mga mata buong byahe, pagkababa naman ay puno ng malalim na paghinga ang paglalakad hanggang sa marating na ang aking tahanan. Umupo sa garahe, inilapag ang mga gamit sa tabi, bago dumiretso sa kusina at uminom ng tubig. Pagka-akyat sa kwarto, agad na inilapat ang katawan sa higaan, taimtim na hinintay ang sarili na makahimbing nang ako ay magising na rin sa panaginip.

"Asha, asha, miss na kita," bulong ko sa hangin kasabay ng madidiing pagyakap sa unan. At sa pagdampi ng ilong ko sa tela, sa init na ibinigay ng punda sa aking mukha, ay may kasamang halimuyak na alam ko kung kanino nagmula.

Hindi ako pwedeng magkamali, pabango ito ni Asha. Muli akong napangiti, nasasabik sa muli naming pagkikita. At dahil nga sa pagkasabik na nadarama ay alam kong hindi na ako aantukin kaya ako ay bumangon sa pagkakahiga. Inikot ng paningin ang buong kwarto, ngunit ang mga mata ay tila tinawag ng drawer kung saan ko ikinukubli ang aking kwarderno. Magsulat kaya muna ako, baka sakaling pagkatapos kong ilahad kung ano man ang nais isulat ng isip ay tuluyan na akong antukin. Kusa na lang akong itinayo ng aking mga paa, dinala sa harap ng aking lamesa at sinimulan nang buklatin ang mga pahina. Katulad ng nakasanayan ay pahapyaw ko pang babasahin mula simula. Sa bawat pagpihit nga ay hindi ko maiwasang mapangiti sa madadrama kong akda. Mumurahin ko rin ang sarili, sa kalungkutang alam kong hindi ko dapat ipinagmamalaki ngunit alam kong hindi ko rin dapat ikahiya. At pagdating sa dulong pahina, na sa pagkakaalala ko ay dito ko itinigil pagsusulat ay saglit akong nagtaka dahil...

May kasunod pa pala. Ngunit itong kasunod ay alam kong hindi ako ang may gawa, dahil sa magarang sulat kamay, sa pinaghalong tagalog at ingles na mga salita, at sa kulay ng tinta ay alam ko, alam kong si Asha ang may akda.

Seb,
First of all, gusto ko lang sabihin sa 'yo na pumunta akong galit here. So galit ako ha, okay? Okay? Okay.

Second, sorry for trespassing. Actuallyyy kasalanan mo naman. Kasi 'di naman ako makakapasok kung inalis mo na ang key sa ilalim ng pot. But since you still left it there, I assumed na you're still expecting me, and hindi mo pa binabawi ang rights ko na makapasok sa kwarto mo. Soooo, it means that you still love me kaya here I am.
Third, thank you for understanding and respecting my wish na mapag-isa at makapag-isip. Salamat for giving me the space and peace that I need. But seriously, ba't 'di mo 'ko pinuntahan at kinulit man lang kahit once, orrr twice? 'Di mo ba ako miss? Nakakainis ka! Pwede mo naman ako bigyan ng space while still making me feel na mahal na mahal mo 'ko and ayaw mo 'kong mawala. But you never did! Pwede ka namang maghabol din kahit konti man lang! Hay. I hate you. I hate you for making me wait. 'Di mo man lang ako sinundo, or surprise harana with flowers. Wala. Wala! I hate you. Ok tama na. Bumawi ka na lang.
Fourth, eto ang reason why I needed space. I am so torn. I love you so much and I trust your promises but I can't pretend na hindi ako nasasaktan and natatakot. I can't lie to myself. Kaya ko laging sabihin na, I believe you na hindi mo 'ko iiwan, na ako lang, pero kapag naiisip ko na never mo akong papakasalan, I will suddenly feel that those are just empty promises. Sorry. Sorry for being doubtful, sorry for being so scared. It's just that, for me, love equates to marriage, that the greatest proof of love and promises will always be marriage. So 'yun, without it, ewan, sorry. Pumunta ako here para sabihin ang lahat ng 'to sa 'yo. Sadly, wala ka. Pero buti na lang, nabasa ko 'tong notebook mo, I finally realized what we need to do. So, bumalik ka na agad ha. I miss you. Miss ko na ang hug mo. Ang boses mo. Ang kiss mo sa noo ko. I love you.

Last one, pumunta akong galit dito and aalis pa rin akong galit, ha. Okay? Okay. Marami tayong need pag-usapan talaga pa, lalo na ang mga songs mo for Gab. Joke. Nope, not a joke.

Okay.
Enjoy your vacation. Ingat pauwi. Text mo ako agad kapag nakauwi ka na. Okay. I love you, again.

P.s May ipapakilala pala ako sa 'yo.

**Mga*
Umusbong ang ngiti nang mabasa ko ang lahat, kusang pinihit ang kasunod na mga pahina, blanko ngunit bakas ang mga madiing naunang pagsulat at sim na aking itinabi bago ako umalis. Nanginginig ang aking kamay nang dukutin ko ang kanina pang natutulog na telepono sa aking bulsa, at isalpak ang sim na sa pagkakaalala ko ay iniwan ko sa unang pahina nitong aklat. Para akong isang nagsusugal na itinaya ang buo niyang kabuhayan habang hinihintay ang muling pagbukas ng telepono, kinakabahan sa maaaring mabasa ng aking mga mata.

At sa pagsulpot ng munting ilaw, kasabay ng munting tunog na nagsasabing ito ay buhay na, tila sinabayan nito ang aking mga kamay sa panginginig. Sunod-sunod na mensahe ang dumating. Mga mensaheng hindi ko alam kung paano ko babasahin. Hindi ko alam kung akin bang kakayanin.

Seb, nagkausap na kayo ni Asha?
Hoy, Seb, kausapin mo si Asha.
Seb, nasan ka?
Seb, nasan ka?
Seb, importante 'to, nasaan ka?
Seb, nasa ospital si Asha.
Seb, hinahanap ka ni Asha

Seb, hinihintay ka ni Asha.

Seb...
Seb...
Umalingawngaw ang pangalan ni Asha, kasabay ng mga imahe ng ngiti niya na lagi kong naririnig sa loob nitong kwarto. Mapait, mapait na ngiti ang kumulay sa aking mukha habang sunod-sunod na bumabakat ang

mga luha sa mga blankong pahina. Mga luhang tugma sa bugso at ritmo ng agos ng mga gunita.

Katotohanan. Totoo pala ang lahat.

Buong-buo na bumagsak at dinurog ng mga salitang ito ang aking puso. Wala akong magawa, talagang wala kang laban kung napili kang pagmalupitan ng tadhana. Hindi ko na sinubukan pang pigilin ang mga luha. Iniyak ko nang tahimik ang lahat, isinigaw ko nang tahimik ang katotohanang hindi ko matanggap.

S—si Asha...

Ang pinakamamahal ko ay hindi ko na kailanman pa makikita. Ang tanging naiwan ay ilan niyang mga larawan sa aking pitaka, at ang pabango niyang nanatili sa aking kama at unan. Hindi ko na madadama ng init ng kanyang balat, ang haplos ng kanyang buhok, ang tanging tinig na humehele at nagbibigay ng pagmamahal at ligaya sa madilim kong mundo. Tuluyan nang maglalaho ang lahat, tuluyan nang maglalaho ang pangarap na makasama siya sa tabi ko kailanman.

Ito ang panibagong katotohanang natutunan. Ang pagmamahal ay isang tanikala, binubuklod ang mga tao sa mga ilusyon na ang lahat ng bagay ay may malalim na kahulugan. Kung noon ay hinahanap-hanap ko pa ang kabuluhan ng buhay, handang sisirin ang kailalim-laliman ng karagatan, o tingnan ang likuran ng lahat, ngayon...

Ngayon ay napagtanto ko na. Hindi kailangan ang pagmamahal para maging masaya.

Dahil, kung pipilitin nating hanapin ang pag-ibig na walang hanggan, kabiguan ang tanging ihahatid ng kaparalaran.

Tanikala

[Third Person Perspective]

September 17, 2025

"Paabot ng tissue…"

Habang nakahiga sa kama sa loob ng madilim na kwarto ay namulat ang mga mata ni Seb sa mahinhing tinig ng isang babaeng nakasandal sa kanyang hita, sa singkit nitong mga mata na naghihintay, nakatingalang nakatingin sa kanya habang nababalot ng kumot ang hubo't hubad kanilang mga katawan. "Tissue, tissue…" Ang sunod nga nitong pagkalabit ay may bahid na ng pagmamadali.

Saglit na napatigil si Seb, napatitig sa maganda at maamong mukha ng babae bago inabot ang isang karton sa gilid ng kanyang unan. Pagka-abot ay akma na sana siyang tatayo ngunit dinantayan siya nito habang mahinhing pinupunasan ang mga labi. "Let's stay like this for a while." Napatingala na lamang si Seb sa bakanteng kisame, bago ibinaling ang tingin sa nakasabit na gitara sa dingding ng hindi pamilyar na kwarto habang madiing inilapat naman ng babae ang ulo nito sa kanyang dibdib. Halos sampong minuto rin silang nanatiling nakahiga, minsa'y inaabot pa ng babae ang mga labi ni Seb para magbigay ng madamdaming halik. Sa paglipas pa ng ilang segundo, ay biglang inabot ng babae ang kanyang telepono. "Ang chill ng song na 'to, pakinggan mo."

At ang pagtugtog ng melodiya, ang malamig na musikang akma sa madilim at malamig na silid, ay sinagot ni Seb ng isang katanungan. "Sa'n pwede mag-yosi?"

Nakatingalang tinitigan siya ng babae. "Do'n." Sabay turo sa kaliwang mukha ng kwarto. "Just open the window."

Ang akmang pagdukot ni Seb ng bag niya sa ilalim ng kama ay sinabayan ng dalaga ng pagtayo upang dumiretso sa banyo. Sa dinig na kaluskos ng tubig ay dahan-dahang nang tumayo si Sebastian. Hawak ang isang lighter at pakete ng sigarilyo ay maingat niyang inusog ang kurtina. Agad ngang dumampi ang liwanag ng buwan sa kanyang mukha habang nagsisindi. Humihinga nang malalim sa usok habang nakatunghay sa malayo, sa tanawin na napupuno ng mga ilaw mula sa mga establiesmento sa ibaba at mga katabing gusali.

Sa lalim nga ng iniisip niya ay hindi niya namalayan ang paglapit ng dalaga. "I'll cook, anong gusto mo?" Sabay na katanungan nito nang mahigpit na hagkan si Sebastian mula sa likuran. Nabitawan tuloy ng binata ang yosi na hinangin palayo sa kanilang dalawa.

"Huwag na, mag-se-seven na. Kailangan ko na umalis."

"Tara na, sabay tayo kain," paglalambing na hiling ng babae.

"Hindi na talaga kaya."

"Okay, sama mo na lang ako. Shower lang ako saglit."

"Next time na." Maigi niyang titig. "Promise, next time."

Napa-irap ang dalaga kasabay ng pagbitiw nito sa pagyakap, at muling humiga na lang sa kama, tumalikod at tinakluban ng kumot ang buong katawan. Saglit siyang tinitigan ni Seb bago ibaling ang tingin sa nagkalat nilang mga saplot sa tabi ng kama. At sa kanyang paglapit sa mga ito, maayos niyang inihiwalay ang kanyang mga damit para maisuot. Tapos ay muling inabot ang kanyang bag para tingnan ang mga mensahe sa kanyang telepono kahit wala namang bagong mensaheng dumating. Nagpaalam na siya sa dalaga, ngunit hindi naman siya pinansin nito kaya agad na siyang umalis, saglit na muling sumilip sa kwarto bago isarado ang pinto.

Anniversary ng banda nila ngayon, kaya may konting kasiyahan, ilang taon na rin kasi nang sila ay nagsimula. Para ngang hanging dumaan na lamang ang mga taon. Pagkarating sa club, ay sinalubong siya ng ngiti ng kanyang mga kabanda kasama ang kanilang mga kasintahan, ngiti na kung papansining maigi ay malamig at bahagyang naiilang.

"Pre, oh." Abot ng bote ng bahista nilang si Erik.

Inabot ito ni Seb at agad na uminom nang bahagya bago umupo sa tabi nila. Pagkaupo nga niya ay agad siyang tinanong ng girlfriend ni Erik na si May. "Ba't 'di mo sinama si Hailey?"

Matalik na kaibigan ni May si Hailey, ang bagong kinikita ni Seb, ang dalagang kasama niya kanina. Silang dalawa nga ang nagpakilala nito kay Seb, tatlong buwan na ang nakakaraan.

Malamig lang siyang nginitian ni Seb kaya agad na dinugtungan pa ni Erik ang pagtatanong, "Kamusta naman kayo, Pre?" Maiging nakatingin at naghihintay ang magkasintahan sa isasagot ni Sebastian.

"Okay naman."

Napatitig ang magkasintahan sa isa't isa. Halata ngang bahagyang dismayado sa malamig at walang laman na sagot ni Sebastian kaya nagpatuloy na lamang sa muling pagkukwentuhan at hindi na pinansin si Seb, na naiwang mag-isa sa agos ng masaya na pag-uusap ng bawat isa. Nakikinig, nakikisabay, ngunit halatang walang pakealam sa kanyang mga kasama. Malayo ang damdamin, hindi alam kung saan naglalayag ang isip.

Pagkaraan nga ng ilan pang minuto, lasing na itinaas bigla ng drummer nilang si Christian ang kanyang bote. "Happy Anniversary!"

Masaya itong sinagot ng lahat nang itaas din ang kani-kanilang mga bote, bahagya nga lamang na mas mababa ang kay Seb kaya hindi ito dumampi sa bote ng iba.

At sa kulay ng kanilang mga ngiti, sa masayang pagbati sa isa't isa, sa halik sa kani-kanilang kasintahan ay inilabas nila ang isang nakabalot na munting regalo.

Pasimula ng gitarista na si Kris, "Syempre, 'di mabubuo 'tong banda kung wala ka, Seb. Masaya kaming lahat, nagpapasalamat kaming lahat sa 'yo." Bakas ang buong puso nilang pagngiti ng pasasalamat kay Seb nang isa-isa silang nagsitayo para tapikin sa braso ang kanilang bokalista, bago i-abot ang munting regalo sa kanya.

Ibinalik naman ni Seb ang kanilang mga pagngiti nang dahan-dahan nitong buksan ang kanilang regalo, isang relo na agad din niyang sinukat. Magpapasalamat pa lamang sana si Seb nang magsalita naman si Kris, "Tol, alam namin ang lahat ng pinagdadaanan mo. Kaya, kung kailangan mo munang mapag-isa, o kung kailangan mo muna ng oras para sa sarili mo, pero 'di mo kami maiwanan, sabihin mo lang." Tinapik nito si Seb sa braso. "Wag kang mag-alala, pwede ka naman magpahinga. Pagbalik mo, tatanggapin ka namin nang buo kapag okay ka na."

Ang sinabi ni Kris ay agad na nagdulot ng isang mapait na pagngisi ng panunuya sa labi ni Sebastian, "Tangina, sa regalo niyo pa talaga idadaan?"

Nagtatakang napatitig ang lahat nang marinig ang tono ng binata. Dugtong pa ni Seb, "Pwede naman kayong magpakalalake kung hindi na kayo masaya sa performance ko bilang bokalista niyo. Tangina, pwede niyo namang sabihin nang harapan."

Natataranta ngang sumagot si Kris, "Tol, hindi ka namin tinatanggal."

"O, e, ano lang?"

"Gusto ka lang namin tulungan, Tol, alam naman namin pinagdadaanan mo."

"Tulungan? Tangina, saan niyo naman ako kailangang tulungan?" Malungkot na napatitig ang lahat kay Sebastian nang dugutungan pa nito ang kanyang sinasabi. "Sabihin niyo na mga Pre, hindi niyo na kailangang idaan pa sa regalo." Sabay padabog na paglapag ng hawak niyang relo sa lamesa.

Muntik ngang matumba ang bote nang masagi ito, buti na lang at nagawang alalayan ito ni Erik, sagot pa nito, "Mahal ka namin, Pre. Gusto naming tulungan ka, pwede kang magpahinga."

"Pagmamahal. Tangina." Sabay tungga sa lahat ng laman ng bote ng alak, bago tumayo at talikuran silang lahat.

Si Christian nga ay akma sanang tatayo para pigilan si Sebastian ngunit agad siyang inawat ni Kris. "Hayaan mo siya, Tol, sarili niya lang ang makakatulong sa kanya."

Hindi man lang lumingon si Seb sa kanila, tuloy-tuloy ang paglalakad palabas ng bar. Hindi alam kung saan pupunta, hindi alam kung anong gagawin, napa-upo na lamang sa isang tabi, pinagmamasdan ang lahat ng dumaraan. Ngunit, habang nagmamasid ay naramdaman niya ang pagkalam ng sikmura. Agad nga siyang naghanap ng kakainan.

Dinala siya ng kanyang mga paa sa isang parke, hindi kalayuan sa bar kung saan nag-iinuman ang kaniyang mga kabanda, punong-puno ng ingay ng tugtugin, habang masaya at nakangiting nakikipagkwentuhan sa hapunan. Ang lahat nga ay totoong nagliliwanag sa ilalim ng sikat ng magagarang ilaw mula sa poste, sa mga tent, at ang iba ay nakasabit pa sa mga puno sa paligid. Sadyang kay sarap nilang pagmasdan kaya nga dahan-dahan itong nilibot ni Sebastian habang naghahanap ang kanyang mga mata sa bawat ibinebentang nakahain. At sa kanyang paghahanap, dahil abala ang kanyang paningin ay hindi niya sinasadyang masagi ang isang lalake, mas matangkad lamang siguro ng isa o dalawang pulgada sa kanya.

Sorry, magkasabay silang humingi ng paumanhin sabay tango sa isa't isa para makapagpatuloy na sa paglalakad. At pagkatapos ng ilan pang hakbang, agad na naaninag ni Seb ang pamilyar na mukha, si Gabrielle nakaupo mag-isa sa lamesa sa kanyang kanan. Agad siyang lumapit, at basta-basta na lang umupo sa harapan nito.

"Ay, sorry, may..." Nagulat at nag-aalangang sambit ni Gabrielle.

Kaagad na nginitian siya ni Sebastian. "Kamusta?"

"Seb! Long time no see!" Napangiti rin si Gab nang mapagtanto na si Sebastian pala ang umupo sa kanyang harapan.

"Taon na rin pala, no?"

"Kamusta ka?"

"Naka-order ka na ba? Mukhang mahaba-haba pagkukwentuhan natin ngayon…"

"Actually—"

At habang nakatitig si Seb kay Gabrielle, sa kanyang likuran ay biglang may lumapit na may dala-dalang mga pagkain.

"Seb," muling ngumiti si Gab. "Si Kiko pala, husband ko."

At ang ngiti sa mga mata ni Seb ay nabahiran ng kalungkutan nang kanyang lingunin ang lalakeng umupo sa tabi nila ni Gab. "Kasal ka na pala? Kailan pa?"

"This June lang, actually."

"Congrats."

"Talented na musician si Seb." Pagbibida ni Gabrielle sa kanyang asawa. "Try natin isama siya minsan pag-jam."

"Sige ba, bakit hindi," Nakangiting sagot ni Kiko.

"Jam?"

"Yep, kapag hindi busy, nagre-rent kami ng studio para mag-jam."

Muling ngumiti rin si Sebastian. "Talaga? Hintayin ko ang aya niyo."

Singit na tanong ni Gab, "Si Asha, kasama mo?"

"Hindi." Tugon ni Seb. "O, sige na, baka nakakaabala na 'ko. "Congrats pala ulit sa inyo."

"Thank you. I-kamusta mo na lang ako kay Asha." Pahabol ni Gab bago maglakad palayo si Seb sa kanila.

Sa lilim ng magagarang ilaw, sa ingay ng mga taong nagkukwentuhan, at sa musikang masayang tumutugtog, ay dahan-dahang tinahak ni Seb ang landas palabas ng parke, nawalan ng gana, 'di na alintana ang kumakalam na sikmura. Hindi nga niya alam kung saan pupunta, muli siyang nag-isip kung ano ba ang magandang gawin para palipasin ang isa na namang magdamag. At sa pag-ihip ng hangin sa kanyang mukha, saglit siyang tumigil malapit sa isang puno, muling sumindi ng yosi, at habang pinagmamasdan ang dahan-dahang pagkaupos nito, ay bigla niyang naisipan na bisitahin na lamang ang kanyang ama.

Hindi naman kalayuan ang bago nitong tirahan, sambit niya sa isip, baka sakaling *game* ito sa inuman hanggang umaga. Sakto at wala siyang magawa para palipasin ang walang kahulugang araw. Siya ay naghanap na ng masasakyan. Habang nakikinig ng musika, walang tigil sa pagtitig sa linyang paulit-ulit hanggang sa makarating sa kanyang pupuntahan. *Ding dong*

"Tao po." Pagtawag niya sa gate ng isang tahanang may dalawang palapag, kulay puti ang kabubuuang kulay habang ang impit ay asul. Biglang ingay naman ang nagsisitahulan na mga aso, kaya, dahan-dahan niyo 'tong nilapitan para siya ay makilala, nagsi-kalma naman ang mga ito nang hawakan niya isa-isa sa kanilang ulo, bakas ang kasiyahan na makita siya dahil sa mabilis na pagsayaw ng kanilang mga buntot.

Kasabay ng pagbukas ng pinto ang munting kalembang ng maliit na kampanang nakasabit. Isang babae ang lumabas, kumpara sa kanyang Ina ay mukhang bata ito nang bahagya, ito ang bagong kinakasama ng kanyang Ama.

"Magandang gabi po, Tita."

"Seb, gabi na, ah." Tanong nito habang binubuksan ang gate. "Si Papa, po?"

"Nasa sala sila."

At nang siya ay mapagbuksan na. "Salamat po."

"Kumain ka na ba?"

"Opo." Pagkahubad niya ng sapatos ay binigyan siya ng tsinelas kaya hindi na niya hinubad ang kanyang medyas.

Sa pagpasok, kahit gabi na, ay tila isang magandang umaga pa rin ang eksesna. Naka-upo sa sala, nagkukwentuhan habang may katabi na gitara.
"Oh, Seb." Bati ni Marco, agad niya ring binulungan ang dalawang batang katabi, parehong lalake. Masayang lumapit ang mga ito kay Sebastian. "Kuya." Yumakap saglit, bago bumalik sa tabi ng kanilang ama.
At sa kanilang pag-upo, ay muling nanumbalik ang atensyon sa sinasabi ng kanilang ama, habang si Marco ay dinampot ang gitara, at nagpatuloy na sa pagtuturo sa kanyang mga anak ng—

Isang himig.

Isang napaka-pamilyar na himig para kay Sebastian. Sa eksena kanyang nasasaksihan, sa ilalim ng simpleng chandelier, sa paligid ng mga litrato ng pamilyang buo na puno ng mga ngiti, at sa sofa kung saan magkasamang pinalilipas ang magdamag habang umaawit sa saliw ng gitara.
Dumaan sa kanyang mga mata ang isang larawan, mga alaalang nagdulot ng mabigat na kalungkutan at pangungulila. Ang pagmamahal na noon ay gabi-gabi niyang nararamdaman noong siya ay bata pa ay naging mapait na bunga, isang patak ng luha na unti-unting nalusaw sa pagdaan sa kanyang pisngi.

Masaya siya, hindi niya maitatangging masaya siya para sa kanyang Ama at sa bago nitong pamilya. Masaya siya na masaya silang lahat. Masaya siya sa bago niyang mga kapatid. Masaya siyang makita ang kanilang mga ngiti. Masaya siya, ngunit ang kasiyahang nararamdaman ay may kahalong mabigat na katanungan.

Bakit hindi kami nanatiling ganito hanggang ngayon? Bakit?

At sa patuloy niyang panonood sa eksenang pumupuno ng pagmamahal sa buong sala ay isang bagay ang kanyang biglang napagpasyahan.
"Pa, pahiram pala ng gitara mo, nasira na kasi 'yong akin, kailangan ko bukas."
"Sige, bukas, sa shop."

"Salamat, Pa, daanan ko na lang bukas ng umaga."

"Ba't aalis ka na ba?"

"Opo, may pupuntahan pa po 'ko."

Nag-iwan si Seb ng isang ngiti bago magpaalam umalis. Mag-isang tinahak ang madilim na daan patungo sa kanyang tahanan. Sa maingay na kadenang nakatali, sa makapal na alikabok sa sofa, sa mga pinggang nakataob sa lamesang hindi malaman kung kailan pa huling ginamit. Mag-isa niyang pinagmasdan ang lahat, mag-isa niyang pinakinggan ang nakabibinging katahimikan.

Dala-dala ang isang basong tubig ay umakyat na siya sa kwarto. Sa pagbukas nga ng ilaw ay tumambad ang magulong kama, mga basyo ng alak na nagkalat sa bawat sulok, at mga upos ng yosi na kupas na at naninilaw. Pinagmasdan niya ang lahat, ilang segundo siyang nakatayo habang pinagmamasdan lang ang lahat bago bawiin ang buhay ng bombilyang hindi niya alam kung kailan niya huling pinalitan. Buwan na ba, o taon? Hindi niya na maalala.

Sa nanumbalik na dilim ay dahan-dahan niyang kinapa kung nasaan ang lamesa nang maibaba ang hawak niyang tubig at madukot na ang lighter at yosi sa bulsa. Ito ang tanging naging ningas, at sa usok na hatid nito na tila isang aninong kumakalat paikot sa silid ay dahan-dahang binuksan ni Seb ang drawer. Maingat na kinapa ang nilalaman. Isang botelya, na hindi maaninag ang nakasulat ang kanyang natagpuan. Inilapag niya saglit, habang hinihintay na maubos ang yosing sinindihan.

At sa wakas, sa pagsapit ng huli niyang hithit, at sa tuluyang paglalaho ng ningas sa dulo ng yosi ay kanya nang binuksan ang botelya at maingat na ibinuhos ang lahat nitong laman sa kanyang palad. Mahigpit niyang hinawakan ang lahat at madiing huminga habang inaabot ang baso ng tubig na kanina pa naghihintay sa kanya.

Ininom niya ang bawat piraso, at nilagok ang tubig bago ihiga ang sarili, sa malamig na kama, sa nag-iisang unan, sa loob ng tanging itinuturing niyang tahanan. Ngunit bago niya dahan-dahang ipikit ang mga mata, ay muli siyang dumukot sa bulsa.

Kinuha niya ang kanyang pitaka at maingat na inilabas ang isang nakatagong larawan.

Isang larawan na kanyang iningatan, ang larawang kanyang pinagmamasdan gabi-gabi. Ang tanging larawan na gusto niyang makita ngayong alam niyang hindi na muling didilat pa ang kanyang mga mata sa umaga.

Kumupas na ang mapait niyang pag-ngiti nang maramdaman niya na ang patigil sa pagtibok ng kanyang puso. At bago pa tuluyang bawiin ang kanyang hininga, ay tuluyan na siyang nagpaalam.

Paalam

Ngunit—

Habang lumulutang ang kanyang diwa sa kawalan, siya ay biglang nakaaninag ng isang kislap sa malayo. At sa kanyang paglapit. Mga hibla.

Mga mata.

Mga labi.

Isang mukha.

At isang tinig na kay lambing na alam niya kung kanino nagmumula.

Ang tinig na akala niya ay hindi na ulit niya maririnig.

At ang tanong na nagbigay sa kanya noon ng panibagong simula.

Hindi siya maaaring magkamali.

Hindi.

Kailanman ay hindi.

Why.. are we.. having.. this date ba?

Sa Ibabaw ng Lahat ng Alaala

"Why.. are we.. having.. this date ba?"

Sa pautal-utal na katanungang narinig ay bahagyang idinilat ni Seb ang kanyang mga mata at unti-unting naaninag ang babaeng naka-upo sa kanyang tabi. At kahit na gilid lang ng mukha nito ang nakikita dahil bahagyang naka-yuko, at ang mga mata ay nakabaling sa iba ang tingin ay agad niya pa rin itong nakilala.

"S-Si A-sha. Si Asha." Bulong niya sa hangin.

Ilang taon na kasi ang nakalipas nang huli siyang magising sa imahe ng mukha ng dalaga, sa mapupungay nitong mga mata, at sa ngiti nito na kasingkahulugan ng isang magandang umaga.

May mga pagkakataon nga na magigising siya sa mga gigil:mga kagat ni Asha sa kanyang pisngi at braso. At may mga madaling araw rin na akala niya ay binabangungot siya dahil hindi makahinga. Iyon pala ay pinipisil ni Asha ang kanyang ilong habang nakasimangot, 'di raw kasi ito makatulog nang maayos dahil sa lakas ng kanyang hilik.

"Uy.. Why are we having this date ba?"

Mas lumakas ang mahinhing tinig ng dalaga kaya buo nang binuksan ni Seb ang kanyang mga mata, at mapait na napangiti sa hangin. Dahil ngayon, ay klaro niya nang nasisilayan na si Asha nga ang nagsasalita. At wala siya sa higaan. Sila ay nasa isang lubhang pamilyar na eksena mula sa alaala, naka-upo sa labas ng isang sikat na *mall* sa Maynila. Sa kanilang harapan ay ang paborito niyang bilihan ng siopao at sa kanilang likuran naman ay ang mga taong pauwi na at papunta sa sakayan ng jeep, ilang metro mula sa kanilang kina-uupuan.

Hinding-hindi niya malilimutan ang mga ingay sa paligid nang gabing ito: ang mga pagkalampag ng dispatcher ng jeep habang nagtatawag ng pasahero, ang mga huni ng iba't ibang sasakyan, at ang mga kwentuhan at tawanan ng mga taong dumaraan. Samut-saring ingay na walang binatbat at tila *background music* lamang ng himig ng mabilis na pintig ng kanilang mga puso habang panakaw na sumusulyap nang tahimik sa isa't isa.

Ang gabing ito ang simula para kay Sebastian.

At ang malambing at pautal-utal na pagkakasabi ni Asha sa kanyang tanong ang nagbigay ng kasagutan sa kung ano ba talaga ang mayroon sa kanilang dalawa.

why.. are we.. having.. this date ba? why.. are we.. having.. this date ba?

Talagang nakatanim sa gunita ni Seb ang tinig na ito ni Asha. Kahit ilang taon na nga ang nakalipas ay tila naririnig niya pa rin ang mga salitang 'to na paulit-ulit at dahan-dahang bumubulong sa tuwing si Asha ay kanyang ma-aalala.

Kuhang-kuha ang mga detalye, tanginang alaala 'to.

Ngunit habang minumura ni Seb ang isipan ay bigla siyang nakaramdam ng marahan na paghatak sa manggas ng kanyang damit.

"Ba't 'di ka sumasagot?" Mahinhing tanong ni Asha.

Nanatiling nakababa ang mga labi ni Seb nang maiging pagmasdan si Asha. Dalawa o tatlong segundong nakatitig lamang siya bago muling nagsalita ang dalaga.

"Kung ayaw mong sagutin, okay lang. It's not a big deal naman."

At nang marinig ni Seb ang sunod na sinabi ni Asha ay agad siyang nakaramdam ng pagtataka.

Kilalang-kilala niya kasi si Asha, at alam niyang ang tono nito ay may halong pagtatampo at pagkainis. "Ba't parang iba…" Naguguluhan niyang tanong sa isip ngunit hindi niya namalayan na isinatinig pala ito ng kanyang bibig.

"Nananaginip ka ba o pinagti-trip-an mo 'ko? Just forget the question. Tara na, uwi na tayo." Sabay irap ng dalaga bago ayusin ang upo para ma-isuot na ang bag na katabi.

At habang inihahanda ni Asha ang sarili sa pag-alis ay nanatili namang tuliro si Sebastian. Hindi kasi alam ng binata kung ano ang nangyayari. Totoo ba ang lahat, o sadyang makatotohanan lang itong huli niyang panaginip.

Siguro panaginip lang 'to with a *twist*, biro ni Seb sa sarili. Siguro nadala lang siya ng paborito niyang pelikula kaya ngayon ay pinaglalaruan siya ng kanyang gunita, ibinalik sa nakaraan upang muling masulyapan ang pinakamamahal niyang si Asha. Ang pagtataka niya nga ay naging pagkasabik ngunit nang muli niyang pagmasdan ang dalaga ay agad din siyang binalot ng matinding kalungkutan.

"Tara..." Marahang pag-aya ni Asha bago tuluyang tumalikod at magsimulang maglakad palayo. At kasabay ng kanyang mga hakbang ay ang salit-salitang pagpatak ng mga luha sa magkabilang mga mata ni Sebastian.

Dahil...

Alam ni Seb kung saan ito patungo.

Ba't siya naririto? Usisa ni Seb sa sarili habang pinagmamasdan ang unti-unting paglayo ni Asha.

Ba't nga ba siya naririto sa tanging magandang alaala nilang natitira. Ang alaalang iniingatan niyang huwag madukot ng lungkot at paghihinagpis na nabuo dahil sa sinapit nilang dalawa.

Sa kanilang simula.

Ang unang maghapong pinalipas nilang magkasama.

Ang maghapon na puno ng kulitan at tawanan.

Ang 'di malilimutang mga asaran.

Ang dahan-dahan niyang paggabay sa ulo ni Asha para isandal sa kanyang braso.

Ang unang tapik sa noo.

Ang mga mata nitong naghahatid ng ngiti sa kanyang mga labi.

At higit sa lahat, ang boses ni Asha,

...ang boses na gusto niya laging marinig.

Ang may pagka-conyo nitong paraan ng pagsasalita. Kung papaano nito pinaghahalo ang tagalog at ingles na parang batang naglalambing. Ang malamig na tinig na nagbibigay ng init at humehele sa kanya hanggang siya'y makahimbing. Ngayon—

Ngayon ay muli niyang narinig.

Ang 'di maipaliwanag na saya niyang naramdaman tuloy noong una nilang paglabas ay naging magkahalong pait at tamis dahil,

...alam niya kung paano ito magtatapos.

Ang sinimulan nila sa pag aakalang mananatili silang para sa isa't isa. Ang mga pangarap.

Ang mga pangako.

At ngayong naririto siya ulit, naging delubyo ang laman ng kanyang puso at isip.

Tanong niya sa sarili, kung ibinalik siya sa pagkakataong ito, ano ba ang dapat niyang gawin?

Ano ba ang dapat niyang maramdaman?

At as kaloob-looban ng kanyang puso, kahit na nananatili ang lubos na pagmamahal, ay nababalot na ito ngayon ng pag-sisisi. Kung hindi na sana sila nagkakilala, kung hindi na sana nila sinimulan ang lahat, ay siguradong kaligayahan ang naghihintay sa hinaharap ni Asha. Kaya—
Hindi na tinangka pa ni Seb lumapit, at pigilin ang tuloy-tuloy na paghakbang palayo ni Asha. At sa imahe ng dalaga na unti-unti nang natatabunan ng mga taong naglalakad pauwi, sa lilim ng mga ilaw na dahan-dahang nang kumukupas, ay isinuko na ni Seb ang lahat.

Ang mga ngiti.

Ang mga yakap.

Ang mga halik.

Ang mga alaala.

Ang pagmamahal.

Ang simula.

Pinili nang bitawan ang mga ito kasabay ng dahan-dahang paggalaw ng kamay ng oras. Sa ikabubuti ni Asha, sa ikabubuti nilang dalawa. At kahit masakit isipin, kahit na mapait ay napangiti pa rin si Sebastian. Dahil ngayon, ay alam niyang mas magiging masaya na ang hinaharap ng pinakamamahal niyang si Asha. At sa pag-agos ng tanging luhang pumatak ay muli nang ipinikit ni Seb ang kanyang mga mata.
Paalam.
Salamat.
Ngunit—
Sa biglang pagbuhos ng malakas na ulan na hindi naman niya naalalang nangyare noong gabing iyon, dala ang hanging tila tinangay ang mga tao pabalik sa silong, ay napadilat ang mga mata ni Seb.

At kahit na malayo, kahit pa puno na ng dumadagsa na mga taong nagmamadaling makahanap ng masisilungan ay naaninag niya pa rin si Asha, nakahinto sa kinatatayuan, pinagmamasdan sa palad ang mga patak ng ulan.

Hindi na naintindihan ni Seb ang sunod na nangyari, hindi na niya naintindihan kung bakit ang kanyang mga paa ay nadatnan na niyang naglalakad.
Palapit.. nang palapit kay Asha.

At sa kaluskos sa bubong ng mga patak, sa ingay ng mga sasakyan, at sa bawat bulong-bulongan ng mga tao sa buong palibot, ay humahagulgol na niyakap ni Seb si Asha mula sa likuran. Pagyakap na sa sobrang higpit ay saglit na hindi nakahinga ang dalaga nang umangat ang mga paa nito sa lupa.

"Sorry, sorry." Tila musmos na bata si Seb na sumisinghot-singhot pa habang lumuluha.

Habang si Asha naman ay nabigla. "Seb? Anong prob—"

"Dito ka lang.. Dito ka lang.."

"Pero gabi na, uwi na—"

"Please, please," Pagsandal ng ulo ni Seb sa balikat ni Asha. "D—dito, dito na lang tayo habambuhay.."

Tila naging tahimik ang buong kapaligiran, kahit ang malaking mga patak ay walang binatbat sa pagtangis ni Seb, dama-dama ang mapait na kalungkutan. Nanatiling nakatayo at nakatalikod si Asha, hinayaan ang binata ibuhos ang mga luha ngunit sa pagpatak ng mga ito sa kanyang balikat, ay dahan-dahan siyang humarap.

"Seb? Ano nangyare?" Sabay mahinhing punas ng panyo sa mga mata ni Seb.
Kusot-kusot ang mga mata sumagot ang binata. "Wala, wala ka bang naaalala?"
"Na?"
"Alaala."
Dahil tinitigan lamang siya nang maigi ni Asha na bakas ang totoong pagtataka sa mga mata ay agad napagtanto ng binata na siya lamang ang nakaalala ng lahat. Kaya, bahagya niyang pinunasan ang mga luha habang pinipigilan ang paghikbi.

Habang si Asha na naguguluhan ay naiilang at nahihiyang tinapik na nang bahagya ang binata sa braso para patahanin. "There, there.. Anong problema? May sakit ka ba? May taning na ba ang buhay mo?" Napalingon ang dalawa sa kanilang kinauupuan kanina, ngunit dahil nagsibalik ang mga taong pauwi na sana ay mayroon nang naka-upo sa puwesto nila roon. Kaya, agad na humanap ang kanilang mga mata ng panibagong mauupuan. Sa malayong kaliwa, ilang metro mula sa kanilang kinatatayuan, sa tapat ng isang saradong tindahan, sa dulo ng helera ng mga upuan ay ang huling bakanteng bench.

"Tara, do'n." Mahinhing pag-aya ng dalaga.

Sa kanilang paglapit, saglit nilang pinagmasdan ang upuan. Dahil malapit na nga ito sa dulo ng silong ay bahagya nang tumataksik at hinahangin ang mga patak ng ulan ngunit pinili pa rin nilang maupo roon. Nang makaupo na ang dalawa, ay ilang minuto rin hindi makatitig nang diretso sa isa't isa.

Pauna ni Asha. "Di nga.. anong problema?"

Puno ng lumbay ang namumulang mga mata ni Seb nang pagmasdan ang buong mukha ni Asha.

"Huy, titigan mo lang ba ako ulit? Related ba sa question ko kanina kung ba't ka nagkakaganyan?" Pagpapatuloy pa ng dalaga.

"Wala ka ba talagang naaalala?"

"Naalalang what nga?"

At nang muling marinig ni Seb ang malambing na tinig ni Asha ay hindi niya namalayan ang kanyang mga labi, napangiti sa bakas ng pangungulila.
Nang mapansin nga ni Asha ang bahagyang pagngiti ng binata ay nagdududang kumunot ang noo nito. "Don't tell me, may girlfriend ka na?"
Dala-dala ang malungkot na alaala, ay hindi pa rin naman naiwasang ni Seb na mapabungisngis sa sinabi ni Asha sa kabila ng mabigat na kalungkutan na nadarama.

"Huy!" Pangungulit ni Asha. "Tama ba? Or may anak ka na? Hala…"

"Ikaw nga talaga si Asha."

"Hoy!" Paniningkit ng mga mata ng dalaga. "Ano ba talagang meron?"

Sa muling pagtitig ni Seb, sa mga mata ni Asha na naghihintay at nagtataka sa kung ano ang kanyang isasagot, ay muling dumaan ang mga masasaya nilang alaala. Mga alaalang simula noong nawala si Asha ay pinilit niya nang ibaon sa limot. Mga kwentuhan, asaran, tampuhan, pati na rin ang mga mapagbirong pang-aakit ng dalaga sa kanya. Pangungulila na nagdulot na lubhang mapait na ngiti sa kanyang mga labi habang nakatitig. "Paano kung…"

"Kung?"

"Kung nanggaling ako sa hinaharap?"

"Future?" May pag-aalinlangang pagtitig ng dalaga. "Saan exactly sa

future ba?"

"Sa future nating dalawa."

Napa-irap ang dalaga. "So ang pag-iyak mo pala kanina, setup lang ng banat?" Sabay baling ng tingin sa malayo. "Haynako, Seb."

"Tangina." Bahagyang natatawang iling ni Seb. "Sa tingin mo bumabanat lang ako?"

"Haynako, ba't 'di mo na lang kasi sabihin ang problema?"

"Sinasabi ko naman na, ikaw 'tong ayaw maniwala."

"So you imagined the future ba? Yan ba ang mi-ni-mean mo?"

"Nakita? Naranasan? Naramdaman? Hindi ko talaga alam kung ano."

At dahil naramdaman ni Asha kung gaano ka seryoso ang mga mata ng binata, kahit nag-aalinlangan ay nagtataka siyang nagtanong. "Okay, sige, ano ba nangyare sa future na 'yan?"

"Trahedya. Isang trahedya"

"Ano naman po ang tragedy na 'yan, Mr. Time Traveller?"

"Iniwan mo 'ko."

"Kasi nambabae ka? Well, you will deserve it if that's the case."

Bungisngis ni Sebastian. "Sa tingin mo nambabae ako?"

"Possible, since ngayon pa nga lang, mag-i-invent ka na ng story to avoid my question." Irap at buntong hininga niya. "Feeling ko talaga may girlfriend ka na, tapos nakonsensya ka lang kaya ka umiyak kanina." "Tangina." Muling pagtawa at *facepalm ni Sebastian*

"Ang galing ko manghula, no?"

"Ang galing mo kamo gumawa ng scenario sa utak mo."

"Much better sa galing ako sa future na scenerio mo."

Bahagyang natawa ulit si Sebastian, kaya si Asha ay mas lalong nainis, ibinaling nga ng dalaga ang tingin sa footbridge, gustuhin niya man kasi sanang mag-walkout ay tuloy pa rin ang malakas na pagbuhos ng ulan. Nang mapansin nga ni Seb ang pagkainis ng dalaga ay lalo niya pa itong inasar, palambing na pang-aasar na kinagawian, nakasanayan, at isang bagay na lubos na pinapangulilaan. "Badtrip ka na?" Tinitigan siya nang seryoso ni Asha, bakas na ito ay pikon kaya agad din naman niyang binawi ang pang-aasar. "Biro lang. Seryoso talaga kasi.. Pero hindi ko alam kung totoo ba 'yong naalala ko, o guniguni ko lang ang lahat. Pero kasi.."

"Ano?"

"Na—nararamdaman ko na totoong nangyare.. lahat ng naalala ko." Taimtim na tumitig si Asha, sa mga mata ni Seb na namumugto, sa labi nito na bahagyang nitong kagat-kagat, at sa sarado nitong kamao na bahagyang nanginginig. "Okay, tell me what happened? I-kwento mo lahat ng nangyare after this night."

"Pagkatapos ng gabing 'to..." Saglit na napatigil ang binata. "Pagkatapos.. pagkatapos…" Sa ilalim ng mga alaala, sa gunitang pilit na kinalimutan, sa harap ng pinakamamahal niyang si Asha ay bahagyang bumalik ang mga luha sa pisngi ni Sebastian.

"You loved me."

Habang pinupunasan ang kanyang pisngi ay mapait na napangiti si Seb. "Sobra."

"But we didn't end up together."

"Ayoko nang alalahanin pa."

"Akala ko ba i-kukwento mo lahat? Weak." Tukso ni Asha.

"Kung alam mo lang…"

"Crybaby."

Natawa sa hangin si Seb, at dahan-dahang pinitik nang malakas sa noo si Asha. "Ba't mo 'ko pinitik." Naniningkit na titig ni Asha.

"Na-miss ko 'to sobra."

Silang dalawa at natahimik, parehong inaamoy ang hangin. "Pano kung…" Dugtong ni Seb nang mapatingin sa kamay ni Asha. "Pano kung.. totoong ibinalik lang ako sa gabing 'to, na totoo ang lahat ng naalala ko? Kung sasabihin kong mauuwi lang sa trahedya ang lahat, na maaaksidente ka dahil sa.. dahil sa.. nakilala mo 'ko.. " At maluha-luha nang muli niyang tinitigan ang mga mata ng dalaga. "Itutuloy mo pa ba 'to?"

Sa kaluskos ng tuloy-tuloy na pagpatak ng ulan sumagot si Asha. "Because mauuwi tayo sa tragedy, do you regret loving me?

"Hindi. Hindi ko pinagsisihang minahal kita. Nagsisisi ako, na ako ang minahal mo."

Sa larawan ng mga taong nagsimula nang maglakad kahit tuloy ang pag-ulan, ay saglit na natahimik si Asha at Sebastian. Habang ang dalaga ay sinusubukang intindihin nang maigi ang nararamdaman ni Seb tungkol sa naaalala, ang binata naman ay nakabaling ang tingin sa malayo, papikit-pikit at kusot ang mga mata, habang mabagal ang malalim na paghinga.

Sa paglipas pa ng ilang malamig na segundo ay muling nagsalita si Sebastian. "Sigurado kasi akong, mas magiging masaya ka kung hindi mo na 'ko nakilala."

"So I loved you rin pala?"

Napalingon ang binata kay Asha, napatigil at napangiti pa sa hangin. "How did you know?" Taimtim na tanong ni Asha.

Muling napatigil si Sebastian, tuliro nang biglang maglaro at dumaan ang maligaya at nakakakilig na mga imahe sa kanyang gunita. Nang mapansin nga ni Asha ang nakangiti niyang mga mata ay siningkitan siya nito.

"Ano yang na-iimagine mo?"

"Mga yakap.."

"Okay?"

"Mga kiss.."

"Panakaw mo siguro akong kiniss…"

Bungisngis ng binata. "Oo, panakaw nga."

"O, ano pa?"

"Saka sa…"

"And?"
Muling napabungisngis ang binata. Muling naningkit naman ang mga mata ni Asha. "Don't tell me, we made…"

"Saka sa mga pangarap, at mga pangako na si-ni-share mo, lalo na kapag teary eyed ka. Doon ko talaga naramdaman na mahal na mahal mo 'ko." Sabay mahinhing haplos sa noo patungong buhok ng dalaga. "Dahil siguro mahal na mahal kita, kaya binigyan ako ng pagkakataon na ibalik ngayon para hindi na ituloy ang lahat. Para mabago ang hinaharap."
"Dahil sa accident that will happen?"

Malungkot na napatitig lamang si Seb.

"If you will change everything, then you don't love me," dugtong ni Asha. "Kasi you don't know me. Do you really think that I will regret loving someone dahil sa possiblity of a tragedy in the future?"
Ngisi ng lumbay ang ibinato ni Sebastian. "Hindi ko naman sinabing ikaw ang nagsisisi. Sabi ko nga, ako ang nagsisisi. Kasi.. bakit ko namang hahayaan na maging tragedy ang ending mo kung pwede naman akong magparaya at hayaan kang maging masaya sa piling ng iba."
"Wag ka na mag-explain, Seb. You don't love me." Tingin ni Asha sa malayo. "If I chose to love someone, it's because I really love him. And if that someone don't let me love him, then he don't love me."
Nagsimula na naman ngang mamula ang mga mata ng binata. "Takot lang ako, Asha, takot lang akong hindi ka maging masaya."
"E, di you're scared not in-love. Kasi if you really love someone, and that someone loves you so much, bakit ka matatakot na hindi kayo magiging masaya?"

Sa muling pagtitig sa imahe ng mukha ni Asha, isang luhang pumatak lamang ang naging sagot ni Sebastian nang mapagtanto ang bagay na napagtanto niya na noon.

Ang magmahal nang malaya.

Sa paglipas ng ilan pang minuto ay napansin na nila ang pag-tila ng ulan nang kanilang pagmasdan ang paligid.

Tumayo si Asha. "Tumila na." Sambit niya nang ilapad ang mga palad sa labas ng kanilang sinisilungan. "Tara na."

"Pwede bang dito na lang tayo hanggang mag-umaga? Para malaman natin kung panaginip lamang ba ang lahat." Hiling naman ni Sebastian. Tinitigan siya nang diretso ni Asha. Muling pakiusap naman ni Seb.

"Please?" Bakas na bakas sa mga mata ang pagmamakaawa at matinding kalungkutan.

Napaisip tuloy si Asha. "Let's see." Napatitig sa madilim na kalangitan. "Since hindi ka naman sure kung panaginip lang ba 'to, or guniguni, why don't we try something na hindi part ng naalala mo."

"Katulad ng?"

Muling umupo si Asha, dahan-dahang dumukot sa bag, at naglabas ng isang papel at panulat, saka nagsimulang gumuhit. Isang mapa na may ilang mga palatandaan. "Here," abot niya kay Seb. "Akyat tayo sa tower crane."

Kamot-ulong napabungisngis ang binata. "Baliw ka ba?"

"Sino ang mas baliw, ako na gusto lang umakyat sa tower crane or yong nagsasabi na galing siya sa future?"

"E, may guwardiya don 'di ba? Paano kung mahuli tayo, baka ma-shotgun pa tayong dalawa."

"Akala ko ba galing kang future? Scared?"

"Bale, naniniwala ka na pala sa mga pinagsasabi ko."

"Let's just say na, wala namang mawawala if I will let myself believe you, tonight."

At dinatnan na nila ang kanilang mga paa naglalakad patungong sakayan. Sa loob ng fx, kung saan karamihan ay tulog at nagpapahinga ay inulan ng pahaging na pag-sulyap nila Asha at Seb sa isa't isa.

Sa pagdating nila sa site kung saan nagtatrabaho si Asha, ay umikot sila papunta sa likuran. "Here." Turo ni Asha sa isang puno malapit sa bakuran. "Help me…" Sumampa si Asha sa kamay ni Seb nang maabot ang kakapitan sa puno. Pagkatapos ay si Seb naman ang nagsimulang umakyat. Pinipigilan ang pagtawa, hinihinaan ang paghinga nang tumalon sila paloob ng bakuran. Saglit na pinagmasdan ang paligid, at nang makita nilang walang nakabantay ay patakbo at magkahawaak kamay silang dumiretso sa fire exit paakyat sa ika-labingdalawang palapag. At dito, sa dilim, ay kanilang hinanap ang katawan ng tower crane kung saan nakasabit ang hagdan na maingat nilang inakyat. At sa wakas, ay hinihingal na nilang naakyat ang taas. Sa lilim ng nag-iisang buwan at nakatagong mga bituin ay huminga sila nang malalim sa hampas ng malakas na hangin. Isinandal ang sarili sa railings, at habang pinagmamasdan nila ang kumikinang na ilaw sa palibot ay biglang naluha si Seb. "Sana hindi na ako magising sa panaginip na 'to."

Napansin ito ni Asha. "Here." Abot niya ng kanyang kamay. "Hindi mo pa pala ako nasagot kanina, anong year ba sa future ang naalala mo? Did we get married, or engaged na ba tayong dalawa?"

Madiin at malungkot ang naging pagtitig ni Seb sa aninag ng liwanag ng buwan sa mga mata ni Asha. "Hindi." At hinawakan niya ang inabot na kamay ng dalaga nang napakahigpit. "Kasalanan ko kasi."

"Kasi?"
"Gaya ng sabi mo, takot ako."

Sa muling pag-ihip ng hangin ay natahimik silang dalawa bago isandal ni Asha ang katawan kay Seb. "If you will be given another chance, matatakot ka pa rin ba?"

"Kahit ilang ulit akong dalhin sa panaginip na 'to, isa lang ang pipiliin ko…" At binitawan niya ang mahigpit niyang paghawak sa kamay ni Seb para hagkan ang dalaga. "Lagi kong pipiliing pakasalan ka." Kasunod ay isang mainit na halik na idinampi niya sa noo ni Asha. Akma na rin sana siyang luluhod ngunit—

"Wait," Pigil ni Asha, at muli siyang dumukot sa loob ng kanyang bag. "I think you'll need this."

Nagtatakang kinuha ni Seb ang isang maliit na kahong iniabot ni Asha. Dahan-dahan niyo itong binuksan at naglalaman ito ng isang singsing. "Kay Mom 'yan." Maluha-luhang dugtong ni Asha. "Gift 'yan ni Dad sa 'kin on my thirteenth birthday. I always keep it safe sa loob ng kwarto but I don't know, kanina bago umalis for work, something is telling me na dalhin ko siya, so dinala ko na lang siya."

"Para tayong nasa isang pelikula." At tuluyan nang naiyak si Seb nang muli niyang pagmasdan si Asha. Hindi na rin siya lumuhod, bagkus ay humihikbi-hikbi niyang sinabi ang nilalaman ng puso niya at isipan. "Panaginip man ang lahat ng 'to, pangako, sa kahit na anong panahon, kahit na kailan, kung bibigyan man ako ng isa pang pagkakataon, Asha, mamahalin kita magpakailan man."

"It should be, 'will you marry me', you crybaby!" Sabay punas sa mga luha ni Seb. "For this night, and for this dream, yes, I will marry you. But—" At kinagat niya si Seb sa braso. "We'll never know kung sa future ba, 'yan pa rin ang sagot ko. So if we will meet again, you try your best to love me ha, always."

Parang bata na umiiyak na tumango si Seb habang mahigpit na yakap si Asha. Napapikit na nga lang siya sa saliw ng himig ng malakas na pag-ihip ng hangin. At sa muli niyang pagdilat ng mga mata, ay ginising siya ng mabilis, palit-palit na imahe ng kanilang dinaraanan at ng kanyang kamay na handa ng itapon ang simcard sa labas ng bintana. Ngunit sa pagkakataong ito, kahit hindi niya lubos na maintidihan ang lahat, at kung nasaan siya ay hinawakan niya nang mahigpit ang sim, at niyakap. "Para, para, para. Para…" Paulit-ulit niyang pagmamakaawa.

Sa ingay ng kanyang pag-iyak ay gulat na gulat ang lahat ng kasama niya sa van. "Teka, Seb, nasa gitna tayo ng daan." Sagot ng kaibigan niya na nagmamaneho. "Ano bang problema?"

"Kailangan ko bumalik ng Maynila, Pre, pakiusap, ibaba mo 'ko, p—pakiusap, babalik akong Maynila."

"Anong problema, emergency ba? Wala kang masasakyan dito, pre."

"Pakiusap ibaba mo na lang ako."

"Teka, doon na, mayroon dong sakayan."

Habang naghihintay nga silang makarating sa terminal, ay isinaksak na ni Seb ang sim sa kanyang telepono. Pagkababa nga ay hindi na niya nagawang magpaalam sa mga kasama, bagkus ay agad na bumaba, at tinawagan si Asha.

Paulit-ulit at walang tigil katulad ng kanyang mga luha ang ginawa niyang pagtawag. Ngunit kahit na anong tawag niya ay walang sumasagot. Sa pagbaba nga ng telepono ay patakbo siyang sumakay na agad sa bus, hindi mapakali sa paghihintay, kanya na ngang binayaran ang lahat ng bakante pang upuan.

Ang sumunod na oras ay puno ng pag-aalala, ilang taong pangungulila, ng lungkot, ng takot, na hindi maipaliwanag na naghahalo sa kanyang dibdib.

Nang makababa nga ay walang inaksayang segundo, tinakbo ang napakadilim na daan patungo sa nag-iisang liwanag na kanyang nasisilayan. Ang bukas na ilaw ng kanyang tahanan. Walang pakealam sa maingay na kaluskos ng kadenang kanyang walang habas na tinanggal mabuksan lamang ang gate, o ang makapal na alikabok sa loob ng sala. Isa lamang ang patutunghuhan, walang ibang nakikita ang kanyang mga mata kundi ang hagdan patungo sa kanyang kwarto sa ikalawang palapag. At bago niya buksan ang pinto ng silid ay mahigpit niyang hinawakan ang doorknob. Naaninag ang masilamuot na mga alaala, ang imahe noong isinuko niya na ang lahat. Ang nagkalat na mga unan, ang kumot sa sahig, ang mga upos ng sigarilyo at amoy nito, ang naguumpugan na mga bote, at ang patay sinding ilaw. Ngunit ngayon, 'di tulad ng nakalulungkot na alaala, ay kanyang dinatnan si Asha, mahimbing na natutulog sa kanyang kama. Dahan-dahan niyo 'tong nilapitan, at sa mahinhin niyang pag-himas sa mukha ng kasintahan ay unti-unti siyang napatangis.

"S—Seb?" Kinukusot-kusot pa ni Asha ang kanyang mga mata nang maaninag ang lumuluhang si Sebastian. "San ka galing? Ba't ka umiiyak?"

"Wala. Sige lang, matulog ka lang."

"Di nga.. anong problema?"

"Wala nga, sobrang na-miss lang kita."

"Ba't 'di mo kasi ako kinausap ng two weeks."

"Sorry. Sorry."

"Okay. Ang tagal mo, kanina pa 'ko dito. Sige na, uuwi na 'ko, may pasok pa 'ko bukas."

"Wag.. Dito ka lang. Dito na lang tayo."

"Okay."

"Kumain ka na ba?"

"Hindi pa."

"Ipagluluto kita."

"Okay."

"Pakasalan mo 'ko."

"Okay."

"Hindi ka man lang magdadalawang-isip?"

"Ikaw lang naman 'tong ang tagal mag-isip."

"Di ka man lang natatakot, na baka someday mag-aaway lang tayo? Na baka pagdating ng panahon, masira lang ang mga pangako? Na baka someday, pagsisihan natin ang lahat? Na someday, kamuhian na lang natin ang isa't. Na someday ma-realize mo na hindi pala ako ang gusto mong makasama habambuhay? Hindi ka ba natatakot?"

"Takot." At mahinhing itinaas ni Asha ang kanyang kamay para punasan ang mga luha sa mga mata ni Sebastian. "Pero, ano naman? Ano naman kung lagi tayong mag-away someday, so what kung magkaroon tayo ng maraming problems? Ano naman kung laging na akong magalit sa 'yo? Ano naman kung mag-doubt tayo na nagpakasal tayo? And ano naman if may chance na maging katulad tayo ng parents mo?

At sa kumpas ng kamay ng orasan ay dinampian ni Asha ng halik ang noo ni Sebastian habang hawak ang mukha nito. "But, what if hindi? What if maging sobrang saya natin hanggang pagtanda? What about our dream house, our supposed to be kambal, ayaw mo man lang ba makita how cute they will be? The nights we will spend just listening to Archie, Marry me, while we look back the night we met? How about our first kiss? Ang first duet natin sa karaoke hub? Sunday morning na mag-garden tayo together with kids? Mag-jam on our offs?

There will rough times, we know it. And like you, takot din ako, takot na takot din ako. Pero kahit na takot ako, I trust us. I trust our love kasi I know, I can feel it. Our love will outshine all those bad days, those aways, those uncertainties, and those fears, kasi…

We will promise. We will promise na kahit na anong pang naghihintay sa 'tin in the future, we will always look back on our promises. Na we will love each other forever.

Sa harap ng naaantig na mga mata ni Asha ay wala na ngang ibang naging bukambibig si Seb. "Mahal na mahal kita."

Ngunit—

Tinitigan siya nang masama ni Asha. "No. I hate you. Galit ako right now, 'di yon ma-a-outshine ng I love you and teary eyes mo ngayon. Di mo 'ko kinausap ng two weeks."

Napabungisngis nga ang binata habang tumatangis. "Sorry."

"Sorry, your face." Sabay kagat sa braso ni Seb bago tumalikod.

Agad na pinunasan nga ni Seb ang mga luha sa kanyang mga mata at humiga na rin sa kama. At sa hindi nagtagal ay nakatulog na silang dalawa.

Saksi ang langit sa bahagyang bukas na bintana sa imahe nilang dalawa na mahimbing na natutulog nang magkayakap, dinig ang payapang paghinga, kakambal ng tunog ng mahinhin na paggalaw ng bintilador, at ang orasan na tila nakangiti silang pinagmamasdan.

Epilogue

"Why.. are we.. having.. this date ba?"

Sa pautal-utal na katanungan kong narinig ay bahagya kong idinilat ang aking mga mata at unti-unti kong naaninag ang babaeng naka-upo sa 'king tabi. At kahit na gilid lang ng kanyang mukha ang aking nakikita, bahagyang naka-yuko, at ang mga—

Aking isinara ang laptop upang saglit na huminga nang mapansin ko ang mga matang nakasilip sa bahagyang bukas na pinto. Nang akin nga 'tong ngitian ay agad itong naglaho kasabay ng dahan-dahang pag-sara. Napabungisngis tuloy ako sa hangin habang nananatiling nakatitig, at 'di rin nagtagal ay agad kong nahuli ang maingat nitong pagbukas. "Nakita na kita.. Wag ka na magtago.. Ano yon?" Malambing kong tanong.

At sa pagkakataong ito ay buo nang bumukas ang pinto, isang batang babae, naglilikot ang mga pilik-mata at hindi makatitig, bahagyang kagat-kagat ang labi, habang madiing pinipisil ang hinliliit nang maglakad palapit sa akin.

Mahinhin ko siyang tinapik sa noo nang makalapit. "Tapos mo na mga assignments mo?"

Tikom bibig itong umiling. Saglit ko siyang tinitigan, at saka binuhat para kandungin. Gusto ko muna sanang magpanggap na galit ngunit nang makita ko ang mapupungay niyang mga mata, at ang napaka-cute na ekpresyon ng kanyang mukha ay hindi ko napigilang hindi mapangiti. "Oh, ba't 'di mo pa tapusin? May problema ba?"

"Punta tayo park!" Buong paninindigan niyang titig sa 'kin.

"Pupunta tayo, pag tapos ka na," At iniharap ko sa kanya ang aking hinliliit. "Promise."

"Ayaw!" Muli niyang iling. "Park muna!"

Napabuntong hininga na nga lamang ako, walang kalaban-laban sa kanyang paglalambing. "Tatapusin mo ba pagkauwi?"

"Opo!"
"Promise?"
Masigla siyang tumango, maluha-luha sa tuwa ang mga mata nang iabot ang hinliliit niyang literal na maliit. "Promise!"

Sa pag-lapat ng aming mga daliri, ay malambing ko siyang hinimas sa ulo, at siya naman ay humalik sa aking pisngi. "Yehey!" At patakbo na siyang naglakad palabas ng kwarto.

Muli ko na sanang bubuksan ang laptop nang mapansin ko naman ngayon ang isang batang lalake. Kasingtangkad ng nauna, ngunit 'di gaya ng batang babae ay taas noo itong lumapit sa 'kin at saka tumikas ng tindig.
"Oh, Lawrence, tapos mo na assignments mo?"

"Tapos ko na po. Si Audrey po, ayaw tapusin 'yong kanya. Tinuturan ko na nga po, ayaw pa rin."

"Hayaan mo na, nag-promise naman siya na tatapusin." Sabay mapaglaro kong inilapat ang aking palad sa kanyang ulo, "Magbihis ka na, pupunta tayong park."

Taas noo niyang inangat ang kanyang nakasaradong kamao, na agad ko ring nilapatan ng aking kamao. At pagkatapos ay mabilis na rin siyang lumabas ng kwarto.

Saglit muna akong huminga, bago tumayo, at sa tapat ng pintuan ay nakangiti kong pinagmasdan ang palibot. Sa nakasabit na gitara sa isang mukha ng puting dingding, sa nakaayos na mga unan at nakatuping mga kumot sa kama, at sa kumakaway na maliit na cactus sa itaas ng bedside cabinet.
Sunod kong dinatnan ang sariling nakaupo sa duyang nakasabit sa isang matayog na puno sa loob ng parke, pinagmamasdan ang paglalaro at pagkukulitan ng dalawa kong anak.. Si Lawrence na abala pagmasdan ang mga talulot ng samu't saring mga bulalak, habang si Audrey naman ay walang kapaguran sa pagtakbo at kung saan-saan sumusuoot. Natawa ako nang batuhin niya ang kapatid ng hindi ko malaman kung ano. Galit na galit si Lawrence, hinabol niya si Audrey ngunit kahit anong takbo niya ay hindi mahabol. Napatitig nga siya sa 'kin naluluha ang mga mata. Bully talaga 'tong babae kong anak, imbis patahanin ang kapatid ay mas lalo niya pang inasar. Lokong bata.

"Audrey," sigaw ko. "Tama na 'yan." Pagtayo ko para siya ay sawayin. Saglit niya akong tinitigan, ngunit nang umamba akong lalapit ay binilsan niya lalo ang pagtakbo.

Napakalokong bata, manang-mana kay—

"Kanino?"
Isang lubhang pamilyar na tinig ang nagtanong mula sa aking likuran. Napangiti ako, tila may telepatiya kasi ang nagsalita at nagawa nitong dugtungan ang nilalaman ng aking isipan.

"Kanino pa ba?" Pag-ngisi ko sa hangin. "Kundi sa napaka-bully niyang Mama."
"Si Lawrence naman manang-mana sa iyakin niyang Papa."

At naramdaman ko ang kanyang malambot na brasong yumakap sa akin. Kahit na hindi ako lumingon, ay alam kong 'di tulad ng nakasanayan kapag lumalabas, ang buhok ni Asha ay malaya dahil ramdam ko kung paano ito humaplos sa 'king braso. Ang dimple niya na kahit hindi ko nakikita ay alam kong nakalitaw dahil sa tono ng kanyang boses. At ang mga mata niya ay siguradong nakangiti, habang pinagmamasdan ang kambal naming anak sa ilalim ng bughaw na kalangitan at mga puting ulap.
Dugtong niya. "Siya kaya, kanino magmamana?" Habang mahinhing hinahaplos ang tiyan.

"Hindi na 'ko makapaghintay malaman." Sabay bitaw ko ng halik sa halimuyak ng kanyang ulo.

Sa totoo lang, hanggang ngayon ay hindi ko pa rin alam kung ang aking naaalala nang gabing iyon ay talagang nangyari. Minsan nga ay naikwento ko iyon kay Asha, pero 'di tulad ko ay wala siyang matandaan. Mga mata ko lamang ang nakaaalam ng lahat. Kung papaano kami iniligtas ng isang panaginip kaya ngayon ay naririto kami, pinalilipas ang maghapon, nakasandal sa isa't isa, masaya.

Pero, aaminin ko, marami kaming naging pag-aaway, bunga ng hindi pagkakaintindihan. Di rin mabilang ang mga tampuhan, na minsa'y nagdudulot pa nga ng sama ng loob. At siguradong mas marami pang darating para subukin kaming dalawa. Pero, ang lahat ng mga 'yon ay mistulang mga tuldok lamang, walang binatbat sa pagkinang ng kulay ng aming wagas na pagmamahal.

Natatakot pa rin ako. Sa totoo lang ay mas lalo nga akong natatakot na ngayon. Sino ba namang hindi matatakot bawiin ang lahat ng importante sa kanya, ang ngiti, ang mga yakap, ang mga halik, ang init at hininga ng mga taong bumubuo sa atin. Ang mga piyesa nila na naging parte ng buo nating pagkatao. Ngunit—

Di tulad ng dati ay malaya na akong nagmamahal.

Dahil sa dinami-rami ng mapait na katotohanang natagpuan ko sa mundong 'to, ay may natatanging pag-asa na hindi kayang daigin ng malupit na tadhana.

Ang pagmamahal.

Ngunit, ang pagmamahal na ito ay hindi basta lamang nakatukoy sa kung ano ang dinadala ng ating puso, kung ano ang ating nararamdaman sa bawat sandali.

Ang pagmamahal na ito ay isang pagpili. Isang pagtanaw sa hinaharap, dala-dala ang gabay at armas na nakaraan para malagpasan bawat balakid sa kasalukuyan.

At maglaho man ang lahat ng bagay, iwan man tayo ng mga mahal natin sa buhay. Ang totoong pagmamahal ay palaging mananatili. Umuusad, naipapasa, nahuhulma, at nabubuhay sa iba't ibang anyo: alaala, musika, tula, mga gawa, salita, pangarap, at kung anu-ano pa, ngunit sa itaas nilang lahat, isa pa rin ang palaging magiging pinaka-kasingkahulugan nito.

Pangako.

Ang pagmamahal ay isang pangakong paulit-ulit na sasambitin ng ating mga puso, at aawitin ng alaala, magpakailan-kailanman.

Wakas

About the Author

Wendelle John Marie Loteyro

Wendelle John Marie Loteyro is from San Jose del Monte, Bulacan, graduate of Bachelor of Science in Civil Engineering at New Era University in 2019. While working for a construction company on their mid-rise building project in Alabang, writing poems and songs became his stress reliever. One afternoon, it was their break time when he found himself looking up at the blue sky while resting on a hammock on the tenth floor. As his mind sailed, he realized his desire to convey all the contents of his mind, be able to convey a message from his experiences and his own sense of the true meaning of life.